അയലുറവുകൾ

ഒരു കുടുംബശ്രീ യാത്ര

Ayaluravukal
Oru Kudumbasree yathra
Study

Sajith Sukumaran

CHINTHA PUBLISHERS
Thiruvananthapuram

First Edition
January 2023

Published
Chintha Publishers, Thiruvananthapuram

Typesetting
Star Communications, Thiruvananthapuram

Cover Painting
'Mothers'
Anujath Sindhu Vinaylal

Cover Design
Vinod Mangoes

ISBN - 978-93-94753-60-0

CO - 3223 / 6274

Email: chinthapublishers@gmail.com
Website: www.chinthapublishers.com

A version is available at National Libraries
Kolkata, Mumbai, Chennai and Delhi

Distribution
DESHABHIMANI BOOKHOUSE
H O Thiruvananthapuram 695035

Branch
Head Office Kunnukuzhi • Statue Thiruvananthapuram
KSRTC Bus Terminal Thampanoor • Saphalyam Complex Thiruvananthapuram
KSRTC Bus Station Alappuzha • KSRTC Bus Station Ernakulam
Machingal Lane Thrissur • IG Road Kozhikode
Mavoor Road Kozhikode • NGO Union Building Kannur
Central Bus Terminal Complex Thavakkara Kannur

അയല്പുറവുകൾ

ഒരു കുടുംബശ്രീ യാത്ര

സജിത് സുകുമാരൻ

ചിന്ത പബ്ലിഷേഴ്സ്
തിരുവനന്തപുരം-695 035
വില : ₹ 200

സജിത് സുകുമാരൻ

പത്തനംതിട്ട ജില്ലയിൽ മെഴുവേലി സ്വദേശി. തിരുവനന്തപുരം എൻജിനീയറിങ് കോളേജിൽനിന്ന് മെക്കാനിക്കൽ എൻജിനീയറിങ്ങിൽ ബിരുദം (1991), ഗുജറാത്ത് ആനന്ദിലെ ഇൻസ്റ്റിറ്റ്യൂട്ട് ഓഫ് റൂറൽ മാനേജുമെന്റിൽനിന്ന് മാസ്റ്റേഴ്സ് (1997). ഇൻഫർമേഷൻ കേരള മിഷനിൽ പ്രോജക്ട് കോ-ഓർഡിനേറ്ററായിരുന്നു. പരമ്പരാഗത മത്സ്യത്തൊഴിലാളികൾ, മത്സ്യവ്യാപാരികളായ സ്ത്രീകൾ, ആദിവാസികൾ, ഉപ്പു കാച്ചുന്നവർ എന്നിവരുടെ ജീവനോപാധി വികസനരംഗത്ത് തമിഴ്നാട്ടിലും ഗുജറാത്തിലും ദീർഘകാലം പ്രവർത്തിച്ചു. 2017 മുതൽ കുടുംബശ്രീ നാഷണൽ റിസോഴ്സ് ഓർഗനൈസേഷന്റെയും കുടുംബശ്രീയുടെ ആദിവാസി മേഖലയിലെ പ്രവർത്തനങ്ങളുടെയും ചുമതല വഹിക്കുന്നു.

ഭാര്യ : രുചി പ്രസാദ്
മകൾ : മാനിനി
E-mail : sajith.sukumaran@gmail.com

ഉള്ളടക്കം

പ്രസാധകക്കുറിപ്പ്

നാല്പത്തിയഞ്ചു ലക്ഷത്തിലധികം അംഗങ്ങൾ, സംസ്ഥാനത്തെ കുടുംബങ്ങളിൽ പകുതിയിലധികത്തിന്റെയും പ്രാതിനിധ്യം.

1998 ൽ രൂപീകരിക്കപ്പെട്ട് 25 വർഷം പൂർത്തിയാക്കുന്നതിനിടയിൽ കുടുംബശ്രീ കൈവരിച്ച വളർച്ച അമ്പരപ്പിക്കുന്നതാണ്. സ്ത്രീ ശാക്തീകരണ പദ്ധതികൾ മറ്റുപല സംസ്ഥാനങ്ങളിലും ഏട്ടിലെ പശു മാത്രമായി ചുരുങ്ങിയപ്പോൾ കേരളം ഇക്കാര്യത്തിൽ പുതിയ ചക്രവാളങ്ങൾ തീർത്തു. ഇത് സാദ്ധ്യമായതെങ്ങനെ എന്ന ചോദ്യത്തിനുത്തരമാണ് *അയലുറവുകൾ ഒരു കുടുംബശ്രീ യാത്ര* എന്ന പുസ്തകത്തിലൂടെ സജിത് അന്വേഷിക്കുന്നത്.

കർഷകസമരങ്ങളും സാമൂഹിക മുന്നേറ്റങ്ങളും കേരളീയ സ്ത്രീ സ്വത്വത്തിന് എന്നും സവിശേഷമായ കരുത്ത് പകർന്നു നല്കിയിട്ടുണ്ട്. അധികാരവികേന്ദ്രീകരണത്തിന്റെയും ജനകീയാസൂത്രണത്തിന്റെയും പശ്ചാത്തലം ഇത്തരമൊരു സ്ത്രീശാക്തീകരണ പദ്ധതിക്ക് കേരളത്തിലെമ്പാടും പടർന്നു പന്തലിക്കാൻ അന്തരീക്ഷമൊരുക്കുകയും ചെയ്തു.

സ്വന്തം കാലിൽ നില്ക്കാനും കുടുംബവരുമാനത്തിൽ ഒരു പങ്ക് നല്കുവാനും കേരളീയ സ്ത്രീക്ക് കുടുംബശ്രീ ശക്തി പകർന്നു. ലോകത്തെയാകെ വിസ്മയിപ്പിച്ച സവിശേഷമായ കേരള വികസന മാതൃകകളിൽ ഒന്നായി കുടുംബശ്രീ എങ്ങനെ മാറിത്തീരുന്നു എന്ന് മനസ്സിലാക്കാൻ ഈ പുസ്തകം ഏറെ സഹായകരമാകും.

ചിന്ത പബ്ലിഷേഴ്സ്

ആമുഖം

കേരളത്തിന്റെ ദാരിദ്ര്യനിർമ്മാർജ്ജന മിഷനാണ് കുടുംബശ്രീ. സംസ്ഥാനത്തൊട്ടാകെ 45 ലക്ഷത്തിലേറെ സ്ത്രീകൾ അംഗങ്ങളായ വലിയൊരു സംഘടനയാണത്. 2023 ൽ ഇരുപത്തഞ്ചു വയസ്സ് പൂർത്തിയാക്കുന്ന ഈ സംഘടനയ്ക്ക് വിപുലമായ പ്രവർത്തന മേഖലയാണുള്ളത്. സംസ്ഥാനത്തെ 55 ശതമാനം കുടുംബങ്ങളെ അത് പ്രതിനിധീകരിക്കുന്നുണ്ട്.

2018–19 വർഷങ്ങളിലെ പ്രകൃതിക്ഷോഭകാലത്ത് പരക്കെ ഉയർന്നു കേട്ടൊരു പേരായിരുന്നു കുടുംബശ്രീ. പിന്നീട് കോവിഡ് മഹാമാരിയുടെ 'ലോക്ക്ഡൗൺ' കാലത്ത് വീണ്ടും ആ പേര് ധാരാളം കേട്ടു. ഒരു സമൂഹമാകെ അമ്പരന്നുപോയ ദുരന്തങ്ങളിൽ ദുരിതബാധിതർക്ക് കൈത്താങ്ങായി ഒരു വനിതാസംഘടന ഉയർന്നത് രാജ്യം അതിശയത്തോടെ നോക്കിനിന്നു.

1998 മുതൽ കേരളത്തിൽ നടത്തിയ പ്രവർത്തനങ്ങളിലൂടെ ദേശീയ ശ്രദ്ധയാകർഷിച്ച കുടുംബശ്രീ കഴിഞ്ഞ പത്തുവർഷമായി ഇന്ത്യയിലെ വിവിധ സംസ്ഥാനങ്ങളിലും പ്രവർത്തിച്ചുവരുന്നു. രാജ്യത്ത് പലയിടത്തും പരീക്ഷിക്കപ്പെട്ട ഒട്ടേറെ മാതൃകകൾ കുടുംബശ്രീയുടേതായുണ്ട്. ദേശീയ തലത്തിൽ ഭാരതസർക്കാർ നടത്തുന്ന പല പദ്ധതികളിലും സാങ്കേതിക സഹായം നല്കാനും പരിശീലനത്തിനും കുടുംബശ്രീ തെരഞ്ഞെടുക്കപ്പെടുന്നുണ്ട്. രാജ്യത്തിനു പുറത്തും കുറേ കുടുംബശ്രീ മാതൃകകൾ കഴിഞ്ഞ ഏതാനും വർഷങ്ങളിൽ ഉയർന്നുവന്നിട്ടുണ്ട്.

കുടുംബശ്രീയെ കാര്യമായി അടുത്തറിയാൻ ആഗ്രഹമുള്ളവർക്കു വേണ്ടിയാണ് ഈ പുസ്തകം. കുടുംബശ്രീയെ ഒന്നു പരിചയപ്പെടുത്തുക, രാജ്യത്തെ ഏതാണ്ട് എല്ലാ സംസ്ഥാനങ്ങളിലും പ്രവർത്തിക്കുന്ന

സമാന സംഘടനകളിൽ നിന്ന് അതിനെ വ്യത്യസ്തമാക്കുന്ന ചില കാര്യങ്ങൾ പറഞ്ഞുപോവുക അത്രയൊക്കെയേ ഇവിടെ ലക്ഷ്യമിട്ടിട്ടുള്ളൂ.

കുടുംബശ്രീ രൂപംകൊണ്ടുവന്ന അനിതര സാധാരണമായ രീതിക്ക് പ്രധാനകാരണമായി കരുതപ്പെടുന്നത് കേരളത്തിലെ അധികാരവികേന്ദ്രീകരണവും ജനകീയാസൂത്രണ പ്രസ്ഥാനവുമായി അതിനുള്ള ബന്ധമാണ്. കേരളത്തിലെ പുകൾപെറ്റ തദ്ദേശഭരണ സംവിധാനവുമായി അതിനുള്ള ഉറ്റബന്ധമാണ് കുടുംബശ്രീയുടെ പ്രധാന ശക്തി എന്നും കരുതപ്പെടുന്നുണ്ട്. അതുകൊണ്ടുതന്നെ ആ മേഖലയിലേക്ക് സവിശേഷ ശ്രദ്ധകൊടുത്തുകൊണ്ടാണ് ഈ പുസ്തകം എഴുതപ്പെട്ടിട്ടുള്ളത്.

ആദ്യ അദ്ധ്യായം-എന്താണ് കുടുംബശ്രീ?-സംഘടനയെപ്പറ്റി പൊതുവായ വിവരങ്ങൾ നല്കാൻ ഉദ്ദേശിച്ചിട്ടുള്ളതാണ്. രണ്ടാമത്തെ അദ്ധ്യായം 'കുടുംബശ്രീ അനുഭവങ്ങൾ' ഈ പ്രസ്ഥാനത്തെ സമൂഹം തിരിച്ചറിയുന്ന രീതികൾ, അവയിലെ വ്യത്യസ്തതകൾ എന്നുവ പറയുന്നു. 'അയൽക്കൂട്ടം മുതൽ അയൽക്കൂട്ടം വരെ' കുടുംബശ്രീയെ സമാന സംഘടനകളിൽനിന്ന് വ്യത്യസ്തമാക്കുന്ന ഒരു അടിസ്ഥാന സ്വഭാവം വ്യക്തമാക്കാൻ ഉദ്ദേശിച്ചിട്ടുള്ളതാണ്. കേരളത്തിൽ ഇത്തരമൊരു സംഘടന രൂപംകൊള്ളാനും വളരാനുമുണ്ടായ രാഷ്ട്രീയ പശ്ചാത്തലവും കാരണങ്ങളും അന്വേഷിക്കുന്നതാണ് അടുത്ത അദ്ധ്യായം - 'കുടുംബശ്രീ - രാഷ്ട്രീയ സമീപനം.' ഇതര സംസ്ഥാനങ്ങളിലെ സംഘടനകളിൽനിന്ന് ഉള്ളടക്കത്തിൽ കുടുംബശ്രീ നിലനിർത്തുന്ന വ്യതിരിക്തതയും അവിടെ അന്വേഷണ വിധേയമാകുന്നുണ്ട്.

സംസ്ഥാനസർക്കാരിന്റെ മുൻകൈയിൽ, തദ്ദേശ ഭരണസ്ഥാപനങ്ങളുടെ നേതൃത്വത്തിൽ സംസ്ഥാന തലത്തിലേക്ക് സംഘടനയുടെ വ്യാപനം നടന്നതിന്റെ കഥയാണ് 'സംസ്ഥാനമൊട്ടാകെ അയൽക്കൂട്ടങ്ങൾ' എന്ന അദ്ധ്യായം പറയുന്നത്. ആ വ്യാപനത്തിലൂടെയും തുടർവർഷങ്ങളിലെ പ്രവർത്തനങ്ങളിലൂടെയും ഉരുത്തിരിഞ്ഞ കുടുംബശ്രീയുടെ സംഘടനാരൂപമാണ് 'കുടുംബശ്രീ എന്ന സംഘടന' എന്ന അദ്ധ്യായത്തിലുള്ളത്.

കേരളത്തിന്റെ കാർഷികമേഖലയിൽ കുടുംബശ്രീ നടത്തിയ ഇടപെടലിനെപ്പറ്റിയാണ് 'വിതച്ചും കൊയ്തും കുടുംബശ്രീ' എന്ന അദ്ധ്യായത്തിൽ പ്രതിപാദിക്കുന്നത്. സാമൂഹ്യരംഗത്തെ രണ്ടു സുപ്രധാന ഇടപെടലുകളായി 'ആശ്രയ'യും 'ബഡ്ഡ് സ്കൂളും' അടുത്ത രണ്ടദ്ധ്യായങ്ങളിൽ വായിക്കാം. ഏറെ ശ്രദ്ധിക്കപ്പെട്ട സ്ത്രീപദവി സ്വയംപഠന പ്രക്രിയയെപ്പറ്റിയാണ് 'പെണ്ണെന്നു കാണലും പെണ്ണായി കാണലും' എന്ന അദ്ധ്യായം. വിവിധ സംസ്ഥാനങ്ങൾ മാതൃകയാക്കാൻ ശ്രമിച്ച 'ന്യൂട്രിമിക്സി'ന്റെ കഥയാണ് 'അമൃതംപൊടി' എന്ന അദ്ധ്യായത്തിലുള്ളത്.

2013 മുതൽ ഇതര സംസ്ഥാനങ്ങളിൽ കുടുംബശ്രീ നടത്തിവരുന്ന പ്രവർത്തനങ്ങളും ആദിവാസി മേഖലയിൽ കുടുംബശ്രീ നേരിടുന്ന

വെല്ലുവിളികളുമാണ് 'അകലങ്ങളിലെ കുടുംബശ്രീ; അരികുകളിലെയും' എന്ന അദ്ധ്യായത്തിലുള്ളത്.

കുടുംബശ്രീയുടെ വിപുലവും വൈവിദ്ധ്യപൂർണ്ണവുമായ പദ്ധതികളിൽനിന്ന് സംഘകൃഷി, ആശ്രയ, ബഡ്ഡ് സ്കൂൾ, ന്യൂട്രിമിക്സ്, സ്ത്രീപദവി സ്വയം പഠനം, ഇതര സംസ്ഥാനങ്ങളിലെ പ്രവർത്തനങ്ങൾ എന്നിവ മാത്രം വിവരണത്തിനായി തെരഞ്ഞെടുത്തതിന് ഒരു കാരണമുണ്ട്. അധികാരവികേന്ദ്രീകരണത്തിന്റെയും പ്രാദേശികാസൂത്രണത്തിന്റെയും തുടർച്ച എന്ന നിലയ്ക്ക് വ്യക്തമായിക്കാണാൻ കഴിയുന്ന പരിപാടികളാണിവ എന്നതാണതിന്റെ കാരണം. കുടുംബശ്രീയെ കൂടുതൽ അറിയാനാഗ്രഹിക്കുന്നവർക്ക് ആ പരിപാടികളുടെ വിശദാംശങ്ങൾ പ്രയോജനകരമാകുമെന്ന് പ്രതീക്ഷിക്കുന്നു. ഒട്ടേറെ പദ്ധതികൾ സ്വയം ഏറ്റെടുക്കുകയും വേറെ നിരവധി പദ്ധതികൾ നടപ്പാക്കാനുള്ള ഉത്തരവാദിത്വം വഹിക്കുകയും ചെയ്യുന്നുണ്ട് കുടുംബശ്രീ. മേൽപറഞ്ഞ പദ്ധതികൾ പക്ഷേ, കുടുംബശ്രീയുടെ അടിസ്ഥാന സ്വഭാവത്തെയും സമീപനത്തെയും കൂടുതൽ അടയാളപ്പെടുത്തുന്നുണ്ടെന്നു പറയാം.

സജിത് സുകുമാരൻ

എന്താണ് കുടുംബശ്രീ?

കേരള സർക്കാരിന്റെ ദാരിദ്ര്യ നിർമ്മാർജ്ജന മിഷൻ എന്ന നിലയിൽ 1998 ൽ രൂപീകരിക്കപ്പെട്ട സ്ത്രീ സംഘടനയാണ് കുടുംബശ്രീ. 1990 കളിൽ കേരള സംസ്ഥാനത്തു നടന്ന അധികാര വികേന്ദ്രീകരണത്തിന്റെ പശ്ചാത്തലത്തിലാണ് കുടുംബശ്രീയുടെ പിറവി. ആദ്യ കാലത്തുണ്ടായിരുന്ന രൂപത്തിലും ഘടനയിലുമൊക്കെ വർഷങ്ങളിലൂടെയുണ്ടായ മാറ്റങ്ങൾ കടന്ന് സംസ്ഥാനമാകെ ഏകീകൃതസ്വഭാവമുള്ള ഒരു സംഘടനയാണ് ഇന്നത്തെ കുടുംബശ്രീ.

മൂന്നുലക്ഷത്തിലേറെ അയൽക്കൂട്ടങ്ങളിലായി 46 ലക്ഷത്തിലേറെ സ്ത്രീകൾ അംഗങ്ങളായ സംഘടനയാണ് കുടുംബശ്രീ. അയൽക്കൂട്ടമെന്നാൽ പത്തുമുതൽ ഇരുപതുവരെ സ്ത്രീകൾ അംഗങ്ങളായ സംഘമാണ്. പൊതുവേ 'സ്വയംസഹായ സംഘം' (Self Help Group) എന്നു വിശേഷിപ്പിക്കപ്പെടുന്ന സംഘടനാരൂപം തന്നെയാണ് അയൽക്കൂട്ടം. അയൽക്കൂട്ടം എന്നു വിളിക്കുന്നതിനു പിന്നിൽ പക്ഷേ, ചില കാരണങ്ങളുണ്ട്. അവ വഴിയേ പറയാം.

കാസർകോഡു മുതൽ തിരുവനന്തപുരം വരെ എല്ലാ ജില്ലയുടെയും ഏതു കോണിലുമുണ്ട് കുടുംബശ്രീ അയൽക്കൂട്ടങ്ങൾ. അവയ്ക്ക് ഗ്രാമപഞ്ചായത്ത്, മുനിസിപ്പാലിറ്റി, കോർപ്പറേഷൻ എന്നീ തദ്ദേശഭരണ സ്ഥാപനങ്ങളുടെ വാർഡ് അഥവാ ഡിവിഷൻ അടിസ്ഥാനത്തിൽ ഫെഡറേഷനുകളുണ്ട്. ഏരിയാ ഡെവലപ്മെന്റ് സൊസൈറ്റി (Area Development Society -ADS) എന്ന പേരിലുള്ളതാണ് അയൽക്കൂട്ടങ്ങളുടെ പ്രാഥമിക ഫെഡറേഷൻ.

എ ഡി എസുകളെ തദ്ദേശഭരണ സ്ഥാപനത്തിന്റെ തലത്തിൽ സംഘടിപ്പിച്ചു രൂപീകരിച്ചിട്ടുള്ളതാണ് കമ്യൂണിറ്റി ഡെവലപ്മെന്റ്

സൊസൈറ്റികൾ (Community Development Society - CDS). കുടുംബശ്രീ സംഘടനാ സംവിധാനത്തിലെ ഏറ്റവും ഉയർന്ന തട്ട് ഇതാണ്. ഔപചാരിക സ്വഭാവമുള്ള, നിയമപ്രകാരം രജിസ്റ്റർ ചെയ്യപ്പെട്ടിട്ടുള്ളവയാണ് സി ഡി എസുകൾ. അയൽക്കൂട്ടവും എ ഡി എസും നിയമപരമായി രജിസ്റ്റർ ചെയ്യപ്പെട്ടിട്ടുള്ള സംഘടനകളല്ല. അവയ്ക്ക് അനൗപചാരിക സ്വഭാവമാണുള്ളത്. ഇരുപത്തഞ്ചാം വയസ്സിലേക്കു കടന്ന കുടുംബശ്രീക്ക് ആകെ 1070 സി ഡി എസുകളാണുള്ളത്. ആകെ ഗ്രാമപഞ്ചായത്തുകൾ, മുനിസിപ്പാലിറ്റികൾ, കോർപ്പറേഷനുകൾ എന്നിവ ചേരുമ്പോൾ 1034 തദ്ദേശഭരണ സ്ഥാപനങ്ങളാണല്ലോ ഉള്ളത്. കോർപ്പറേഷനുകളിലും വലിയ മുനിസിപ്പാലിറ്റികളിലും ഭരണ സൗകര്യത്തിനായി ഒന്നിലേറെ സി ഡി എസുകൾ ഉള്ളതുകൊണ്ടാണ് എണ്ണത്തിലെ വ്യത്യാസം.

വാർഡ്/ഡിവിഷൻ തലത്തിലുള്ള 19,470 എ ഡി എസുകളാണുള്ളത്. അംഗങ്ങൾ 46 ലക്ഷത്തിലേറെ എന്നു പറഞ്ഞാൽ അത്രയും കുടുംബങ്ങളെയും കുടുംബശ്രീ പ്രതിനിധീകരിക്കുന്നുവെന്നു പറയാം. കാരണം ഒരു വീട്ടിൽ നിന്ന് ഒരു സ്ത്രീക്കു മാത്രമേ കുടുംബശ്രീ അംഗത്വം ലഭിക്കുകയുള്ളൂ; അതാകട്ടെ പതിനെട്ടു വയസ്സുതികഞ്ഞ ഏതു സ്ത്രീക്കും ലഭിക്കുകയും ചെയ്യാം.

ഗ്രാമങ്ങളിലും നഗരങ്ങളിലും സംഘടനയുണ്ട് കുടുംബശ്രീക്ക്. ആകെ അയൽക്കൂട്ടങ്ങളിൽ രണ്ടരലക്ഷത്തിലേറെയെണ്ണം ഗ്രാമങ്ങളിലാണ്. അമ്പത്തിയാറായിരത്തിനടുത്താണ് നഗരങ്ങളിലെ അയൽക്കൂട്ടങ്ങളുടെ എണ്ണം. സംസ്ഥാനത്ത് ഏറ്റവും കൂടിയ ജനസംഖ്യയുള്ളതും ഭൂവിസ്തൃതിയിൽ മൂന്നാം സ്ഥാനമുള്ളതുമായ മലപ്പുറം ജില്ലയിലാണ് ഏറ്റവും കൂടുതൽ കുടുംബശ്രീ അയൽക്കൂട്ടങ്ങളുള്ളത് - 31,947. അയൽക്കൂട്ടങ്ങൾ ഏറ്റവും കുറവുള്ളതാകട്ടെ, ജനസംഖ്യ ഏറ്റവും കുറഞ്ഞ, ഭൂവിസ്തൃതി ഏറ്റവും കുറവുള്ളവയിൽ മൂന്നാമതു നില്ക്കുന്ന വയനാട് ജില്ലയിലും - 10,585 അയൽക്കൂട്ടങ്ങൾ.

പട്ടിക 1.1 കുടുംബശ്രീ അയൽക്കൂട്ടങ്ങൾ ജില്ല തിരിച്ച്

ജില്ല	ജനസംഖ്യ	ഭൂവിസ്തൃതി ച. കി മീ	അയൽക്കൂട്ടങ്ങൾ	ജനസംഖ്യ/ അയൽക്കൂട്ടം	അയൽക്കൂട്ടം/ ച. കി മീ
(1)	(2)	(3)	(4)	(5)	(6)
മലപ്പുറം	41,12,920	3554	31,947	129	9
തിരുവനന്തപുരം	33,01,427	2189	31,297	105	14

എറണാകുളം	32,82,388	3063	28,523	115	9
തൃശൂർ	31,21,200	3027	28,272	110	9
കോഴിക്കോട്	30,86,293	2345	29,366	105	13
പാലക്കാട്	28,09,934	4482	28,548	98	6
കൊല്ലം	26,35,375	2483	25,469	103	10
കണ്ണൂർ	25,23,003	2961	21,238	119	7
ആലപ്പുഴ	21,27,789	1415	22,782	93	16
കോട്ടയം	19,74,551	2206	16,827	117	8
കാസർഗോഡ്	13,07,375	1989	11,742	111	6
പത്തനംതിട്ട	11,97,412	2652	10,592	113	4
ഇടുക്കി	11,08,974	4356	12,479	89	3
വയനാട്	8,17,420	2130	10585	77	5

കുറിപ്പ്: ജനസംഖ്യ 2011 സെൻസസ് പ്രകാരമുള്ളത്. അയൽക്കൂട്ടങ്ങളുടെ എണ്ണം 2022 ഒക്ടോബറിലേത്.

സംസ്ഥാനത്ത് വിവിധ ജില്ലകളിൽ കുടുംബശ്രീ അയൽക്കൂട്ടങ്ങളുടെ വ്യാപനം സംബന്ധിച്ച് ഒരേകദേശ ചിത്രം കിട്ടാൻ പട്ടിക 1.1 ഉപകരിക്കും. ജില്ലകളുടെ ജനസംഖ്യയും ഭൂവിസ്തൃതിയും പട്ടികയിൽ കൊടുത്തിട്ടുണ്ട്. അതിനുനേരെ ആ ജില്ലയിലെ അയൽക്കൂട്ടങ്ങളുടെ എണ്ണം. എത്ര ജനസംഖ്യയ്ക്ക് ഒരയൽക്കൂട്ടമുണ്ട് എന്ന കണക്കാണ് അഞ്ചാമത്തെ കോളത്തിൽ. അവസാന കോളത്തിൽ ഒരു ചതുരശ്ര കിലോമീറ്റർ ചുറ്റളവിൽ എത്ര അയൽക്കൂട്ടമുണ്ടെന്ന കണക്കാണ് കൊടുത്തിരിക്കുന്നത്.

ജനസംഖ്യാനുപാതികമായി ഏറ്റവും കൂടുതൽ അയൽക്കൂട്ടങ്ങളുള്ളത് വയനാട്ടിലാണ്; ഏറ്റവും കുറഞ്ഞ ജനസംഖ്യയുള്ള ജില്ലയിൽ. വയനാട്ടിൽ ഓരോ 77 ആൾക്കും ഒരയൽക്കൂട്ടം വച്ചുണ്ടെന്നു കാണാം. ഏറ്റവും കൂടിയ ജനസംഖ്യയുള്ള മലപ്പുറത്ത് 129 പേർക്ക് ഒരയൽക്കൂട്ടമേയുള്ളൂ. ജനസംഖ്യയിൽ വയനാട്ടിനു തൊട്ടുമുകളിൽ മാത്രം നില്ക്കുന്ന ഇടുക്കിയിൽ 89 പേർക്ക് ഒരയൽക്കൂട്ടമുണ്ട്. പിന്നീട് ആലപ്പുഴയിലും പാലക്കാട്ടുമാണ് ജനസംഖ്യാനുപാതികമായി കൂടുതൽ അയൽക്കൂട്ടങ്ങളുള്ളത്.

വിസ്തീർണ്ണത്തിൽ ഏറ്റവും വലിയ ജില്ലയായ പാലക്കാട്ട് ഓരോ ചതുരശ്രകിലോമീറ്ററിലും ആറ് അയൽക്കൂട്ടം വീതമുള്ളപ്പോൾ വിസ്തൃതിയിൽ രണ്ടാം സ്ഥാനത്തുള്ള ഇടുക്കിയിൽ മൂന്നു വീതമേയുള്ളൂ.

വിസ്തൃതി ഏറ്റവും കുറഞ്ഞ ആലപ്പുഴയിലും പിന്നെ തിരുവനന്തപുരത്തുമാണ് ഓരോ ചതുരശ്ര കിലോ മീറ്ററിലും കൂടുതൽ അയൽക്കൂട്ടങ്ങളുള്ളത്. യഥാക്രമം 16 ഉം 14 ഉം അയൽക്കൂട്ടങ്ങൾ വീതം. ഇടുക്കിയിലും വയനാട്ടും പത്തനംതിട്ടയിലും അയൽക്കൂട്ടങ്ങൾ കുറയാൻ കാരണം ഭൂപ്രദേശത്തിന്റെ വലിയ ഭാഗം കാടുകളാണെന്നതു തന്നെയാണ്.

ജനസംഖ്യാനുപാതികമായും വിസ്തീർണ്ണത്തെ അടിസ്ഥാനമാക്കിയും നോക്കിയാൽ കുടുംബശ്രീ അയൽക്കൂട്ടങ്ങളുടെ വ്യാപനം വിവിധ ജില്ലകളിൽ മെച്ചപ്പെട്ട നിലയിലാണെന്നു തന്നെയാണ് പട്ടിക 1.1 കാണിക്കുന്നത്. ഇടുക്കി, വയനാട്, പത്തനംതിട്ട മുതലായ ജില്ലകളിൽ അയൽക്കൂട്ടങ്ങളുടെ എണ്ണം പൊതുവേ കുറഞ്ഞിരിക്കുമ്പോഴും വ്യാപനം ശക്തമാണ്. ആദിവാസി മേഖലകളിൽ കഴിഞ്ഞ ഒരു ദശാബ്ദമായി ഊർജ്ജിതപ്രവർത്തനത്തിലൂടെ അയൽക്കൂട്ട വ്യാപനം കൂടിയിട്ടുണ്ട്.

ദേശീയതലത്തിൽ ഉപജീവനമിഷനുകൾ ഗ്രാമ, നഗര മേഖലകൾക്ക് പ്രത്യേകമായുണ്ട്. കേരളത്തിൽ രണ്ടു മേഖലകളിലും കുടുംബശ്രീ പ്രവർത്തിക്കുന്നുവെന്ന് നേരത്തെ സൂചിപ്പിച്ചുവല്ലോ. ഗ്രാമ, നഗര പ്രദേശങ്ങളിലെ അയൽക്കൂട്ട വ്യാപനം പട്ടിക 1.2 ൽ കൊടുത്തിരിക്കുന്നു. ജില്ലകൾ ജനസംഖ്യയെ അടിസ്ഥാനമാക്കിത്തന്നെയാണ് പട്ടികയിൽ കൊടുത്തിരിക്കുന്നത്.

പട്ടിക 1.2 അയൽക്കൂട്ടങ്ങൾ - ഗ്രാമം, നഗരം

ജില്ല	അയൽക്കൂട്ടങ്ങളുടെ എണ്ണം			നഗര അയൽക്കൂട്ടങ്ങൾ (ശതമാനം)
	ഗ്രാമം	നഗരം	ആകെ	
മലപ്പുറം	26,671	5276	31,947	17
തിരുവനന്തപുരം	23,499	7798	25,469	25
എറണാകുളം	21,288	7235	28,523	25
തൃശ്ശൂർ	22,825	5447	28,272	19
കോഴിക്കോട്ട്	22,045	7321	29,366	25
പാലക്കാട്	25,209	3339	28,548	12
കൊല്ലം	21,346	4123	25,469	16
കണ്ണൂർ	16,311	4927	21,238	23
ആലപ്പുഴ	19,544	3238	22,782	14

കോട്ടയം	14,420	2407	16,827	14
കാസർഗോഡ്	10,358	1384	11,742	12
പത്തനംതിട്ട	9232	1360	10592	13
ഇടുക്കി	11,629	850	12,479	7
വയനാട്	9162	1423	10,585	13

കുറിപ്പ്: കണക്കുകൾ 2022 ഒക്ടോബറിലേത്.

നഗരവല്ക്കരണം കൂടുതലുള്ള തിരുവനന്തപുരം, എറണാകുളം, കോഴിക്കോട് ജില്ലകളിലാണ് ഏറ്റവും കൂടുതൽ അയൽക്കൂട്ടങ്ങൾ നഗരപ്രദേശത്ത് പ്രവർത്തിക്കുന്നതും. തിരുവനന്തപുരം, എറണാകുളം, കോഴിക്കോട്, ജില്ലകളിൽ നഗര അയൽക്കൂട്ടങ്ങൾ ആകെയെണ്ണത്തിന്റെ 25% വരും; കണ്ണൂരിൽ അത് 23% ആണ്. കുറഞ്ഞ നഗരവല്ക്കരണമുള്ള ഇടുക്കി, പാലക്കാട്, കാസർഗോഡ്, വയനാട് ജില്ലകളിൽ നഗര അയൽക്കൂട്ടങ്ങളുടെ എണ്ണം താരതമ്യേന കുറവുമാണ്. ചുരുക്കത്തിൽ, ഗ്രാമ-നഗര വ്യാപനത്തിന്റെ കാര്യത്തിലും കുടുംബശ്രീ ഏതാണ്ട് തുല്യനിലയിലാണെന്ന് പട്ടിക 1.2 വ്യക്തമാക്കുന്നു.

സംസ്ഥാനമാകെ അയൽക്കൂട്ടങ്ങൾ, അവയുടെ ഫെഡറേഷനുകളായി ഏരിയാ ഡെവപല്മെന്റ് സൊസൈറ്റികൾ അഥവാ എ ഡി എസുകൾ, അവയുടെ തദ്ദേശ ഭരണസ്ഥാപനതലത്തിലെ രജിസ്റ്റേർഡ് ഫെഡറേഷനായി കമ്യൂണിറ്റി ഡെവലപ്മെന്റ് സൊസൈറ്റികൾ അഥവാ സി ഡി എസുകൾ - കുടുംബശ്രീയുടെ ഈ സംഘടനാ സംവിധാനത്തെപ്പറ്റി കൂടുതൽ വിശദമായി 'കുടുംബശ്രീ എന്ന സംഘടന' എന്ന അദ്ധ്യായത്തിൽ പ്രതിപാദിക്കുന്നുണ്ട്.

1998 ൽ സംസ്ഥാന ദാരിദ്ര്യ നിർമ്മാർജ്ജന മിഷൻ പ്രഖ്യാപിച്ചപ്പോൾ അത് ട്രാവൻകൂർ-കൊച്ചി ലിറ്റററി, സയന്റിഫിക് ആന്റ് ചാരിറ്റബിൾ സൊസൈറ്റീസ് ആക്ട് 1955 പ്രകാരം രജിസ്റ്റർ ചെയ്യുകയുണ്ടായി. ആ സംഘടനയാണ് പൊതുവെ 'കുടുംബശ്രീ മിഷൻ' എന്നറിയപ്പെടുന്നത്. തദ്ദേശഭരണ സ്ഥാപനതലത്തിൽ പ്രവർത്തിക്കുന്ന കുടുംബശ്രീ സാമൂഹ്യ സംഘടനാ സംവിധാനത്തിനുവേണ്ട പിന്തുണ നല്കുന്നതും സർക്കാർ പരിപാടികളുടെ നടത്തിപ്പിനാവശ്യമായ സാങ്കേതിക സഹായവും മേൽനോട്ടവും ഉറപ്പു വരുത്തുന്നതും കുടുംബശ്രീ മിഷനാണ്.

കുടുംബശ്രീമിഷന്റെ ഭരണച്ചുമതല സംസ്ഥാന തദ്ദേശ സ്വയംഭരണവകുപ്പ് മന്ത്രി അദ്ധ്യക്ഷൻ/ അദ്ധ്യക്ഷയായ ഗവേർണിങ് ബോഡിക്കാണ്. അതിനുതാഴെ തദ്ദേശസ്വയംഭരണവകുപ്പ് അഡീഷണൽ ചീഫ്

സെക്രട്ടറി ചെയർപേഴ്സണും കുടുംബശ്രീ എക്സിക്യൂട്ടീവ് ഡയറക്ടർ കൺവീനറുമായ ഒരു എക്സിക്യൂട്ടീവ് കമ്മിറ്റിയുണ്ട്. എക്സിക്യൂട്ടീവ് ഡയറക്ടർ നേതൃത്വം നല്കുന്ന സംസ്ഥാന മിഷന് 14 ജില്ലകളിലും ജില്ലാ മിഷനുകളുണ്ട്.

കുടുംബശ്രീ- പ്രവർത്തനമേഖലകൾ

അധികാരവികേന്ദ്രീകരണത്തിന്റെ പശ്ചാത്തലത്തിലാണല്ലോ കുടുംബശ്രീ രൂപീകരിക്കപ്പെട്ടത്. പദ്ധതിപ്പണം തദ്ദേശഭരണ സ്ഥാപനങ്ങൾക്കു കൈമാറിക്കഴിഞ്ഞ് താഴേത്തലത്തിൽനിന്ന് പദ്ധതി രൂപീകരിക്കുന്നതിന് സംസ്ഥാന സർക്കാർ ജനകീയാസൂത്രണ പ്രസ്ഥാനം ആരംഭിച്ചു. ആ പ്രസ്ഥാനത്തിന്റെ ഭാഗമായി കേരളത്തിലെ തദ്ദേശഭരണ സ്ഥാപനങ്ങൾ ധാരാളം നൂതന പദ്ധതികൾ ആവിഷ്കരിക്കാനും നടപ്പാക്കാനും ശ്രമിച്ചു. തദ്ദേശഭരണ സ്ഥാപനങ്ങളുമായി യോജിച്ചു പ്രവർത്തിക്കുന്ന കുടുംബശ്രീ മിക്കയിടത്തും അത്തരം പദ്ധതികളിൽ സജീവ പങ്കാളിത്തം വഹിച്ചു. അതുകൊണ്ടുതന്നെ ദൈനംദിന സംഘടനാ പ്രവർത്തനത്തോടൊപ്പം വിവിധതരം പ്രാദേശിക പദ്ധതികളും കുടുംബശ്രീ ഏറ്റെടുത്തു. അത്തരം പല മാതൃകകളെയും തനതുശൈലിയിൽ വികസിപ്പിച്ച് സംസ്ഥാനതല പരിപാടികളായി വളർത്തുവാനും കുടുംബശ്രീക്ക് കഴിഞ്ഞിട്ടുണ്ട്.

ഒരു അയൽക്കൂട്ടത്തിന്റെ ഏറ്റവും അടിസ്ഥാനപ്രവർത്തനം മിതവ്യയസമ്പാദ്യവും വായ്പയുമാണ്. അയൽക്കൂട്ടത്തിന്റെ നിരന്തര പ്രവർത്തനം ഉറപ്പുവരുത്തുന്നതും അതിനെ ചലനാത്മകമായി നില നിർത്തുന്നതും സമ്പാദ്യ-വായ്പാ പരിപാടിതന്നെ. ഒരു അയൽക്കൂട്ടം ചിട്ടയോടെ നടത്തിക്കൊണ്ടുപോകുന്നതിൽ ഏറ്റവും വലിയ വെല്ലുവിളിയുയർത്തുന്നതും ഈ പരിപാടിയാണ്. പണവും അതിന്റെ കണക്കുമല്ലേ? ചിട്ടയും സുതാര്യതയും ഉണ്ടായല്ലേ പറ്റൂ?

അയൽക്കൂട്ടം തുടങ്ങിയാലുടനെതന്നെ സമ്പാദ്യ പരിപാടിക്കു തുടക്കമിടുന്നു. മൂന്നോ നാലോ മാസംകൊണ്ട് ഓരോ ആഴ്ചയും നിക്ഷേപിച്ച പണം ചേർത്തുവച്ച് അംഗങ്ങൾക്ക് വായ്പ കൊടുക്കാം. വായ്പ തുടങ്ങുന്നതോടെ കണക്കുസൂക്ഷിപ്പ് അല്പം സങ്കീർണ്ണമാകുമല്ലോ. ഓരോ അംഗത്തിന്റെയും സമ്പാദ്യത്തിന്റെ കണക്ക്, വായ്പ കൊടുത്തതിന്റെ കണക്ക്, തിരിച്ചടവിന്റെ കണക്ക്, തിരിച്ചടവിലെ മുതലും പലിശയും കണക്കാക്കൽ എന്നിങ്ങനെ സങ്കീർണ്ണത കൂടും. ഒരു വർഷത്തിനുള്ളിൽ തന്നെ ബാങ്ക്ലോൺ കിട്ടിയേക്കാം. അതാകട്ടെ അയൽക്കൂട്ടത്തിനുള്ള 'ബൾക്ക് വായ്പ'യാണ്. അതിൽ നിന്ന് ആർക്കൊക്കെ എത്ര വായ്പ കൊടുക്കണമെന്ന് തീരുമാനിക്കണം. കൊടുത്ത വായ്പയുടെ തിരിച്ചടവിന്റെ കണക്ക് പ്രത്യേകം, കൂടാതെ ബാങ്ക് വായ്പയുടെ തിരി

ച്ചടവ്. അങ്ങനെയങ്ങനെ അയൽക്കൂട്ടത്തിന്റെ കണക്കുപുസ്തകം വികസിക്കുന്നു. അതോടൊപ്പം ആ കണക്കും മറ്റനുബന്ധ പുസ്തകങ്ങളും എഴുതി സൂക്ഷിക്കുന്നതിലൂടെ അയൽക്കൂട്ടാംഗങ്ങളുടെ കാര്യശേഷിയും വർദ്ധിക്കുന്നു.

കഴിഞ്ഞ ഇരുപത്തഞ്ചുവർഷങ്ങൾ ലക്ഷക്കണക്കായ അയൽക്കൂട്ടങ്ങൾ മിതവ്യയസമ്പാദ്യ-വായ്പാ പ്രവർത്തനം നടത്തിപ്പോന്നിട്ടും 'അപൂർവ്വങ്ങളിൽ അപൂർവ്വമായ' ഇടങ്ങളിൽ മാത്രമാണ് കണക്കിലൊക്കെ എന്തെങ്കിലും പ്രശ്നം വന്നിട്ടുള്ളത്. ചിട്ടയായ പ്രവർത്തനങ്ങളിലൂടെ അയൽക്കൂട്ടങ്ങളെ സജീവമായി നിലനിർത്തുന്നതിൽ കുടുംബശ്രീ മിഷൻ നല്കുന്ന പരിശീലനം പ്രധാനമാണ്. ബുക്ക് കീപ്പിങ് പരിശീലനം, ധനകാര്യസാക്ഷരതാ കാമ്പയിൻ തുടങ്ങി സംസ്ഥാനത്തെ മൊത്തം അയൽക്കൂട്ടങ്ങളെയും ഉൾപ്പെടുത്തിയുള്ള ബൃഹത്തായ പരിപാടികൾ മിഷൻ നടത്താറുണ്ട്.

കുടുംബശ്രീയുടെ അയൽക്കൂട്ട വായ്പകളിൽ സ്വന്തം സമ്പാദ്യത്തിൽ നിന്നുള്ളവയായാലും ബാങ്ക് വായ്പയിൽ നിന്നുള്ളതായാലും- ഏതാണ്ട് 97-98 ശതമാനമാണ് തിരിച്ചടവ്. ഇതിനെപ്പറ്റി രണ്ടു ചോദ്യങ്ങൾ ഉയർന്നുവരാറുണ്ട്.

- ഇത്ര നല്ല നിലയിൽ തിരിച്ചടവ് ഉറപ്പുവരുത്തുന്നതെങ്ങനെ?
- എന്തുകൊണ്ട് നൂറുശതമാനം തിരിച്ചടവ് ഉറപ്പുവരുത്താൻ സാധിക്കുന്നില്ല?

ചിട്ടയായ പ്രവർത്തനവും കണക്കുസൂക്ഷിപ്പും അയൽക്കൂട്ടത്തിന്റെ കെട്ടുറപ്പും തന്നെയാണ് തിരിച്ചടവ് ഉറപ്പു വരുത്താൻ സാധിക്കുന്നതിനു പിന്നിൽ. ഒപ്പം പരിശീലനങ്ങളും.

രണ്ടാമത്തെ ചോദ്യത്തിന് ഉത്തരം നല്കാൻ അല്പം കൂടി വിഷമമാണ്. നൂറുശതമാനം തിരിച്ചടവു തന്നെയാണ് ഏറ്റവും നല്ലത്. പക്ഷേ, ചില ധനകാര്യ സ്ഥാപനങ്ങൾ നടത്തുന്ന ചെറുകിട വായ്പാ ബിസിനസുപോലെയല്ല കുടുംബശ്രീ അയൽക്കൂട്ടങ്ങൾ പ്രവർത്തിക്കുന്നത്. യഥാർത്ഥ കാരണങ്ങൾകൊണ്ട് വായ്പതിരിച്ചടയ്ക്കാൻ കഴിയാതെ പോകുന്ന അവസരങ്ങളിൽ പട്ടാളച്ചിട്ടയിൽ തിരിച്ചടവ് ഉറപ്പാക്കുന്നതൊന്നും അയൽക്കൂട്ടത്തിലെ രീതിയല്ല. അത്തരം പ്രശ്നങ്ങൾ വരുമ്പോൾ അയൽക്കൂട്ടാംഗങ്ങൾ വായ്പാത്തുക പങ്കിട്ടടച്ച് ബാങ്കിന്റെ ബാദ്ധ്യത തീർക്കുന്നതും അസാധാരണമല്ല.

ചിട്ടയോടെയുള്ള ധനകാര്യ ഇടപാടുകൾ ഉറപ്പുവരുത്തുന്നതിന് കുടുംബശ്രീ രൂപംകൊടുത്തിട്ടുള്ള സംവിധാനമാണ് കുടുംബശ്രീ

അക്കൗണ്ട്സ് ആന്റ് ഓഡിറ്റ് സർവ്വീസസ് സൊസൈറ്റി (KAASS). എല്ലാ ജില്ലാകളിലുമുള്ള 'കാസ്' ഗ്രൂപ്പുകളാണ് കുടുംബശ്രീ സംഘടനാ സംവിധാനത്തിന്റെ വാർഷിക ഓഡിറ്റ് നടത്തുന്നത്. 14 ജില്ലകളിലായി 345 പേർ കാസ് ഗ്രൂപ്പുകളിൽ പ്രവർത്തിക്കുന്നു.

വായ്പകളെ സംബന്ധിച്ച് മേൽപ്പറഞ്ഞവയെക്കൂടാതെ കുറെക്കൂടി ഗഹനമായ ഒരു ചോദ്യവും ഉയർത്തപ്പെട്ടിരുന്നു. ആദ്യകാലത്ത് എല്ലാവരും ആവശ്യക്കാരാവുമ്പോൾ ഒരു നിശ്ചിത തുകയ്ക്കുള്ള ബാങ്ക് വായ്പ ആർക്കൊക്കെ, എത്രകൊടുക്കുമെന്ന് അയൽക്കൂട്ടം എങ്ങനെ തീരുമാനിക്കും? എല്ലാവർക്കും മതിയായത്ര വായ്പ എന്തായാലും കിട്ടില്ല; അപ്പോൾ ഉള്ള പണത്തിന്റെ പേരിൽ സ്ത്രീകൾ തമ്മിൽ വഴിക്കാവില്ലേ?

യഥാർത്ഥത്തിൽ ആ ചോദ്യത്തിന് ഉത്തരം പറയേണ്ടി വന്നിട്ടേയില്ല ആർക്കും തന്നെ. ആദ്യകാല ബാങ്ക് വായ്പകളെ കുടുംബശ്രീ അയൽക്കൂട്ടങ്ങളിലെ സ്ത്രീകൾ കൈകാര്യംചെയ്ത രീതിതന്നെയായിരുന്നു അതിന്റെ ഉത്തരം. കമ്പോളയുക്തിയുടെ കഴുത്തറപ്പൻ മത്സരത്തിലൂടെയല്ല പാവപ്പെട്ട സ്ത്രീകൾ വായ്പയെ കൈകാര്യം ചെയ്തത്. ആദ്യകാലത്ത് ഒരയൽക്കൂട്ടയോഗത്തിൽ, ഒരു മദ്ധ്യ വയസ്കയായ സ്ത്രീ ഒഴിച്ചുകൂടാനാവാത്ത ആവശ്യത്തിനുവേണ്ടി അനുവദിക്കപ്പെട്ട വായ്പ, കുട്ടി ആശുപത്രിയിലായിപ്പോയ, കൂടുതൽ ചെറുപ്പമായ മറ്റൊരു സ്ത്രീക്കുവേണ്ടി ത്യജിച്ച കഥ ഒരു കുടുംബശ്രീ പ്രവർത്തക പറയുകയുണ്ടായി. 'എനിക്ക് അത്യാവശ്യമാണെങ്കിലും സാരമില്ല, അവളുടെ കുഞ്ഞ് ആശുപത്രിയിലല്ലേ, എന്റെ വായ്പ അവൾക്കു കൊടുത്തോളൂ' എന്നു പറഞ്ഞ ആ പാവപ്പെട്ട സ്ത്രീ ഒറ്റപ്പെട്ട ഒരാളല്ല. കൂടുതൽ ദുരിതമനുഭവിക്കുന്നവൾക്കുവേണ്ടി സ്വന്തം വായ്പ വേണ്ടെന്നുവച്ചവരും, ദുരന്തത്തിൽപ്പെട്ടവളുടെ വായ്പ പങ്കിട്ടു തിരിച്ചടച്ചവരുമൊക്കെ ചേർന്ന് കെട്ടിപ്പടുത്ത ഒരു വികാരത്തിന്റെ പേരുകൂടിയാണ് കുടുംബശ്രീ അയൽക്കൂട്ടം എന്നത്.

സമൂഹത്തിന്റെ പരിച്ഛേദം തന്നെയാകാതെ വയ്യല്ലോ അയൽക്കൂട്ടങ്ങൾക്കും. വർഷങ്ങൾ കടന്നുപോകെ, 'അവളുടെ കാര്യം എനിക്കറിയേണ്ടാ; എന്റെ വായ്പ എനിക്കു കിട്ടണം' എന്നുപറയാൻ പഠിച്ചവരുമുണ്ടായിട്ടുണ്ട് കുടുംബശ്രീ അയൽക്കൂട്ടങ്ങളിൽ. 'മരിച്ചുപോയവളുടെ വായ്പ പങ്കിട്ടടയ്ക്കാനൊന്നും എന്നെക്കിട്ടില്ലെ'ന്ന് ശഠിച്ചവരുമുണ്ടായിട്ടുണ്ട്. അത്തരം പ്രവണതകളെ കുടഞ്ഞുകളയാനുള്ള സംഘടനാപരമായ ഉൾക്കരുത്തും നേടിയിട്ടുണ്ട് ഇന്നത്തെ അയൽക്കൂട്ടങ്ങൾ.

അയൽക്കൂട്ടങ്ങളിലെ പാവപ്പെട്ട സ്ത്രീകൾ, അയൽക്കൂട്ടങ്ങളിൽ പങ്കെടുക്കാൻപോലും ശേഷിയില്ലാത്ത അതിദരിദ്രരുണ്ടെന്ന് തിരിച്ചറിഞ്ഞിടത്തു നിന്നാണ് സാമൂഹ്യരംഗത്തെ പല പരിപാടികൾക്കും കുടും

ബശ്രീ രൂപംകൊടുത്തത്. അയൽക്കൂട്ടത്തിൽ ചേരാനാവാത്ത അശരണയായ സ്ത്രീയെ തേടിപ്പോയ നല്ല ഇടയത്തിമാർ കരുപ്പിടിപ്പിച്ച പദ്ധതികൾ 'ആശ്രയയും ബഡ്ഡ് സ്കൂളു'മൊക്കെയായി കേരളത്തിന്റെ സാമൂഹ്യ സുരക്ഷാരംഗത്ത് പുത്തൻ മാതൃകകൾ സൃഷ്ടിച്ചു.

അഗതികളെ കണ്ടെത്തി പുനരധിവസിപ്പിക്കുന്നതിലും മാനസിക വെല്ലുവിളി നേരിടുന്ന കുട്ടികളുടെ അമ്മമാരെ അയൽക്കൂട്ടത്തിലേക്കെത്തിക്കുന്നതിനും കുടുംബശ്രീ നടത്തിയ ശ്രമങ്ങൾ ചരിത്രമാണ്. ആ പദ്ധതികളെപ്പറ്റി തുടർന്നുള്ള അദ്ധ്യായങ്ങളിൽ വിവരിക്കുന്നുണ്ട്.

മൂന്നുലക്ഷത്തിലേറെ അയൽക്കൂട്ടങ്ങളിൽ ബാങ്ക് വായ്പയെടുക്കുകയേ ചെയ്യാത്ത - മൈക്രോഫിനാൻസ് ഭാഷയിൽ 'ബാങ്ക് ലിങ്കേജ്' ഇല്ലാത്ത - അയൽക്കൂട്ടങ്ങൾ ഇപ്പോഴും ഒരു ലക്ഷത്തോളമുണ്ട്. ബാങ്ക് ലിങ്കേജു കൊണ്ട് അയൽക്കൂട്ടത്തിനും അംഗങ്ങൾക്കുമുണ്ടാകുന്ന മെച്ചം സുവിദിതമാണ്. ബാങ്ക് ലിങ്കേജ് പ്രോത്സാഹിപ്പിക്കുന്നതിന് കുടുംബശ്രീ മിഷൻ അയൽക്കൂട്ടങ്ങൾക്ക് ഒരു 'മാച്ചിങ് ഗ്രാന്റ്' കൊടുക്കുന്നുണ്ട്. മിതവ്യയ സമ്പാദ്യമടക്കം അയൽക്കൂട്ടത്തിന്റെ സഞ്ചിത നിധി (കോർപ്പസ് ഫണ്ട്) യുടെ 10% തുക, അഥവാ പരമാവധി 5000 രൂപയാണ് ഒരു അയൽക്കൂട്ടത്തിനു ലഭിക്കുക. കൂടാതെ അയൽക്കൂട്ടം എടുക്കുന്ന ബാങ്ക് വായ്പയ്ക്ക് പലിശ സബ്സിഡിയും നല്കിവരുന്നുണ്ട്. ദേശീയ ഉപജീവന മിഷനും കൂടി നല്കാൻ തുടങ്ങിയതോടെ പലിശ സബ്സിഡി ഒരു പ്രധാന സഹായമായി മാറിയിട്ടുണ്ട്.

സ്വയംസഹായ സംഘങ്ങളുടെ മാതൃകയിലൂടെയുള്ള ചെറുകിട സമ്പാദ്യവും വായ്പയും കൊണ്ടുമാത്രം ദാരിദ്ര്യത്തെ നേരിടാനാവുമെന്ന് കുടുംബശ്രീ ഒരിക്കലും കരുതിയിട്ടില്ല. സംസ്ഥാനതല വ്യാപനം പൂർത്തീകരണത്തിലേക്കെത്തിയ 2003 ൽത്തന്നെ പാവപ്പെട്ട സ്ത്രീകൾക്ക് ചെറുകിട സംരംഭങ്ങൾ തുടങ്ങി വരുമാനം വർദ്ധിപ്പിക്കുന്നതിനുള്ള സഹായ പദ്ധതികൾ കുടുംബശ്രീ മിഷൻ ആരംഭിച്ചിരുന്നു. ഓരോ പ്രദേശത്തും ബിസിനസ് അവസരങ്ങൾ കണ്ടെത്താനും സൂക്ഷ്മസംരംഭങ്ങൾ തുടങ്ങാനുമുള്ള പിന്തുണ സ്ത്രീകൾക്കു നല്കി. സർക്കാർ സ്ഥാപനങ്ങളും ഇതര സ്ഥാപനങ്ങളുമായൊക്കെ സഹകരിച്ചുകൊണ്ടുള്ള സംരംഭ മാതൃകകളും പ്രോത്സാഹിപ്പിക്കപ്പെട്ടു.

കുടുംബശ്രീയുടെ രൂപീകരണം തൊട്ടുള്ള ആദ്യ വർഷങ്ങളിൽ കുടുംബശ്രീ സംരംഭകരെ സഹായിക്കുന്നതിനുവേണ്ടി പ്രത്യേക പദ്ധതികൾ വാർഷികപദ്ധതിയിൽ ഉൾപ്പെടുത്താൻ ധാരാളം തദ്ദേശഭരണ സ്ഥാപനങ്ങൾ മുന്നോട്ടു വന്നിരുന്നു. കുടുംബശ്രീ മിഷൻ 2006 ൽ സംരംഭങ്ങളെക്കുറിച്ച് ഒരു പഠനം നടത്തിയിരുന്നു. അതിലൂടെ കണ്ടെത്തിയത് ഏതാണ്ട് മൂന്നിലൊന്നു സംരംഭങ്ങൾക്കും അടിസ്ഥാന സൗകര്യങ്ങളോ

സാമ്പത്തിക സഹായമോ നല്കിയത് തദ്ദേശഭരണ സ്ഥാപനങ്ങളായിരുന്നുവെന്നാണ്. കുടുംബശ്രീയുടെ ചെലവ് ആകെ മുതൽമുടക്കിന്റെ മൂന്നിലൊന്നിൽ താഴെ മാത്രമായിരുന്നു. മൂന്നിലൊന്നോളം സഹായം വന്നിരുന്നത് വിവിധ വകുപ്പുകൾ, സന്നദ്ധ സംഘടനകൾ എന്നിവയിൽ നിന്നൊക്കെയായിരുന്നു.

തദ്ദേശഭരണസ്ഥാപനങ്ങൾക്കും നല്കാനാവാത്ത തരത്തിലുള്ള ചില സാമ്പത്തികസഹായം, പരിശീലനങ്ങൾ, ചില്ലറ സബ്സിഡികൾ – ഇതൊക്കെയായിരുന്നു ആദ്യകാലത്ത് സംരംഭകത്വവികസനത്തിന് കുടുംബശ്രീ മിഷൻ നല്കിയ സഹായങ്ങൾ. 2006 ലെ പഠനത്തെത്തുടർന്ന് സംരംഭവികസനരംഗത്തെ വിജയപരാജയങ്ങളെ അടിസ്ഥാനമാക്കി നിരവധി പുതിയ പദ്ധതികൾക്ക് മിഷൻ രൂപംകൊടുക്കുകയുണ്ടായി.

കുടുംബശ്രീയംഗങ്ങൾ നടത്തുന്ന സംരംഭങ്ങളെപ്പറ്റി പറയുമ്പോൾ പൊതുവേ കാണാറുള്ള ഒരു തെറ്റിദ്ധാരണയുണ്ട്. അയൽക്കൂട്ടങ്ങളാണ് സംരംഭം നടത്തുന്നതെന്നതാണ് ആ ധാരണ. സംരംഭം നടത്തുന്നത് അയൽക്കൂട്ടങ്ങളല്ല; അയൽക്കൂട്ടങ്ങളിലെ അംഗങ്ങളാണ്. അത് ഒറ്റയ്ക്കും കൂട്ടായ്മയുമൊക്കെ നടക്കും. അവർക്ക് വായ്പയോ ഇതര സഹായങ്ങളോ അയൽക്കൂട്ടം വഴി ലഭിച്ചേക്കാം. അത്തരം വായ്പ തിരിച്ചടയ്ക്കുന്നതും അയൽക്കൂട്ടം വഴിതന്നെ. സംരംഭങ്ങൾ പക്ഷേ, അതു നടത്തുന്നവരുടേതുമാത്രമാണ്.

തദ്ദേശഭരണ സ്ഥാപനത്തിന്റേയോ മറ്റോ മുൻകൈയിൽ ഒരു ബിസിനസ് സാദ്ധ്യത ഉപയോഗപ്പെടുത്താൻ ഏതെങ്കിലുമൊരു അയൽക്കൂട്ടത്തിലെ ഏതാനും സ്ത്രീകൾ ഒരു സംഘമായി മുന്നിട്ടിറങ്ങിയ ഉദാഹരണങ്ങൾ ധാരാളമുണ്ട്. അത്തരത്തിലൊരെണ്ണം പ്രതീക്ഷകൾക്കപ്പുറം വളർന്നതിന്റെ അനുഭവമാണ് 'അമൃതം ന്യൂട്രിമിക്സി'ന്റേത്. അങ്കണവാടിയിലൂടെ നടപ്പാക്കുന്ന പൂരകപോഷണപദ്ധതി ഒരു ഗ്രാമപഞ്ചായത്തിന്റെ പ്രേരണയിൽ ഏറ്റെടുത്ത അയൽക്കൂട്ടാംഗങ്ങൾ സംസ്ഥാനമൊട്ടാകെ പടർന്ന് ഒരു സംരംഭശൃംഖലയായി വളർന്നതിന്റെ ചരിത്രം 'അമൃതംപൊടി' എന്ന അദ്ധ്യായത്തിൽ പറയുന്നുണ്ട്.

കേരളമൊട്ടാകെ ഇന്നു കാണപ്പെടുന്ന 'കഫേ കുടുംബശ്രീ' എന്ന ബ്രാന്റിലുള്ള ഭക്ഷണ ശാലകളിൽ പലതും സമാനരീതിയിൽ തുടങ്ങിയവയാണ്. സ്വതന്ത്രമായി ഉയർന്നുവരുന്നവയും ധാരാളമുണ്ടെങ്കിലും തദ്ദേശഭരണ സ്ഥാപനങ്ങൾ വിവിധ വകുപ്പുകൾ, പൊതുമേഖലാ സ്ഥാപനങ്ങൾ എന്നിവയുമായൊക്കെച്ചേർന്ന് അയൽക്കൂട്ടാംഗങ്ങളുടെ ഗ്രൂപ്പുകളും കുടുംബാംഗങ്ങളും ഭക്ഷണ ബിസിനസ് നടത്തിവരുന്നുണ്ട്. അവയിൽ കാറ്ററിങ് സേവനങ്ങൾ, ഭക്ഷണശാലകൾ, കാന്റീനുകൾ, ഭക്ഷണവണ്ടികൾ, ഇവയിൽ ചിലവയുടെ സങ്കരരൂപങ്ങൾ അങ്ങനെ പല തരത്തിലുള്ളവ കാണാം. 'കഫേ കുടുംബശ്രീ' മാതൃക ആശുപത്രി

കാന്റീനുകളുടെ രൂപത്തിൽ ബിഹാർ സംസ്ഥാനത്തെത്തിയ കഥ 'അകലങ്ങളിലെ കുടുംബശ്രീ; അരികുകളിലെയും' എന്ന അദ്ധ്യായത്തിൽ പറയുന്നുണ്ട്.

സൂക്ഷ്മസംരംഭങ്ങളെ പ്രോത്സാഹിപ്പിക്കുന്നതിലൂടെ കുടുംബശ്രീ അംഗങ്ങൾക്കും അവരുടെ കുടുംബാംഗങ്ങൾക്കും സാമ്പത്തിക വളർച്ചയുണ്ടാകുന്നതിനായി കുടുംബശ്രീ മിഷൻ നിരവധി പദ്ധതികൾ നടപ്പിലാക്കിവരുന്നുണ്ട്. സംരംഭകർക്കുള്ള പലിശ സബ്സിഡി ഒരുദാഹരണമാണ്. സംരംഭകർ സംരംഭങ്ങൾക്കായെടുക്കുന്ന വായ്പയുടെ പലിശ നാലുശതമാനമാക്കി നിലനിർത്താൻ സഹായിക്കുന്ന തരത്തിലാണ് പലിശ സബ്സിഡി നല്കുന്നത്. ആദ്യകാലങ്ങളിൽ സംരംഭങ്ങൾക്ക് മൂലധന സബ്സിഡി നല്കുന്ന സമീപനവും സ്വീകരിച്ചിരുന്നെങ്കിലും അത് ക്രമേണ കുറച്ചുകൊണ്ടുവരികയാണുണ്ടായത്. ചില സാഹചര്യങ്ങളിൽ സംരംഭങ്ങൾക്ക് 'സ്റ്റാർട്ടപ്പ് ഫണ്ട്' എന്ന നിലയ്ക്ക് ഗ്രൂപ്പുകൾക്ക് 50,000 രൂപവരെ നല്കാറുണ്ട്.

സംരംഭകർക്ക് ധനസഹായം നല്കുന്നതിലൂടെ കുടുംബശ്രീ ലക്ഷ്യമിടുന്നത്, ഒരു ജീവനോപാധിയെന്ന നിലയിൽ ബിസിനസ് ചെയ്യാൻ തയ്യാറാകുന്ന സ്ത്രീകൾ നേരിടുന്ന 'റിസ്ക്' കുറയ്ക്കുകയാണ്. പണമുണ്ടാക്കാനായി ബിസിനസ് നടത്താൻ ശേഷിയുള്ളവരല്ലല്ലോ പൊതുവേ കുടുംബശ്രീ സംരംഭകർ. ഒരു ജീവനോപാധിയെന്ന നിലയിൽ ഇല്ലാത്ത പണം മുടക്കി ആനുപാതികമായി വലിയ റിസ്ക് എടുക്കുന്നവരാണവർ. അതുകൊണ്ടുതന്നെ പ്രതിസന്ധികളിൽനിന്ന് കരകയറാൻ സംരംഭകരെ സഹായിക്കുന്നതിനുള്ള 'ക്രൈസിസ് മാനേജ്മെന്റ് ഫണ്ട്,' പ്രവർത്തന മൂലധനത്തിനായുള്ള 'റിവോൾവിങ് ഫണ്ട്', സാങ്കേതിക വിദ്യ വാങ്ങുന്നതിനുള്ള 'ടെക്നോളജി ഫണ്ട്', നിലവിലുള്ള യന്ത്രസാമഗ്രികൾ മെച്ചപ്പെടുത്തുന്നതിനുള്ള 'ടെക്നോളജി അപ്ഗ്രഡേഷൻ ഫണ്ട്', നഷ്ടത്തിലായിപ്പോയ സംരംഭങ്ങളെ സഹായിക്കുന്നതിനുള്ള 'സിക്ക് യൂണിറ്റ് റിവൈവൽ ഫണ്ട്' എന്നിങ്ങനെയൊക്കെയുള്ള സ്കീമുകളുണ്ട്. കുടുംബശ്രീ കുടുംബങ്ങളിൽനിന്നുള്ള യുവാക്കൾക്കുകൂടി പങ്കാളികളാകാവുന്ന തരത്തിൽ കുടുംബശ്രീ രൂപംകൊടുത്തിട്ടുള്ള സംരംഭകത്വ വികസനപദ്ധതിയാണ് 'യുവശ്രീ'. ആ പദ്ധതിയുടെ സഹായത്തോടെ കേരളത്തിൽ രൂപം കൊണ്ട വിവിധ സംരംഭഗ്രൂപ്പുകളിൽ പ്രത്യേക പരാമർശം അർഹിക്കുന്നവയാണ് കുടുംബശ്രീ പരിശീലന ഗ്രൂപ്പുകൾ. കുടുംബശ്രീ സംഘടനയ്ക്കകത്തും പുറത്തുമുള്ള പരിശീലനങ്ങൾ സംരംഭമാതൃകയിൽ ഏറ്റെടുത്തു നടത്തുന്ന 19 ഗ്രൂപ്പുകൾ രൂപപ്പെട്ടത് യുവശ്രീയിലൂടെയാണ്. കുടുംബശ്രീ സംവിധാനത്തിൽ പ്രവർത്തിച്ചിരുന്ന യുവതീയുവാക്കളെ യുവശ്രീ പദ്ധതിയിലൂടെ സംരംഭമാതൃകയിലേക്കു മാറ്റുകയാണു ചെയ്തത്.

വിവിധ പദ്ധതികളുടെ സഹായത്തോടെ ഉരുത്തിരിഞ്ഞു വന്ന 49200 സംരംഭങ്ങൾ ഇന്ന് കുടുംബശ്രീ ശൃംഖലയിൽ പ്രവർത്തിക്കുന്നു. അവയിൽ ആകെ 1,61,213 സംരംഭകർ അടങ്ങിയിട്ടുണ്ട്. സംരംഭങ്ങളിൽ 31,589 വ്യക്തിഗത സംരംഭങ്ങളും 22,439 ഗ്രൂപ്പ് സംരംഭങ്ങളുമാണുള്ളത്. പട്ടിക 1.3 കാണുക.

പട്ടികയിൽ കാണുന്നതുപോലെ, കുടുംബശ്രീ തനതു പദ്ധതികളിലൂടെ പ്രോത്സാഹിപ്പിച്ചവ കൂടാതെ സർക്കാർ പദ്ധതികളിലൂടെ ഉയർന്നു വരുന്ന സംരംഭങ്ങളുമുണ്ട് - ഉദാഹരണത്തിന് ജനകീയ ഭക്ഷണശാലകളും ഹരിത കർമ്മസേനയും.

പട്ടിക 1.3 കുടുംബശ്രീ സൂക്ഷ്മ സംരംഭങ്ങൾ

1.	സൂക്ഷ്മസംരംഭങ്ങൾ - എണ്ണം	49,200
2.	2021-22 ൽ തുടങ്ങിയവ - എണ്ണം	6534
3.	സംരംഭങ്ങളിൽ പ്രവർത്തിക്കുന്ന അംഗങ്ങൾ	1,61,213
4.	വ്യക്തിഗതസംരംഭങ്ങൾ	31,589
5.	ഗ്രൂപ്പ് സംരംഭങ്ങൾ	17,611
6.	ജനകീയ ഭക്ഷണശാലകൾ	1184
7.	ഹരിതകർമ്മ സേനയൂണിറ്റുകൾ	3079
8.	കെട്ടിട നിർമ്മാണ യൂണിറ്റുകൾ	292
9.	അമൃതം ന്യൂട്രിമിക്സ് യൂണിറ്റുകൾ	241

കേന്ദ്രാവിഷ്കൃത പദ്ധതിയായ സ്റ്റാർട്ടപ്പ് വില്ലേജ് എൻട്രപ്രണർഷിപ്പ് പ്രോഗ്രാമിന്റെ (എസ് വി ഇ പി) ഭാഗമായി രൂപംകൊണ്ട 27,005 സൂക്ഷ്മ സംരംഭങ്ങൾ ഇതിനു പുറമേയാണ്.

സൂക്ഷ്മസംരംഭരംഗത്ത് പ്രവർത്തിക്കുന്ന 'മൈക്രോ എന്റർപ്രൈസ് കൺസൽട്ടന്റുമാർ (എം ഇ സി) കുടുംബശ്രീയുടെ മാതൃകയാണ്. കുടുംബശ്രീ കുടുംബങ്ങളിൽ നിന്നു തെരഞ്ഞെടുക്കപ്പെട്ട യുവതീയുവാക്കൾക്ക് ഒരു നിശ്ചിത കരിക്കുലത്തെ അടിസ്ഥാനമാക്കി ബിസിനസ് മാനേജ്മെന്റ് പരിശീലനം നല്കി സംരംഭകരെ സഹായിക്കാൻ നിയോഗിക്കുന്ന പദ്ധതിയാണിത്. അതിനുവേണ്ടി വിപുലമായ പരിശീലന മൊഡ്യൂളുകളും പരിശീലനസാമഗ്രികളും കുടുംബശ്രീ വികസിപ്പിച്ചെടുത്തിട്ടുണ്ട്. TREES എന്ന സന്നദ്ധ സംഘടനയുടെ സഹായത്തോടെ കുടുംബശ്രീ മിഷൻ വികസിപ്പിച്ച ഈ 'എം ഇ സി' മാതൃക പിന്നീട് ഭാരതസർക്കാർ സ്റ്റാർട്ടപ്പ് വില്ലേജ് എന്റർപ്രണർഷിപ്പ് പ്രോഗ്രാമിലൂടെ ദേശീയതലത്തിൽ ഉപയോഗിച്ചു.

കുടുംബശ്രീ അയൽക്കൂട്ടങ്ങളിൽ നിന്നുയർന്നു വന്നതും സംസ്ഥാനതലത്തിൽ മിഷന്റെ സഹായ പദ്ധതികളിലൂടെ പ്രോത്സാഹിപ്പിക്കപ്പെട്ടതുമായ ഒരു പദ്ധതിയാണ് പാട്ടകൃഷിയും സംഘകൃഷിയും. 'വിതച്ചും കൊയ്തും കുടുംബശ്രീ' എന്ന അദ്ധ്യായത്തിൽ അതിനെപ്പറ്റി വിശദമായി വിവരിക്കുന്നുണ്ട്. മൃഗസംരക്ഷണവും പക്ഷിവളർത്തലും പ്രോത്സാഹിപ്പിക്കുന്ന പരിപാടികളും കുടുംബശ്രീമിഷൻ നടത്തിവരുന്നുണ്ട്. പ്രത്യേക പരിഗണനയർഹിക്കുന്ന വിഭാഗങ്ങൾക്കുള്ള ജീവനോപാധിപദ്ധതിയെന്ന നിലയ്ക്കാണ് അവയുടെ പ്രാധാന്യം. സർക്കാർ പ്രഖ്യാപിച്ച ഒരു പദ്ധതി ആ രംഗത്ത് കുടുംബശ്രീയിലൂടെ നടപ്പാക്കിയതാണ് 'കേരള ചിക്കൻ'. കേരളത്തിന്റെ തനതായ ശൃംഖല വളർത്തിയെടുത്ത് ഇതര സംസ്ഥാനങ്ങളിൽ നിന്നുള്ള വരവിന്റെ മേലുള്ള ആശ്രിതത്വം ഒഴിവാക്കാനാണ് പദ്ധതി ലക്ഷ്യമിടുന്നത്. നിലവിൽ 270 ഇറച്ചിക്കോഴി ഫാമുകളും 99 റീട്ടയിൽ ഇറച്ചി സ്റ്റാളുകളും ആ പദ്ധതിയുടെ ഭാഗമായി സ്ഥാപിച്ചിട്ടുണ്ട്. കാർഷിക രംഗത്തും മൃഗ-പക്ഷിപരിപാലന രംഗത്തുമുള്ള സംരംഭസാദ്ധ്യതകളെ സമഗ്രമായൊരു ഇടപെടലിലൂടെ പ്രാദേശിക സാമ്പത്തിക വികസനത്തിനായി ഉപയോഗിക്കാനുള്ള ഒരു കുടുംബശ്രീ ഇടപെടലായിരുന്നു 'സമഗ്ര'. ഓരോ പ്രദേശത്തിനും അനുയോജ്യമായ ഉല്പന്നമോ സംരംഭ മാതൃകയോ വികസിപ്പിക്കാനുള്ള ഗൗരവപൂർണ്ണമായ ശ്രമം ശ്രമം 12 ജില്ലകളിൽ നടക്കുകയുണ്ടായി. പട്ടിക 1.4 കാണുക.

പട്ടിക 1.4 'സമഗ്ര' സംരംഭങ്ങൾ

ക്രമ നമ്പർ	ജില്ല	ഉല്പന്നം/സംരംഭ മേഖല
1.	തിരുവനന്തപുരം	നേന്ത്രവാഴ കൃഷിയും അനുബന്ധമേഖലകളും
2.	കൊല്ലം	അപ്പാരൽ യൂണിറ്റ്
3.	പത്തനംതിട്ട	തേനീച്ചവളർത്തൽ
4.	ആലപ്പുഴ	കുമിൾകൃഷി
5.	കോട്ടയം	അലങ്കാരമത്സ്യകൃഷി
6.	ഇടുക്കി	പശുവളർത്തലും പാലുല്പന്നങ്ങളുടെ മൂല്യവർദ്ധനവും
7.	എറണാകുളം	കൈതച്ചക്കകൃഷിയും മൂല്യ വർദ്ധിത ഉല്പന്നങ്ങളും

8.	തൃശ്ശൂർ	കദളിവാഴകൃഷി
9.	പാലക്കാട്	കൊണ്ടാട്ടം - ഉല്പാദനം
10.	കോഴിക്കോട്	ചെരുപ്പുനിർമ്മാണം
11.	കണ്ണൂർ	ആടുഗ്രാമം പദ്ധതി
12.	കാസർഗോഡ്	കശുവണ്ടി സംഭരണം, മൂല്യവർദ്ധന, വിതരണം

കാർഷിക, മൃഗ-പക്ഷി പരിപാലന രംഗങ്ങളിൽ ഉല്പന്നത്തിന്റെ ഉല്പാദനവിപണന ശൃംഖലകളിൽ ഇടപെടാനുള്ള സംഘടിതശ്രമം എന്ന നിലയ്ക്കാണ് 'സമഗ്ര'യുടെ പ്രാധാന്യം. കാസർഗോഡ് ജില്ലയിലെ 'സഫലം' ബ്രാൻഡിലുള്ള കശുവണ്ടി, തൃശൂരെ കദളികൃഷി, കോഴിക്കോട്ടെ ചെരുപ്പുനിർമ്മാണം, കണ്ണൂരെ ആടുഗ്രാമം, ഇടുക്കിയിലെ ക്ഷീരസാഗരം എന്നിവ മാത്രമാണ് പരിമിതികളോടെയെങ്കിലും നിലനിന്നത്. എന്നാൽ സംരംഭവികസനരംഗത്ത് കുടുംബശ്രീക്ക് ഏറെ അനുഭവങ്ങൾ നല്കിയ പദ്ധതിയായിരുന്നു 'സമഗ്ര.'

ഒരു സ്ത്രീ സംഘടന എന്ന നിലയ്ക്ക് കുടുംബശ്രീ രൂപം കൊടുത്തുനടപ്പാക്കിയ 'സ്ത്രീപദവി സ്വയംപഠന പ്രക്രിയ' (Gender Self Learning Programme - GSLP) ദേശീയ തലത്തിൽത്തന്നെ ശ്രദ്ധയാകർഷിച്ച പരിപാടിയാണ്. കുടുംബശ്രീ സംഘടനയുടെ പ്രവർത്തനശൈലിയിൽ അടിസ്ഥാനപരമായ മാറ്റങ്ങളിലേക്കു നയിച്ച ആ പഠനപ്രക്രിയയുടെ വിശദാംശങ്ങൾ 'പെണ്ണെന്നു കാണലും പെണ്ണായി കാണലും' എന്ന അദ്ധ്യായത്തിൽ പറയുന്നുണ്ട്.

സ്ത്രീസുരക്ഷയും സ്ത്രീകളുടെ അവകാശങ്ങളും സംബന്ധിച്ചുള്ള പ്രവർത്തനങ്ങൾ കുടുംബശ്രീയുടെ പ്രധാന മേഖലയാണ്. എല്ലാ ഡി സി എ സിലും ജന്റർ റിസോഴ്സ് പേഴ്സൺമാരെ പരിശീലിപ്പിച്ചിട്ടുണ്ട്. കൂടാതെ സംസ്ഥാനതലത്തിൽ 178 പേരടങ്ങുന്ന ജന്റർ റിസോഴ്സ് പേഴ്സൺ കോർ ടീമും പ്രവർത്തിക്കുന്നു. സംസ്ഥാനമൊട്ടാകെ പ്രത്യേക പരിശീലനം ലഭിച്ച 360 കമ്യൂണിറ്റി കൗൺസിലർമാർ കുടുംബശ്രീ ടീമിന്റെ ഭാഗമാണ്.

സി ഡി എസ് തലത്തിൽ ജന്റർ റിസോഴ്സ് സെന്ററുകൾ സംഘടിപ്പിക്കാനുള്ള ശ്രമം നടന്നുവരുന്നു. നിലവിൽ 766 സി ഡി എസുകളിൽ ജന്റർ റിസോഴ്സ് സെന്ററുകൾ പ്രവർത്തിക്കുന്നുണ്ട്. അപകടാവസ്ഥയിലുള്ള സ്ത്രീകൾക്കും കുട്ടികൾക്കും ആശ്രയിക്കുന്നതിനായി സംസ്ഥാന സർക്കാർ നടപ്പിലാക്കുന്ന 'സ്നേഹിത' ജന്റർ ഹെൽപ്പ് ഡെസ്കുകളുടെ നിർവ്വഹണച്ചുമതല കുടുംബശ്രീക്കാണ്. ജില്ലാതലത്തിലാണ് ഹെൽപ്പ് ഡെസ്കുകൾ പ്രവർത്തിക്കുന്നത്.

കേന്ദ്ര സർക്കാർ പദ്ധതികളുടെ (Centrally Supported Schemes) നിർവ്വഹണം ഇപ്പോൾ കുടുംബശ്രീയുടെ ചുമതലയിൽപ്പെടുന്നു. മഹാത്മാഗാന്ധി ദേശീയ തൊഴിലുറപ്പ് പദ്ധതി (Mahatma Gandhi National Rural Employment Guarantee Scheme - MGNREGS)യിലൂടെയായിരുന്നു അതിന്റെ തുടക്കം. തൊഴിലുറപ്പുപദ്ധതിയുടെ നിർവ്വഹണത്തിൽ തുടക്കം മുതൽക്കുതന്നെ കുടുംബശ്രീക്ക് പ്രധാന പങ്കാളിത്തം നല്കിയിരുന്നു. പണി കണ്ടെത്തുന്നതിലും, ലേബർ ബജറ്റ് തയ്യാറാക്കുന്നതിലും, തൊഴിൽ സംഘാടനത്തിലും, വേതനം ഉറപ്പുവരുത്തുന്നതിലുമെല്ലാം കുടുംബശ്രീക്ക് പങ്കുണ്ടായി. രാജ്യത്തെ ദാരിദ്ര്യരേഖയ്ക്കു താഴെയുള്ളവരിൽ ഒന്നര ശതമാനത്തിൽ താഴെ മാത്രം ഉൾപ്പെടുന്ന കേരളം ദേശീയതൊഴിലുറപ്പ് പദ്ധതിയുടെ മൂന്നരശതമാനത്തോളം ചെലവഴിക്കുന്നത് ചിട്ടയായ ആസൂത്രണത്തിലൂടെയും കുടുംബശ്രീയുടെ പങ്കാളിത്തം നല്കുന്ന ഊർജ്ജത്തിലൂടെയുമാണ്. 2020-21 ൽ തൊഴിലുറപ്പുപദ്ധതിയിലെ വേതനത്തിന്റെ 90.49% ലഭിച്ചത് സ്ത്രീകൾക്കാണ്; അതിൽ സിംഹഭാഗവും പോയത് കുടുംബശ്രീ കുടുംബങ്ങളിലേക്കാണ്. ഏതാണ്ട് രണ്ടേകാൽ കോടിയിലധികം രൂപ ഒരു വർഷം.

ദേശീയ തൊഴിലുറപ്പു പദ്ധതിയിലെ അനുഭവത്തിന്റെ പശ്ചാത്തലത്തിൽക്കൂടിയാണ് ദേശീയ ഗ്രാമീണ ഉപജീവനമിഷൻ, ദേശീയ നഗര ഉപജീവനമിഷൻ, ഗൃഹനിർമ്മാണപദ്ധതികൾ, ഗ്രാമത്തിലും നഗരത്തിലും നൈപുണ്യവികസനപദ്ധതികൾ തുടങ്ങിയവയുടെയൊക്കെ നിർവ്വഹണച്ചുമതല കുടുംബശ്രീക്ക് ലഭിച്ചത്.

ദേശീയ നൈപുണ്യവികസനപദ്ധതിയുടെ ഭാഗമായി ഇതേവരെ 64,312 യുവാക്കൾക്ക് പരിശീലനം നല്കാനും അവരിൽ 46,327 പേർക്ക് തൊഴിൽ ഉറപ്പാക്കാനും കുടുംബശ്രീക്ക് കഴിഞ്ഞിട്ടുണ്ട്; 2015-16 മുതൽ 2022 ആഗസ്റ്റ് വരെയുള്ള കാലഘട്ടത്തിലെ കണക്കാണിത്. ദേശീയ തലത്തിൽ വിവിധ സംസ്ഥാനങ്ങൾക്കുവേണ്ടി പരിശീലന പദ്ധതി നിർവ്വഹണ ഏജൻസികളുടെ ഗുണനിലവാരം വിലയിരുത്തുന്നതിനുള്ള റിസോഴ്സ് ഓർഗനൈസേഷനായി പ്രവർത്തിക്കാനും കുടുംബശ്രീക്ക് കഴിഞ്ഞിട്ടുണ്ട്.

2013 മുതൽ ദേശീയഗ്രാമവികസനമന്ത്രാലയത്തിന്റെ കീഴിൽ ദേശീയ ഗ്രാമീണ ഉപജീവനമിഷന്റെ ഒരു നാഷണൽ റിസോഴ്സ് ഓർഗനൈസേഷൻ എന്ന നിലയിലും കുടുംബശ്രീ പ്രവർത്തിച്ചുവരുന്നു. ഇന്ന് 24 സംസ്ഥാനങ്ങളിലും കേന്ദ്രഭരണപ്രദേശമായ ലക്ഷദ്വീപിലും കുടുംബശ്രീ അവിടങ്ങളിലെ സമാനസംഘടനകളുമായിച്ചേർന്നു പ്രവർത്തിച്ചുവരുന്നു. അതിന്റെ വിശദാംശങ്ങൾ 'അകലങ്ങളിലെ കുടുംബശ്രീ; അരികുകളിലെയും' എന്ന അദ്ധ്യായത്തിൽ ചേർത്തിട്ടുണ്ട്.

കേന്ദ്രാവിഷ്കൃത പദ്ധതികളുടെ നിർവ്വഹണത്തിലും സംസ്ഥാന സർക്കാരിന്റെയും ശക്തമായ തദ്ദേശ ഭരണസ്ഥാപനങ്ങളുടെയും സഹകരണത്തോടെ ഫലപ്രദമായ പ്രവർത്തനം കാഴ്ചവയ്ക്കാൻ കുടുംബശ്രീക്ക് കഴിയുന്നുണ്ട്. സംയോജനത്തിന്റെ (Convergence) സാദ്ധ്യതകൾ ഉപയോഗപ്പെടുത്തുന്നതിലൂടെ സംസ്ഥാനത്തെ ജനങ്ങൾക്ക് താരതമ്യേന മെച്ചപ്പെട്ട ഫലം ആ പദ്ധതികളിൽനിന്ന് ലഭിക്കുന്നുണ്ട്.

നഗരങ്ങളിലെ ഭവനരഹിതർക്കുള്ള പി എം എ വൈ പദ്ധതി ഒരുദാഹരണമാണ്. കേരള സർക്കാരിന്റെ 'ലൈഫ്' മിഷൻ പദ്ധതിയുടെ ഭാഗമായാണല്ലോ അതിന്റെ നിർവ്വഹണം നടക്കുന്നത്. കേരളത്തിന്റെ കുടുംബശ്രീയും നഗരസഭകളും ചേർന്നുനടത്തുന്ന പദ്ധതിയെ ഇതര സംസ്ഥാനങ്ങളിൽ നടക്കുന്ന പദ്ധതിയുമായി താരതമ്യം ചെയ്ത് പട്ടിക 1.5 ൽ കൊടുത്തിരിക്കുന്നു.

പട്ടിക. 1.5 – പി എം എ വൈ കേരളത്തിലും ഇതര സംസ്ഥാനങ്ങളിലും

	വിശദാംശങ്ങൾ	ഇതര സംസ്ഥാനങ്ങൾ	കേരളം
1.	കേന്ദ്രവിഹിതം (രൂപ)	1.5 ലക്ഷം	1.5 ലക്ഷം
2.	സംസ്ഥാന വിഹിതം (രൂപ)	0.5 ലക്ഷം	0.5 ലക്ഷം
3.	ഗുണഭോക്തൃ വിഹിതം (രൂപ)	0.5 ലക്ഷം	–
4.	നഗര സഭാ വിഹിതം (രൂപ)	–	2.0 ലക്ഷം
5.	ആകെ ലഭ്യമായ തുക, രൂപ വീടൊന്നിന്	2.5 ലക്ഷം	4.0 ലക്ഷം

പട്ടികയിൽ കൊടുത്തിരിക്കുന്ന നാലുലക്ഷത്തിനു പുറമെ കേരള സംസ്ഥാന സർക്കാർ ആവിഷ്കരിച്ചു നടപ്പാക്കുന്ന 'അയ്യൻകാളി നഗര തൊഴിലുറപ്പ് പദ്ധതി'യിൽനിന്നു 90 ദിവസത്തെ പണി ഒരു വീടിന് ഉപയോഗിക്കാം, വേതനനിരക്ക് ദേശീയ തൊഴിലുറപ്പ് പദ്ധതിയിലേതുതന്നെ. അതുകൂടി ചേരുമ്പോൾ ഒരു വീടിന് ലഭ്യമായ തുക 4,27,990 രൂപയാണ്. ഇതര സംസ്ഥാനങ്ങളെക്കാൾ 1,77,990 രൂപ കൂടുതൽ. ഗുണഭോക്താക്കളുടെ നേതൃത്വത്തിൽ നിർമ്മാണം നടക്കേണ്ട 1,10,000 വീടുകളിൽ 70,000 ലേറെ വീടുകളുടെ നിർമ്മാണം പൂർത്തിയായിക്കഴിഞ്ഞു.

ദേശീയ ഗ്രാമീണ ഉപജീവനമിഷന്റെ ഭാഗമായി കുടുംബശ്രീ ഏറ്റെടുത്ത അട്ടപ്പാടി സ്പെഷ്യൽ പ്രോജക്ടിനെപ്പറ്റി 'അകലങ്ങളിലെ കുടുംബശ്രീ; അരികുകളിലെയും' എന്ന അദ്ധ്യായത്തിൽ പരാമർശിക്കുന്നുണ്ട്.

കേരളത്തിന്റെ വികസനരംഗത്ത് പിന്തള്ളപ്പെട്ടുപോയ വിഭാഗമായി കണക്കാക്കപ്പെടുന്ന ആദിവാസി വിഭാഗങ്ങളുടെയിടയിൽ നൂതനമായ ഒരു സമീപനത്തിലൂടെ ഇടപെടാൻ കഴിഞ്ഞ വർഷങ്ങളിൽ കുടുംബശ്രീ ശ്രമിച്ചിട്ടുണ്ട്.

കേരളത്തിൽ ആദിവാസി വിഭാഗത്തിൽപെട്ട 37 സമൂഹങ്ങളാണുള്ളത്. അവയിൽ അഞ്ച് പ്രാക്തന ഗോത്രവിഭാഗങ്ങൾ (Particularly Vulnerable Tribal Groups - PVTG) ഉണ്ട്. കാസർഗോഡ് ജില്ലയിലെ 'കൊറഗ, വയനാട്ടിലും കോഴിക്കോട്- മലപ്പുറം ജില്ലകളിലുമുള്ള 'കാട്ടുനായകൻ,' നിലമ്പൂർ കാട്ടിലെ 'ചോലനായ്ക്കൻ', അട്ടപ്പാടിയിലെ 'കുറുമ്പൻ,' തൃശൂർ, പാലക്കാട് പ്രദേശത്തെ 'കാടർ' എന്നിവയാണാ വിഭാഗങ്ങൾ. ഈ അഞ്ചു കമ്യൂണിറ്റികൾക്കായും അതേപോലെ തന്നെ പിന്നാക്കാവസ്ഥയനുഭവിക്കുന്ന പത്തനംതിട്ടയിലെ മലൈപണ്ടാരം, ഇടുക്കിയിലെയും വയനാട്ടിലെയും വിദൂരസ്ഥമായ ഊരുകളിൽ വസിക്കുന്ന ആദിവാസി വിഭാഗങ്ങൾ എന്നിവർക്കുമായി പ്രത്യേക പദ്ധതികൾ കുടുംബശ്രീ നടത്തിവരുന്നുണ്ട്. വനത്തിനുള്ളിൽ കഴിയുന്ന ചോലനായ്ക്കൻ, മലൈപണ്ടാരം എന്നീ വിഭാഗങ്ങളിലൊഴികെ അയൽക്കൂട്ടം രൂപീകരിച്ചു പ്രവർത്തിക്കാനും സാധിച്ചിട്ടുണ്ട്.

ചിതറിത്താമസിക്കുന്ന ആദിവാസി കുടുംബങ്ങളുടെ പുനരധിവാസത്തിനായി കുടുംബശ്രീ ആലപ്പുഴയിൽ വികസിപ്പിച്ചെടുത്ത 'കുടുംബതല മൈക്രോപ്ലാനുകൾ' തയ്യാറാക്കുന്ന പദ്ധതി തുടർന്ന് പാലക്കാട്ട് ജില്ലയിലെ മലമ്പുഴയിലും ഉപയോഗിച്ചിരുന്നു. ഇന്ത്യയിലെ ഏക സമ്പൂർണ്ണ ആദിവാസി ഗ്രാമപഞ്ചായത്തായ ഇടുക്കിയിലെ ഇടമലക്കുടിയിൽ അതേ രീതിശാസ്ത്രമുപയോഗിച്ച് കുടുംബതല മൈക്രോപ്ലാനുകൾ തയ്യാറായിവരുന്നു. ഇടമലക്കുടിയിലെ 27 ഊരുകളിലായുള്ള 800 ഓളം കുടുംബങ്ങൾക്കുള്ള മൈക്രോപ്ലാനുകൾക്കു പുറമേ ഊരുതല പ്ലാനുകളും തയ്യാറാക്കുന്നുണ്ട്.

പുതിയ തലമുറയിലെ കുടുംബശ്രീ

ബാലസഭകൾ രൂപീകരിച്ചു പ്രവർത്തനമാരംഭിക്കുമ്പോൾ അതിനെ 'ദാരിദ്ര്യത്തിന്റെ തലമുറകളിലൂടെയുള്ള കൈമാറ്റം' (Intergenerational transfer of poverty) തടയാനുള്ള ഉദ്യമമായാണ് കുടുംബശ്രീ കണ്ടത്. ആ പ്രഖ്യാപിതലക്ഷ്യത്തിൽ പറഞ്ഞ ദാരിദ്ര്യത്തെ അതിന്റെ വിവിധ മാനങ്ങളോടെ തന്നെയാണ് കുടുംബശ്രീ മനസ്സിലാക്കിയിട്ടുള്ളതെന്നത് ഇതേവരെയുള്ള ചരിത്രം സാക്ഷ്യപ്പെടുത്തുന്നുണ്ട്.

ബാലസഭകൾ ഒരു ഘട്ടത്തിൽ കേരളത്തിലെ എല്ലാ ഗ്രാമങ്ങളിലുമെത്തുന്ന പ്രവർത്തനമായിരുന്നു. കുട്ടികൾ സംഘടിച്ച് പഠന, പഠനേതര പ്രവർത്തനങ്ങളിലേർപ്പെടുന്ന കാഴ്ച സാധാരണമായിരുന്നു. ബാല

സഭാ പ്രവർത്തനങ്ങളുടെ ഭാഗമായി നടന്നിരുന്ന ബാലപാർലമെന്റ് വലിയ തോതിൽ സമൂഹത്തിന്റെ ശ്രദ്ധയാകർഷിച്ചിരുന്നു.

കുടുംബശ്രീ കുടുംബങ്ങളിൽനിന്ന് ബാലസഭയിലൂടെ വളർന്നുവന്ന ഒരു വലിയ വിഭാഗം കുട്ടികൾ കേരളത്തിലുണ്ട്. അവരുടെ സ്വപ്നങ്ങളും ആഗ്രഹങ്ങളും മനസ്സിലാക്കി പദ്ധതികൾ ആസൂത്രണം ചെയ്യാൻ കുടുംബശ്രീക്ക് കഴിയേണ്ടതാണ്.

പുതിയ തലമുറയ്ക്കായി കുടുംബശ്രീ തുടങ്ങിവച്ച പദ്ധതിയാണ് അനുബന്ധ ഗ്രൂപ്പുകളുടെ (Auxilary groups) രൂപീകരണം. വാർഡുതലത്തിലാണ് അത്തരം ഗ്രൂപ്പുകൾ സംഘടിപ്പിക്കപ്പെട്ടത്. വരുംനാളുകളിൽ ഭാവനാ പൂർണ്ണമായ പ്രവർത്തനങ്ങളിലൂടെ ആ ഗ്രൂപ്പുകളുടെയും അതിലെ അംഗങ്ങളായ പുത്തൻ തലമുറക്കാരുടെയും സംഘടനയായിക്കൂടി മാറാൻ കുടുംബശ്രീക്ക് കഴിയുമെന്ന് പ്രതീക്ഷിക്കാം.

കുടുംബശ്രീ അനുഭവങ്ങൾ

രണ്ടായിരത്തി ഇരുപത് മാർച്ചിലെ അവസാനത്തെയാഴ്ചയാണ് ആ ടെലിഫോൺ വിളി വന്നത്. കോവിഡ് 19 ലോക് ഡൗൺ പ്രഖ്യാപിച്ചിട്ട് ഒരാഴ്ച തികഞ്ഞിട്ടില്ല. പത്തനംതിട്ടയിലെ ഒരു സുഹൃത്താണ് വിളിച്ചത്. എവിടെ നിന്നോ നമ്പർ കിട്ടിയ ഒരു സ്ത്രീ ആ സുഹൃത്തിനെ വിളിച്ച് ഒരു സഹായം അഭ്യർത്ഥിച്ചിരുന്നു. ആ സ്ത്രീക്കും ഭർത്താവിനും ലോക്ഡൗണായതോടെ വരുമാനം ഇല്ലാതായി. ഒരു വയസ്സ് പ്രായമുള്ള കുട്ടിയുണ്ട്. അവർ അടുത്തിടെ മറ്റൊരു സംസ്ഥാനത്തുനിന്നുവന്നവരാണ്. കുട്ടിക്ക് കൊടുക്കാനായി അവർക്ക് കുറച്ച് 'അമൃതം പൊടി' വേണം. രണ്ടുകവറെങ്കിലും കിട്ടിയാൽ ഉപകാരമായി. മാഡം കുടുംബശ്രീയിൽ പറഞ്ഞ് എങ്ങനെയെങ്കിലും ഏർപ്പാടുണ്ടാക്കിത്തന്നാൽ നന്നായി.

ആ സ്ത്രീയുടെ അവസ്ഥ വിവരണത്തിൽ നിന്ന് വ്യക്തമായിരുന്നു. അവർ അവിടെ താമസമുണ്ടെന്ന് അങ്കണവാടി ടീച്ചർക്ക് അറിയില്ല. കുട്ടിക്ക് കമ്പോളത്തിൽനിന്ന് ശിശുവാഹാരം വാങ്ങി നല്കാൻ സാഹചര്യം അനുവദിക്കുന്നില്ല. അപ്പോൾ അവർക്ക് ആരോ പറഞ്ഞുകൊടുത്തു, കുടുംബശ്രീക്കാരോടു ചോദിച്ചാൽ 'അമൃതംപൊടി' കിട്ടും. കമ്പോളത്തിൽ കിട്ടുന്ന ബേബി ഫുഡിനെക്കാൾ വിശ്വാസ്യതയുള്ളത്. പക്ഷേ, 'അമൃതംപൊടി' ഉണ്ടാക്കുന്ന കുടുംബശ്രീ സംരംഭകയൂണിറ്റ് അടഞ്ഞുകിടക്കുന്നു. വാഹനസൗകര്യവുമില്ല. വിവരം കൊടുത്തവർ അവർക്കറിയാവുന്ന ഒരു പരിസ്ഥിതി പ്രവർത്തകയുടെ ഫോൺനമ്പർ കൊടുത്തു. അങ്ങനെയാണ് സുഹൃത്തിന് ആ വിളി വന്നത്.

കടകൾ അടഞ്ഞുകിടക്കുകയായതുകൊണ്ടും ഗതാഗതസംവിധാനം ഇല്ലാത്തതുകൊണ്ടും ഒരു ദിവസംവേണ്ടി വന്നു ഫോൺ ചെയ്ത് സ്ത്രീക്ക് സഹായമെത്തിക്കാൻ. മാർഗ്ഗമൊക്കെ വളരെ എളുപ്പമാണ്.

പത്തനംതിട്ടയിലെ കുടുംബശ്രീ ജില്ലാമിഷൻ ഓഫീസിൽ ഒരു പ്രോഗ്രാം മാനേജരെ വിളിക്കുന്നു. അയാൾ പിറ്റേദിവസം രാവിലെ തന്നെ ശ്രമം തുടങ്ങി. വൈകിട്ടോടെ 'അമൃതം പൊടി' എത്തിച്ചുകൊടുത്തു.

കുടുംബശ്രീയെപ്പറ്റി എഴുതാൻ ആലോചിച്ചപ്പോൾ ആദ്യം മനസ്സിൽ വന്നത് ഈ സംഭവമാണ്. കുടുംബശ്രീയെക്കുറിച്ച് പറയാനോ എഴുതാനോ തുടങ്ങുമ്പോഴൊക്കെ മനസ്സിൽ വരാറുള്ള ഒരു ചോദ്യമാണത്. എന്താണ് കുടുംബശ്രീ? മേൽവിവരിച്ച സംഭവത്തിലെ സ്ത്രീയെ സംബന്ധിച്ചിടത്തോളം ഒരാവശ്യഘട്ടത്തിൽ അവരുടെ കുഞ്ഞിനുവേണ്ട പോഷകാഹാരം എത്തിച്ചുകൊടുത്ത ഒരു സഹായഹസ്തമാണ് കുടുംബശ്രീ. അല്ലെങ്കിൽ, ഒരുപക്ഷേ, പല വാതിലുകൾ അടഞ്ഞ ഒരു വൈകുന്നേരം തുറന്നുകിട്ടിയ ഒരു വാതിലാണ് കുടുംബശ്രീ.

കുടുംബശ്രീ കമ്യൂണിറ്റി ഡെവലപ്മെന്റ് സൊസൈറ്റി (സി ഡി എസ്) ചെയർപേഴ്സൺമാരുടെ സംസ്ഥാനതലയോഗം തിരുവനന്തപുരത്ത് ജിമ്മിജോർജ് സ്റ്റേഡിയത്തിൽ നടക്കുകയായിരുന്നു. യോഗത്തെ അഭിസംബോധന ചെയ്തു സംസ്ഥാന ധനകാര്യ മന്ത്രി ഡോ. ടി എം തോമസ് ഐസക് ആ യോഗത്തിൽ പങ്കെടുത്തവരോടു ചോദിച്ചു: എന്താണ് കുടുംബശ്രീ? സി ഡി എസ് അദ്ധ്യക്ഷമാർ പല ഉത്തരങ്ങളും പറഞ്ഞു. അതിൽനിന്ന് ഒരുത്തരം മാത്രം തെരഞ്ഞുപിടിച്ച് തോമസ് ഐസക് പ്രഖ്യാപിച്ചു. 'അയൽക്കൂട്ടം'. അയൽക്കൂട്ടമാണ് കുടുംബശ്രീ. പിന്നീട് ചോദ്യങ്ങൾ ചോദിച്ചവരോട് മന്ത്രി പറഞ്ഞു, കുടുംബശ്രീ പലതുമാണ്. പക്ഷേ, ആദ്യാവസാനം അയൽക്കൂട്ടമാണ് കുടുംബശ്രീ.

കുടുംബശ്രീ പ്രവർത്തകരുടെയിടയിൽ ധാരാളം ചർച്ചകൾക്ക് വഴിവച്ചു ആ പ്രഖ്യാപനം. കുടുംബശ്രീക്കുവേണ്ടി ഗോവയിൽ പ്രവർത്തിച്ചുകൊണ്ടിരുന്ന ആദ്യകാല സി ഡി എസ് ചെയർപേഴ്സണായ മായാ ശശിധരനോട് ഒരിക്കൽ ഒരു സഹപ്രവർത്തക ചോദിച്ചു, അവർക്ക് എന്താണ് കുടുംബശ്രീയെന്ന്. ഒരുനിമിഷം ആലോചിച്ചുനിന്ന മായ ഏതോ ഓർമ്മയിൽ നഷ്ടപ്പെട്ടു. ചോദ്യം ആവർത്തിക്കുമ്പോഴേക്കും കണ്ണുകൾ നിറഞ്ഞുപോയിരുന്ന മായ വളരെ വിഷമിച്ചാണത് പറഞ്ഞത്, തനിക്ക് എല്ലാം കുടുംബശ്രീയാണെന്ന്. കുടുംബശ്രീയല്ലാത്തതെന്തുണ്ട് ജീവിതത്തിൽ എന്നോർത്തു പോയപ്പോഴാണ് വാക്കുകൾ നഷ്ടപ്പെട്ടുപോയതെന്ന്.

അനാഥത്വത്തോളമെത്തിനിന്ന ദുരിതപൂർണ്ണമായ യൗവനകാലത്തുനിന്ന് കുടുംബശ്രീയിലൂടെ ജീവിതം തിരിച്ചുപിടിച്ച മായമാർ നിരവധിയാണ് ഈ പ്രസ്ഥാനത്തിൽ. തികച്ചും വ്യക്തിപരമായോ സ്വത്വപരമായോ ഒക്കെയായ ഒരു ചോദ്യമായാണ് കുടുംബശ്രീ എന്താണെന്ന ചോദ്യത്തെ അവർ നേരിടുക. എങ്കിലും, ധനമന്ത്രി പറഞ്ഞ 'അയൽക്കൂട്ടമാണ് കുടുംബശ്രീ' എന്ന പ്രസ്താവനയെ അവർ ശരിവെക്കുന്നു. അതെ;

അയൽക്കൂട്ടം തന്നെയാണ് കുടുംബശ്രീ എന്നവർ ആലോചിച്ച് ഉറപ്പിച്ചു തന്നെ പറയും.

ഡോ. തോമസ് ഐസക്കിന്റെ പ്രസ്താവനയിൽ പക്ഷേ, കാമ്പുള്ള ഒരു രാഷ്ട്രീയ നിലപാടുണ്ട്. അയൽക്കൂട്ടമാണ് കുടുംബശ്രീ എന്നു പറയുമ്പോൾ കുടുംബശ്രീയുടെ അനന്യമായ ഒരു സവിശേഷതയാണ് അദ്ദേഹം വ്യക്തമാക്കിയത്. ഇതര സംസ്ഥാനങ്ങളിലെ സമാന വനിതാ പ്രസ്ഥാനങ്ങളിൽനിന്ന് കുടുംബശ്രീയെ വ്യത്യസ്തമാക്കുന്നൊരു സവിശേഷതയാണത്. അതിന്റെ വിശദാംശങ്ങൾ വഴിയേ പറയാം.

കുടുംബശ്രീയെക്കുറിച്ച് പഠിച്ച് അതിന്റെ കഥയെഴുതാൻ കിട്ടിയ ഏതാനും മാസങ്ങളിലാണ് ഏറ്റവും കൂടുതൽ സ്ത്രീകൾ കരയുന്നതു കണ്ടത്. സങ്കടം സഹിക്കാതെയുള്ള കരച്ചിലുകൾ, ഓർമ്മകളുടെ കുത്തൊഴുക്കിൽ വാക്കു നഷ്ടപ്പെട്ട വിതുമ്പലുകൾ, ജീവിതത്തെ കശക്കിയെറിയാമായിരുന്ന വെല്ലുവിളികളെ തോല്പിച്ചു മുന്നേറിയതിന്റെ അഭിമാനക്കണ്ണീര്, അയൽക്കൂട്ടമില്ലായിരുന്നെങ്കിൽ വീണുടഞ്ഞു പോകാമായിരുന്ന ജീവിതത്തെയോർത്തുള്ള നെടുവീർപ്പുകൾ, പിന്നെ തികഞ്ഞ ചില കൺചിരികളും ഒക്കെ കണ്ടു ആ മാസങ്ങളിൽ, കരച്ചിൽ കഥക

ളുടെ കാര്യം പറഞ്ഞപ്പോൾ ദീർഘകാലം കുടുംബശ്രീയെ നയിച്ച ഒരു മുൻ എക്സിക്യൂട്ടീവ് ഡയറക്ടർ പറഞ്ഞു: ഒരുപാട് സങ്കടങ്ങളുടെ ഒരു കടലാണ് കുടുംബശ്രീ; ഒപ്പം, ആ സങ്കടക്കടലിനെ നീന്തിത്തോല്പിച്ച മിടുമിടുക്കികളായ സ്ത്രീകളുടെ കഥയാണ് കുടുംബശ്രീ. ആ കഥ നിങ്ങൾ എങ്ങനെ പറയും?

കഥയറിഞ്ഞെഴുതാൻ തുനിഞ്ഞിറങ്ങിയവരെ വല്ലാതെ പിടിച്ചു കുലുക്കിയ ഒരു ചോദ്യമായിരുന്നു അത്. ആ സങ്കടക്കടലിന്റെ, അത് നീന്തിക്കടന്ന ധീരസ്ത്രീകളുടെ കഥ നിങ്ങളെങ്ങനെ പറയും? അതുപറയാനുള്ള ശേഷി നിങ്ങൾക്കുണ്ടോ? കേരളമൊട്ടാകെ മൂന്നുലക്ഷത്തിലേറെ അയൽക്കൂട്ടങ്ങളിൽ നിറഞ്ഞു കവിയുന്ന ജീവിതങ്ങളുടെ കഥയല്ലേയത്? കൂട്ടായ്മയുടെ ശക്തിയിലൂടെ ജീവിതം തിരിച്ചുപിടിച്ച ലക്ഷക്കണക്കായ പെണ്ണുങ്ങളുടെ കഥ. അഭിമാനികളും അഹങ്കാരികളുമായി കേരള സമൂഹത്തോട് സംസാരിച്ച അവരുടെ കഥ പറയാൻ ആർക്കാണു കഴിയുക?

ഒരിക്കൽ മദ്ധ്യാഹ്നത്തിന്റെ വിരസത കടുപ്പിച്ച ഒരു തീവണ്ടി യാത്രയിൽവച്ച്, കുടുംബശ്രീയിൽ ജോലിചെയ്യുന്നുവെന്നു പറഞ്ഞപ്പോൾ കാഴ്ചയിൽ ധനികയെന്നു തോന്നിച്ച ഒരു സഹയാത്രിക പറഞ്ഞു, അവർ കുടംബശ്രീക്കാരെ തേടി നടക്കുകയായിരുന്നുവെന്ന്. എന്തിനെന്നല്ലേ? അവരുടെ കോളനിയിൽ മാലിന്യശേഖരണത്തിനും സംസ്കരണത്തിനും സംവിധാനമില്ല. അതുണ്ടാക്കണം. പച്ച ഉടുപ്പൊക്കെയിട്ട് മാലിന്യം ശേഖരിക്കാൻ വരുന്ന സ്ത്രീകൾ തന്നെയല്ലേ ഈ കുടുംബശ്രീ എന്ന് ഉറപ്പിച്ചു ചോദിക്കാനും ആ സ്ത്രീ മറന്നില്ല.

'ഒരു കാലഘട്ടത്തിൽ മാലിന്യശേഖരണവും സംസ്കരണവും ചെയ്തിരുന്നു. പിന്നീട്, ചിലരുടെ ഭാഷയിൽ പറഞ്ഞാൽ പട്ടിപിടിക്കാനും പോയിട്ടുണ്ട്.' ഒരു മുൻകാല സി ഡി എസ് ചെയർപേഴ്സൺ പറഞ്ഞു: പലതരം സംരംഭങ്ങളിലൂടെ കിട്ടിയ അവസരങ്ങളുപയോഗിച്ച് വരുമാനമുണ്ടാക്കാൻ ശ്രമിച്ചിട്ടുണ്ട്.' വരുമാനത്തിനായി നിരവധി സംരംഭങ്ങൾ തുടങ്ങിയിട്ടുണ്ട് കുടുംബശ്രീ അംഗങ്ങൾ. അതിൽ മാലിന്യ ശേഖരണം മുതൽ കൊച്ചി മെട്രോറെയിലിന്റെ നടത്തിപ്പ് പലതുമുണ്ട്.

'ഇതെല്ലാമാണ് കുടുംബശ്രീ' എന്നാണ് ബീനാമഹേശൻ പറയുക. ശ്രീമൂലനഗരം ഗ്രാമപഞ്ചായത്തിലെ ആദ്യ സിഡിഎസ് ചെയർപേഴ്സണായിരുന്ന ബീന പിന്നീട് കടുംബശ്രീയിലൂടെ തന്റെ പ്രവർത്തനം രാജ്യമാകെ വ്യാപിപ്പിച്ചു. ബീഹാറിലും ഝാർഖണ്ഡിലും രാജസ്ഥാനിലും മദ്ധ്യപ്രദേശിലുമൊക്കെയുള്ള വനിതാ പ്രസ്ഥാനങ്ങളിലെ അംഗങ്ങൾക്ക് സുപരിചിതയാണ് ബീന. കുടുംബശ്രീ സംരംഭങ്ങളിലൂടെയും പരിശീലനത്തിലൂടെയും വളർന്ന ബീനയ്ക്ക് കുടുംബശ്രീയെന്നത് സാദ്ധ്യതകളുടെ ഒരക്ഷയപാത്രമാണ്.

കുടുംബശ്രീ മുഖാന്തിരം തദ്ദേശസ്വയംഭരണസ്ഥാപനങ്ങൾ നടത്തിപ്പോരുന്ന ദാരിദ്ര്യ നിർമ്മാർജ്ജന ഉപപദ്ധതിയെപ്പറ്റി ചോദിച്ചപ്പോൾ സംസ്ഥാന ആസൂത്രണ ബോർഡിലെ മുതിർന്ന ഒരുദ്യോഗസ്ഥൻ പറഞ്ഞത്, ആ പദ്ധതിയുടെ ഫലപ്രാപ്തി അന്തിമമായി ഓരോയിടത്തെയും സിഡിഎസും ഗ്രാമപഞ്ചായത്തും തമ്മിലുള്ള ബന്ധത്തെ ആശ്രയിച്ചിരിക്കുന്നുവെന്നാണ്. പല സ്ഥലങ്ങളിലും നല്ല ബന്ധമാണുള്ളത്, എന്നാൽ കുറേയേറെ സ്ഥലങ്ങളിൽ മത്സരാധിഷ്ഠിത സമീപനവും കാണാം. ചിലയിടങ്ങളിൽ പഞ്ചായത്ത് പ്രസിഡന്റിനെക്കാൾ മുതിർന്നവരും അനുഭവസ്ഥരുമായിരിക്കും സിഡിഎസ് ചെയർപേഴ്സൺമാർ. അത്തരം സാഹചര്യങ്ങളിൽ അനാരോഗ്യകരമായ മത്സരം കണ്ടുവരാറുണ്ട്.

തദ്ദേശസ്വയംഭരണ സ്ഥാപനങ്ങളിലേക്കുള്ള തെരഞ്ഞെടുപ്പുകളിൽ മിക്കവാറും വനിതാ വാർഡുകളിലെ സ്ഥാനാർത്ഥിമാർ കുടുംബശ്രീ പ്രവർത്തകരായിരിക്കും. അമ്പതുശതമാനം വനിതാ സംവരണമുള്ളതുകൊണ്ട് സ്ത്രീകൾ വന്നേപറ്റൂ. വനിതാ സംവരണപ്രകാരമുള്ള പാതിയിലേറെയുണ്ട് കേരളത്തിലെ തദ്ദേശ സ്വയംഭരണസ്ഥാപനങ്ങളിലെ വനിതാപ്രാതിനിദ്ധ്യം. കഴിഞ്ഞ തെരഞ്ഞെടുപ്പിൽ മൊത്തം ജയിച്ചുവന്നവരിൽ 56% പേർ സ്ത്രീകളായിരുന്നു. അതായത് സംവരണത്തിനുപുറത്തുള്ള പൊതു സീറ്റുകളിലും സ്ത്രീകൾ മത്സരിക്കുകയും ജയിക്കുകയും ചെയ്യുന്നുണ്ട്. പൊതുസീറ്റിൽ പുരുഷസ്ഥാനാർത്ഥികൾക്കെതിരെ മത്സരിച്ചുജയിക്കുന്ന സ്ത്രീകൾ, ഏതു പാർട്ടിക്കാരായാലും കുടുംബശ്രീക്കാരായിരിക്കുമെന്നാണ് ഒരു രാഷ്ട്രീയനേതാവ് പറഞ്ഞത്.

തദ്ദേശസ്വയംഭരണ സ്ഥാപനങ്ങളുടെ പ്രവർത്തനങ്ങൾ കുടുംബശ്രീയുടെ പങ്ക് പ്രധാനമാണെന്ന് അംഗീകരിക്കുമ്പോൾത്തന്നെ 'സ്ത്രീകൾക്ക് അഹങ്കാരം കുറേ കൂടുന്നുണ്ട്' എന്ന് പരസ്യമായിത്തന്നെ പരിതപിക്കുന്ന രാഷ്ട്രീയ നേതാക്കളും കുറവല്ല. തദ്ദേശസ്വയംഭരണ സ്ഥാപനം ഏതായാലും അതിന്റെ പ്രവർത്തനമേഖലയിൽ കുടുംബശ്രീയുടെ നിർണ്ണായകസ്ഥാനമാണുള്ളത്. പ്രാദേശികതലത്തിൽ ശക്തരായ വനിതാനേതാക്കളുടെ ഒരു വലിയ നിരതന്നെ സംസ്ഥാനമൊട്ടാകെ രൂപപ്പെട്ടുവന്നിട്ടുണ്ട്.

പഞ്ചായത്ത് തലത്തിൽ നേതൃത്വത്തിലേക്കുയർന്ന കുടുംബശ്രീ പ്രവർത്തകരെ അതിനുമീതെ കാണ്മാനില്ല എന്ന വിമർശനം ശക്തമായി ഉയർന്നുവന്നിട്ടുണ്ട്. കേരളത്തിന്റെ നിയമസഭയിൽ ഏഴു വനിതകളേ നിലവിൽ ഉള്ളൂ. കേരളത്തിൽ നിന്നുള്ള പാർലമെന്റംഗങ്ങളിലാകട്ടെ ഒരു വനിത മാത്രമാണുള്ളത്. കുടുംബശ്രീ സ്ത്രീകൾക്കായി സൃഷ്ടിച്ച ശാക്തീകൃത ഇടങ്ങൾ ഗൗരവതരമായ പരിമിതിയുള്ളവയാണെന്നത് ചൂണ്ടിക്കാണിക്കപ്പെട്ടിട്ടുണ്ട്. ശാക്തീകരണം അളക്കപ്പെടുന്നത് പക്ഷേ, രാഷ്ട്രീയ നേതൃത്വത്തിലെ പങ്കാളിത്തം കൊണ്ടുമാത്രമല്ല എന്നൊരു വിശദീകരണം

കേൾക്കാറുണ്ടെങ്കിലും സംസ്ഥാനത്തിന്റെ പൊതുനേതൃത്വത്തിലേക്ക് കുടുംബശ്രീയംഗങ്ങൾ ഇനിയും ഉയർന്നുവരേണ്ടതായിരിക്കുന്നു.

സംഘടന തങ്ങളുടെ ജീവിതത്തിൽ ചെലുത്തിയ സ്വാധീനം കുടുംബശ്രീ അംഗങ്ങളുടെ വാക്കകളിൽ പൊതുവേ തെളിഞ്ഞു കാണാം. സമൂഹം പല രീതിയിൽ മനസ്സിലാക്കിയിരിക്കുന്ന കുടുംബശ്രീ എന്ന പ്രസ്ഥാനത്തെപ്പറ്റി അംഗങ്ങൾക്ക് വ്യക്തതയുണ്ട്. അവർക്ക് അയൽക്കൂട്ടം തന്നെയാണ് കുടുംബശ്രീ അതിനുശേഷമാണ് ഫെഡറേഷനൊക്കെ വരുന്നത്. കുടുംബശ്രീ എന്ന് പൊതുവെ ആൾക്കാർ പറയാറുള്ള ജില്ലാതല, സംസ്ഥാനതല ഓഫീസുകൾ അംഗങ്ങൾക്ക് ജില്ലാമിഷനും സംസ്ഥാനമിഷനുമാണ്.

അയൽക്കൂട്ടം, സിഡിഎസ്, അമൃതംപൊടിയുണ്ടാക്കുന്ന 'ന്യൂട്രിമിക്സുകാർ', പ്ലാസ്റ്റിക് ശേഖരിക്കുന്ന ഹരിതകർമ്മസസേന, തെരുവുനായ്ക്കളെ നിയമപ്രകാരം പിടികൂടുന്ന സ്ത്രീകൾ, കുടുംബശ്രീ കഫേ നടത്തുന്നവർ, വീടുകൾതോറും ഉല്പന്നങ്ങൾ വിറ്റഴിക്കുന്നവർ തുടങ്ങി പഞ്ചായത്ത് ഭരണത്തിൽ പങ്കാളികളായവർ, അശരണരെ പരിചരിക്കാൻ സംവിധാനമൊരുക്കുന്ന 'ആശ്രയ' പ്രവർത്തകർ, ഭിന്നശേഷിക്കാരായ കുട്ടികൾക്കുവേണ്ടി 'ബഡ്സ് സ്കൂൾ' നടത്തുന്ന സംഘടന, മെട്രോ നടത്തുന്ന സ്ത്രീകൾ ഇങ്ങനെ ഒരുപാട് വിശേഷണങ്ങളുണ്ട് കുടുംബശ്രീക്ക്.

2018 ലും 2019 ലും തുടർച്ചയായുണ്ടായ പ്രളയവും മണ്ണിടിച്ചിൽ ദുരന്തങ്ങളും കുടുംബശ്രീക്ക് പുതിയൊരു പേരുനല്കാനിടവരുത്തി. ദുരന്തമുഖങ്ങളിലേക്ക് അടിയന്തിരസഹായവുമായി ആദ്യമെത്താനും തുടർന്ന് ദുരിതബാധിതരുടെ കാമ്പുകളിൽ സന്നദ്ധ സേവനത്തിനും പുനരധിവാസത്തിൽ നിർണ്ണായക ചുമതലകളേറ്റെടുക്കാനും കുടുംബശ്രീ പ്രവർത്തകർ മുന്നിട്ടിറങ്ങി. 2020 ൽ ലോകത്തെ പിടിച്ചുകുലക്കി കോവിഡ് 19 മഹാമാരിയോടെ ആ ലേബലും കുടുംബശ്രീക്ക് ഉറച്ചെന്നു തോന്നുന്നു.- ദുരന്തങ്ങളിൽ തുണയായി കുടുംബശ്രീ.

ദേശീയ ഗ്രാമീണ ഉപജീവന മിഷന്റെ നേതൃത്വത്തിൽ രാജ്യത്തെ വിവിധ സംസ്ഥാനങ്ങളിൽ ഉയർന്നുവന്ന സമാനസ്വഭാവമുള്ള വനിതാ സംഘടനകളിൽ പ്രധാനപ്പെട്ടവയെല്ലാം ഇന്ന് കുടുംബശ്രീയുടെ ഉപദേശവും സഹായവും ഉപയോഗിക്കുന്നുണ്ട്. ആ സംഘടനകളിൽനിന്നെല്ലാം കുടുംബശ്രീക്ക് ചില സാരമായ വ്യത്യാസങ്ങളുണ്ട്. ആ വ്യത്യാസങ്ങൾ തന്നെയാണ് കുടുംബശ്രീയുടെ യഥാർത്ഥ ശക്തി. അതിന്റെ വിശദാംശങ്ങൾ മറ്റദ്ധ്യായങ്ങളിൽ പ്രതിപാദിക്കുന്നുണ്ട്.

കേരളത്തിലെ 43 ലക്ഷത്തിലേറെ കുടുംബങ്ങളുടെ പ്രാതിനിദ്ധ്യമുള്ള കുടുംബശ്രീയുടെ ഇതേവരെയുള്ള കഥയുടെ ഒരു സംക്ഷിപ്തമാണ് ഈ പുസ്തകം കൊണ്ടുദ്ദേശിച്ചിട്ടുള്ളത്. 1996 ൽ അധികാര വികേന്ദ്രീകരണം നടന്ന കേരളത്തിൽ ജനകീയാസൂത്രണത്തോടൊപ്പ

മാണ് കുടുംബശ്രീ സംസ്ഥാന തലത്തിൽ വ്യാപിച്ചത്. അതുകൊണ്ടുതന്നെ. കുടുംബശ്രീയുടെ കഥ അധികാരവികേന്ദ്രീകരണത്തിൽ നിന്നും ജനകീയാസൂത്രണത്തിൽനിന്ന് വേറിട്ട് പറയാൻ കഴിയില്ല.

വിവിധ വിഭാഗം ജനങ്ങൾ വ്യത്യസ്തരീതിയിൽ കാണുകയും മനസ്സിലാക്കുകയും ചെയ്യുന്ന കുടുംബശ്രീയുടെ വളർച്ചയുടെ കഥയ്ക്കും പല അടരുകളുണ്ട്. രാഷ്ട്രീയപ്രവർത്തകരും നേതാക്കളും ഉദ്യോഗസ്ഥരും സ്ത്രീപക്ഷ ചിന്തകരും സാമൂഹ്യ പ്രവർത്തകരും ഒക്കെ കുടുംബശ്രീയുടെ തുടക്കത്തെയും വികാസത്തെയും വളർച്ചയെയും കാണുന്നതും വ്യത്യസ്തമായാണ്. എല്ലാവർക്കും സ്വീകാര്യമായ ഒരു കഥപറയാനല്ല ഇവിടെ ശ്രമിച്ചിട്ടുള്ളത്. മറിച്ച്, വിവിധ അടരുകളിലായി ചിതറിക്കിടക്കുന്ന ചില വസ്തുതകളെ കോർത്തിണക്കാനാണ്. അതേസമയം കുടുംബശ്രീയെക്കുറിച്ചുള്ള നിശിതമായ വിമർശനങ്ങൾക്കും ഇടം കൊടുക്കാൻ ശ്രമിച്ചിട്ടുണ്ട്.

അയൽക്കൂട്ടം മുതൽ അയൽക്കൂട്ടം വരെ

അയൽക്കൂട്ടത്തിൽനിന്നുതന്നെയാണ് തുടക്കം

ആയിരത്തിത്തൊള്ളായിരത്തി എഴുപതുകളുടെ അവസാനം ആലപ്പുഴ ജില്ലയിലെ അമ്പലപ്പുഴ താലൂക്കിൽപ്പെട്ട കഞ്ഞിപ്പാടം ഗ്രാമത്തിൽ ഗാന്ധിയനായ ഡി പങ്കജാക്ഷക്കുറുപ്പ് തുടങ്ങിവച്ച 'ദർശനം' എന്ന പ്രസ്ഥാനം അയൽക്കൂട്ടം എന്ന വാക്ക് ഉപയോഗിച്ചിരുന്നു. ഏതാണ്ട് 15 വീടുകൾ ചേർന്ന ഒരു ഘടകത്തിനെ അവിടെ അയൽക്കൂട്ടമെന്നും തറക്കൂട്ടമെന്നും വിളിച്ചു. ഗ്രാമത്തിൽ ലഭ്യമായ വിഭവങ്ങൾ ഗ്രാമീണർ പങ്കുവച്ചുപയോഗിക്കുക എന്നതായിരുന്നു ആശയം. 'ഉണ്ടല്ലോ; കൊണ്ടുപോകാം' എന്നായിരുന്നു മുദ്രാവാക്യം. പല അയൽക്കൂട്ടങ്ങളും തറക്കൂട്ടങ്ങളും ചേരുന്ന ഗ്രാമക്കൂട്ടവും ഉണ്ടായിരുന്നു. സ്വാശ്രയഗ്രാമം എന്നൊക്കെ വിളിക്കാവുന്ന ഒരു കാല്പനിക സങ്കല്പനമായിരുന്നു കഞ്ഞിപ്പാടത്തിന്റെ സന്ദേശം. അതോടൊപ്പം വിപണിയെന്ന ആശയത്തെത്തന്നെ നിഷേധിക്കുന്ന ഒരു അതികാല്പനിക സ്വഭാവവും ആ പരീക്ഷണത്തിൽ കാണാം.

'അയലുതഴപ്പതിനായതിപ്രയത്നം നയമറിയും നരനാചരിച്ചിടേണം' എന്നു പഠിപ്പിച്ച ഗുരുവിന്റെ നാട്ടിൽ അയൽക്കൂട്ടം എന്ന സങ്കല്പനം സ്വാഭാവികം തന്നെയായിരിക്കണം. 'നിന്നെപ്പോലെ നിന്റെ അയൽക്കാരനെയും സ്നേഹിക്കുക' എന്ന ക്രിസ്തീയ പ്രബോധനവും മലയാളിക്ക് പരിചയമുള്ളതാണ്. നിന്റെ അയൽപക്കത്ത് നാലിടങ്ങളിലെങ്കിലും ഭക്ഷണം കഴിക്കാത്തവർ ഇല്ലെന്ന് ഉറപ്പുവരുത്തിയിട്ട് നീ ഭക്ഷണം കഴിക്കുക' എന്ന പ്രവാചകവചനത്തിലും 'സക്കാത്ത്' എന്ന പരികല്പനയിലും കരുണാമയമായ ഒരു അയൽ സങ്കല്പം അടങ്ങിയിട്ടുണ്ട്.

കേരളത്തിന്റെ പല പ്രദേശങ്ങളിലും അയൽവീടുകൾ ചേർന്നുള്ള കൊള്ളക്കൊടുക്കലുകളിൽ അധിഷ്ഠിതമായ അനൗപചാരിക സംഘടനാ

രൂപങ്ങൾ നിലനിന്നിരുന്നു. ഇന്നും പലസമുദായങ്ങളിലും അത്തരം സംവി ധാനങ്ങൾ നിലവിലുണ്ട്. വടക്കൻ കേരളത്തിലെ 'കുറിക്കല്യാണം,' കുമ രകത്തെ 'ഞായറാഴ്ചച്ചിട്ടി' തെക്കൻ കേരളത്തിൽ പരക്കെ കാണപ്പെട്ടി രുന്ന 'അരിച്ചിട്ടി', ഓണാട്ടുകരയിലെ 'നെല്ലുചിട്ടി', ആലപ്പുഴയിലെ 'തേങ്ങാച്ചിട്ടി' എന്നിവയൊക്കെ അത്തരം സാമുദായിക സംവിധാനങ്ങ ളായിരുന്നു.

അയൽക്കൂട്ടത്തിന്റെ ഒരു പ്രാഗ്രൂപം ഇത്തരം സംവിധാനങ്ങളിലൊ ക്കെയുണ്ട്. കൊല്ലം പട്ടണപ്രദേശത്തെ മത്സ്യത്തൊഴിലാളി സമൂഹത്തിൽ ഇത്തരം പരസ്പരസഹായ സംവിധാനം സാമാന്യം വ്യവസ്ഥാപിത രീതി യിൽ നിലനിന്നുപോരുന്നുണ്ട്. അതിലെല്ലാം ഒരുപക്ഷേ, കാണപ്പെടുന്ന ഒരു പരിമിതി സാമുദായികമായ സ്വഭാവമാണ്. പ്രഖ്യാപിതമായല്ലെങ്കിലും ജാതിയുടെ ഏറിയും കുറഞ്ഞുമുള്ള സ്വാധീനം അവയിലൊക്കെ കാണാം. ജാതിയുടെ ആ സ്വാധീനത്തെ മറികടക്കാനുള്ള ഒരു ശ്രമം പങ്കജാക്ഷക്കുറുപ്പിന്റെ ദർശനത്തിൽ കാണാം.

1990 കളിൽ കേരളത്തിന്റെ പല ഭാഗങ്ങളിലും കേരള ശാസ്ത്ര സാഹിത്യപരിഷത്തിന്റെ മുൻകൈയിൽ രൂപപ്പെട്ട അയൽക്കൂട്ടങ്ങൾ ഒരു പ്രഖ്യാപിത നയത്തിന്റെ ഫലമായല്ലെങ്കിലും ജാതിയുടെ അതിരുകളെ മറികടക്കുന്നുണ്ട്. ചുറ്റുവട്ടത്തുള്ള 30-40 വീടുകളിലെ അംഗങ്ങൾചേർന്ന ആ അയൽക്കൂട്ടങ്ങളിൽ ആണുങ്ങളും പെണ്ണുങ്ങളും പങ്കെടുത്തിരുന്നു. പരസ്പരസഹായം എന്ന സങ്കല്പനത്തിനപ്പുറം പ്രാദേശിക പ്രശ്നങ്ങളെ നേരിടാനും പ്രാദേശികമായ വികസന കാര്യങ്ങൾ ചർച്ച ചെയ്യാനുമുള്ള വേദി എന്ന നിലയിലേക്ക് പരിഷത്ത് മുൻകൈയെടുത്ത് രൂപീകരിച്ച അയ ൽക്കൂട്ടങ്ങൾ വികസിച്ചിരുന്നു. തിരുവനന്തപുരത്ത് ഉള്ളൂർ, പത്തനംതിട്ട യിലെ മെഴുവേലി, കോട്ടയത്തെ കുമരകം, തൃശ്ശൂരിലെ മാടക്കത്തറ, കോഴി ക്കോട്ടെ ഒഞ്ചിയം, കണ്ണൂരിലെ മയ്യിലും കല്ല്യാശ്ശേരിയും എന്നിവിടെ യൊക്കെ ആ അയൽക്കൂട്ട പ്രസ്ഥാനം പ്രാദേശിക വികസന രംഗത്ത് ഒട്ടേറെ മാതൃകകൾ തന്നെ സൃഷ്ടിക്കുകയും ചെയ്തിരുന്നു. ആദ്യകാല മാതൃകകളാണ് ഇവിടെ സൂചിപ്പിച്ചത്. 1994-95 ആകുമ്പോഴേക്കും കേര ളത്തിൽ നിരവധി പ്രദേശങ്ങളിൽ വിവിധ മാതൃകകൾ അയൽക്കൂട്ടങ്ങളെ അടിസ്ഥാനമാക്കി ഉയർന്നുവരികയുണ്ടായി.

ശാസ്ത്ര സാഹിത്യപരിഷത്ത് 1993 ൽ കണ്ണൂരിലെ കല്യാശ്ശേരിയിൽ തുടക്കമിട്ട പ്രാദേശിക വിഭവാസൂത്രണത്തിനായുള്ള അയൽക്കൂട്ടമാതൃ കതന്നെയാണ് പ്രാദേശികതല വികസനത്തിനായുള്ള കേരള ഗവേഷ ണപദ്ധതി[1]യുടെ ഭാഗമായും തുടർന്നും വിവിധയിടങ്ങളിൽ ഉപയോഗി ക്കപ്പെട്ടത്. സാമുദായികമായ അയൽ സംഘങ്ങളിൽ നിന്നും, കഞ്ഞിപ്പാ ടത്തെ പരസ്പരാശ്രയ ഗ്രാമീണമാതൃകയിൽനിന്നും ഒരുപാട് മുന്നോട്ടു പോകുന്നുണ്ട് പരിഷത്ത് ഉയർത്തിപ്പിടിച്ച മാതൃക. ഒരുതരത്തിൽ അതേ

1. Kerala Reserach Project for local level development (KRP-LLD)

വരെ നിലനിന്നിരുന്ന മാതൃകകളിൽനിന്നുള്ള വ്യക്തമായൊരു മാറ്റംതന്നെ അതിൽ കാണാം. പ്രാദേശിക വികസനത്തിലെ ഊന്നലും അതിന് സൂക്ഷ്മതല പഠന, ആസൂത്രണ പ്രക്രിയകളിൽ അയൽക്കൂട്ടതല സംഘാടനത്തെ എങ്ങനെ ഉപയോഗിക്കാമെന്ന അന്വേഷണവുമാണ് അതിൽ പ്രധാനം.

ജനാധിപത്യത്തെ സ്ഥൂലമായ തലത്തിൽ നിന്ന് സൂക്ഷ്മതലത്തിലേക്ക് വിവർത്തനം ചെയ്യാനുള്ള ബോധപൂർവ്വമായൊരു ശ്രമമായിരുന്നു ആ മാതൃകയുടെ രണ്ടാമത്തെ സവിശേഷത. പങ്കാളിത്ത ജനാധിപത്യം എന്നാണ് അത് വിശേഷിപ്പിക്കപ്പെട്ടത്; പ്രാതിനിധ്യജനാധിപത്യത്തിന് അനുപൂരകമായി ജനാധിപത്യത്തെ അഗാധമായൊരു പ്രക്രിയയായി തിരിച്ചറിയാനുള്ള ശ്രമം എടുത്തു പറയേണ്ടതുതന്നെയാണ്. പ്രാദേശിക വികസനത്തിൽ ഊന്നുമ്പോഴും വിപണിയെ പൂർണ്ണമായും അവഗണിക്കുന്ന അതികാല്പനികതയില്ല എന്നതായിരുന്നു മൂന്നാമത്തെ പ്രത്യേകത. പ്രാദേശിക വികസനത്തിലെ ഊന്നൽ കൊണ്ടുതന്നെ, ഗ്രാമപഞ്ചായത്തുകളുടെ നേതൃത്വത്തിലാണ് അയൽക്കൂട്ടങ്ങൾ രൂപീകരിക്കപ്പെട്ടത്.

കുടുംബശ്രീയുടെ ആദ്യ ഔദ്യോഗിക മാതൃകയായി അംഗീകരിക്കപ്പെടുന്ന ആലപ്പുഴയിലെ അയൽക്കൂട്ടങ്ങൾ ഒരു വികസന പദ്ധതിയുടെ സംഘടനാ സംവിധാനം എന്ന നിലയ്ക്കാണ് രൂപപ്പെട്ടുവന്നത്. യൂണിസെഫ് സഹായത്തോടെ ആലപ്പുഴ മുനിസിപ്പാലിറ്റിയിൽ നടന്നുപോന്ന നഗരദാരിദ്ര്യലഘൂകരണ പദ്ധതിയുടെ ഫലപ്രദമായ നിർവ്വഹണത്തിനുവേണ്ടിയാണ് അയൽക്കൂട്ടങ്ങൾ രൂപീകരിച്ചത്. 1993 ൽ അയൽക്കൂട്ടങ്ങളുടെ വാർഡുതലഫെഡറേഷനുകളെ ചേർത്ത്, പദ്ധതിയുടെ ഭാഗമായി രജിസ്റ്റർ ചെയ്യപ്പെട്ട കമ്യൂണിറ്റി ഡെവലപ്മെന്റ് സൊസൈറ്റി (സി ഡി എസ്) ഇന്നത്തെ കുടുംബശ്രീ നഗര സി ഡി എസിന്റെ ആദ്യമാതൃകയാണ്. ഗ്രാമീണ മാതൃക പിന്നീട് മലപ്പുറത്ത് ഒരു സമാനപദ്ധതിയുടെ ഭാഗമായാണ് രൂപം കൊണ്ടത്.

അയൽക്കൂട്ടത്തിൽ നിന്നായിരുന്നു കുടുംബശ്രീയുടെ തുടക്കം എന്ന്

> 1987 ൽ ആരംഭിച്ച അടിസ്ഥാന നഗര സേവന പദ്ധതി (Urban Basic Service - UBS) യിൽ അയൽപക്ക ഗ്രൂപ്പുകൾ എന്ന ആശയം ഉണ്ടായിരുന്നു. യു ബി എസിന്റെ പുതുക്കിയ രൂപമായ യു ബി എസ് പി (Urban Basic Services for Poor - UBSP) ചേരികൾക്ക് പുറത്തു താമസിക്കുന്ന നഗരദരിദ്രരെക്കൂടി പദ്ധതിയുടെ പരിധിയിൽ കൊണ്ടുവന്നു. കേന്ദ്രീകൃത സ്വഭാവമുള്ള പദ്ധതിയായിരുന്ന യു ബി എസ് പിയിൽ അയൽപക്കഗ്രൂപ്പുകളുടെ സംവിധാനത്തനുമേൽ ശ്രദ്ധ വരുന്നത് 74-ാം ഭരണഘടനാ ഭേദഗതിയുടെ പശ്ചാത്തലത്തിലാണ്. യു ബി എസ് പിയുടെ പുതുക്കിയ മാർഗ്ഗനിർദ്ദേശങ്ങളിൽ മുന്നോട്ടു വയ്ക്കപ്പെട്ട സംഘടനാ സംവിധാനത്തിൽ ഇന്നത്തെ കുടുംബശ്രീയുടെ ത്രിതല സംവി

ധാനത്തിന്റെ പ്രാഗ്രൂപം കാണാം. 1991 ആഗസ്റ്റിൽ ആലപ്പുഴ നഗരത്തിൽ ആരംഭിച്ച സാമൂഹ്യാധിഷ്ഠിത പോഷകാഹാര പദ്ധതിയിലാണ് മേൽപ്പറഞ്ഞ സംഘടനാരൂപം ശക്തി പ്രാപിച്ചത്. യുണിസെഫിന്റെ (United Nation International Children's Fund UNICEF)സഹകരണത്തോടെ ആരംഭിച്ച ആ പദ്ധതി ഏറ്റവും ഓർമ്മിക്കപ്പെടുന്നത് പോഷകാഹാരക്കുറവിനും അതിന്റെ ഫലമായ രോഗാതുരതയ്ക്കും മരണത്തിനും കാരണമാകുന്ന വിവിധ ഘടകങ്ങളെ കണ്ടെത്താനായി ഉപയോഗിച്ച ഒമ്പത് മാനദണ്ഡങ്ങളുടെ പേരിലാണ്. ആ മാനദണ്ഡങ്ങൾ പിന്നീട് പരിഷ്കരിക്കപ്പെട്ട രീതിയിൽ കുടുംബശ്രീ അംഗത്വത്തിനായി ദരിദ്ര കുടുംബങ്ങളെ കണ്ടെത്താൻ ഉപയോഗിക്കപ്പെട്ടു. അയൽപക്കഗ്രൂപ്പുകളുടെ ഔപചാരികമായ ഫെഡറേഷനായി നിയമപരമായി രജിസ്റ്റർ ചെയ്യപ്പെട്ട സി ഡി എസ് ആദ്യമായി ഉണ്ടാകുന്നത് ആലപ്പുഴ യു ബി എസ് പിയിലാണ്.

ആദ്യമേ പറഞ്ഞല്ലോ. സമാനവനിതാ പ്രസ്ഥാനങ്ങൾ രൂപമെടുത്തത് മിതവ്യയ-വായ്പാസംരംഭങ്ങളെ കേന്ദ്രീകരിച്ചുള്ള സ്വയം സഹായസംഘങ്ങൾ എന്ന നിലയ്ക്കാണ്. കുടുംബശ്രീയുടെ അയൽക്കൂട്ടമാതൃകയുടെ ആദ്യകാലരൂപങ്ങളിൽ മിതവ്യയ വായ്പാ പരിപാടി ഉണ്ടായിരുന്നതേയില്ല. കേരള ഗവേഷണ പദ്ധതിയുടെ ഭാഗമായിവന്ന അയൽകൂട്ടങ്ങളിൽ പ്രാദേശിക വികസനം മുഖ്യ അജണ്ടയായപ്പോൾ ആലപ്പുഴയിലെ അയൽക്കൂട്ടം നിലവിലുള്ള ഒരു ദാരിദ്ര്യലഘൂകരണ പദ്ധതിയെ ശക്തിപ്പെടുത്തുക എന്ന ലക്ഷ്യത്തോടെ രൂപീകൃതമായതാണ്. ആലപ്പുഴയിലെ പദ്ധതിയിൽ 1994 ൽ ആദ്യമായി മിതവ്യയ വായ്പാ സംഘങ്ങൾ രൂപീകരിക്കപ്പെടുന്നുണ്ട്. ആ വർഷം ആരംഭിച്ച മലപ്പുറം പദ്ധതിയിൽ ആദ്യഘട്ടം മുതല്ക്കേ മിതവ്യയ വായ്പാ പ്രവർത്തനം ഉണ്ടായിരുന്നു. മിതവ്യയ വായ്പാ സംഘങ്ങൾ ആലപ്പുഴയിലെ പദ്ധതിയിൽ ഉടലെടുക്കാനും മലപ്പുറം പദ്ധതിയുടെ ഭാഗമായി ആദ്യംതന്നെ മാറാനും കാരണം അപ്പോഴേക്കും ഇന്ത്യയിൽ വ്യാപിച്ചു തുടങ്ങിയ സ്വയം സഹായ സംഘങ്ങളെ (Self-Help Group - SHG) അടിസ്ഥാനമാക്കിയ വനിതാ പ്രസ്ഥാനങ്ങളാണ്. അതിന് സാർവ്വദേശീയമായിത്തന്നെയുള്ള ഒരു പശ്ചാത്തലമുണ്ട്. ഇന്ത്യയുടെ അയൽരാജ്യമായ ബംഗ്ലാദേശിൽ 1970 കളിൽ സ്ത്രീകളുടെ ഗ്രൂപ്പുകൾ രൂപപ്പെടാൻ തുടങ്ങി. പാവപ്പെട്ടവർക്ക് അതിജീവനത്തിനായി സഹായകമായ ഒരു പ്രവർത്തനം; അതിനിണങ്ങിയ സംഘടനാ രൂപം - അതായിരുന്നു ആശയം. പിന്നീട് നോബേൽ സമ്മാന ജേതാവ് വരെയായ മുഹമ്മദ് യൂനുസായിരുന്നു ആ പ്രസ്ഥാനത്തിന്റെ പ്രധാന ഉപജ്ഞാതാവ്. ഏഴ് വനിതകൾ അംഗങ്ങളായ, ചിട്ടയായ പ്രവർത്തനമുള്ള ചെറുഗ്രൂപ്പുകളായാണ് മുഹമ്മദ് യൂനുസും

കൂട്ടരും തങ്ങളുടെ സംഘടന കെട്ടിപ്പടുത്തത്.

ഗ്രാമീണമേഖലയിലും താരതമ്യേന വിപുലമായ ബാങ്കിങ് സംവിധാനം നിലനിന്നിരുന്നതുകൊണ്ടായിരിക്കണം ഇന്ത്യയിൽ അത്തരമൊരു മുൻകൈ എഴുപതുകളിൽ ഉണ്ടായില്ല. ബാങ്ക് ദേശസാൽക്കരണം സൃഷ്ടിച്ച ധാരണകളും അതിനൊരു കാരണമായിരിക്കാം. ദേശസാൽകൃതബാങ്കുകൾക്കും ഇന്ത്യൻ ഗ്രാമങ്ങളിലെ പാവപ്പെട്ടവരിലേക്കെത്താൻ കഴിയുന്നില്ലെന്ന തിരിച്ചറിവ് എൺപതുകളോടെയൊക്കെ ഇവിടെയും രൂപപ്പെട്ടിരുന്നു. മൈസൂർ റീസെറ്റിൽമെന്റ് ആന്റ് ഡെവലപ്മെന്റ് ഏജൻസി (MYRADA) എന്ന സന്നദ്ധസംഘടനയാണ് 1985 ൽ കർണ്ണാടകത്തിലെ ചില ഉൾനാടൻ ഗ്രാമങ്ങളിൽ സ്വയംസഹായ സംഘങ്ങൾ രൂപീകരിച്ച് പാവപ്പെട്ട സ്ത്രീകളുടെയിടയിൽ മിതവ്യയ സമ്പാദ്യവും വായ്പയും വ്യവസ്ഥാപിതമാക്കാൻ ശ്രമിക്കുന്നത്. 1985 മുതൽ '87 വരെയുള്ള രണ്ടുവർഷം 'മൈരാഡ' വിജയകരമായി വളർത്തിയെടുത്ത സ്വയം സഹായ സംഘത്തിന്റെ മാതൃക കണ്ടറിഞ്ഞ ദേശീയ കാർഷിക ഗ്രാമവികസന ബാങ്ക് (നബാർഡ്) 1987 ൽ ഈ പ്രവർത്തനം വ്യാപിപ്പിക്കുന്നതിനായി മൈരാഡയ്ക്ക് പത്തുലക്ഷം രൂപയുടെ വായ്പ നല്കി. ആ വായ്പയുടെ ഗുണഫലം അതിവേഗം വ്യക്തമായി. തുടർന്ന് നബാർഡ് വേറെ ചില സന്നദ്ധ സംഘടനകൾക്കുകൂടി സമാന സ്വഭാവമുള്ള വായ്പകൾ നല്കി. ആദ്യകാല ഫലത്തെ ഉറപ്പിക്കുന്നതരത്തിലുള്ള അനുഭവമാണുണ്ടായത്. ആ പശ്ചാത്തലത്തിൽ 1990 ൽ ഭാരതീയ റിസർവ്വ് ബാങ്ക് ബദൽ വായ്പാമാതൃക വികസിപ്പിക്കുന്നതിനുള്ള സംഘടനാ സംവിധാനമായി സ്വയം സഹായസംഘങ്ങളെ അംഗീകരിച്ചു. തുടർന്ന് സ്വയംസഹായ സംഘങ്ങൾക്ക് വായ്പ നല്കുന്നതിനുള്ള മാർഗ്ഗനിർദ്ദേശങ്ങൾ നബാർഡ് തയ്യാറാക്കി.

1992 ൽ, അതായത് ഏതാണ്ട് ആലപ്പുഴയിലെ അയൽക്കൂട്ടങ്ങൾ രൂപപ്പെട്ടുവരുന്ന സമയത്ത്, നബാർഡ് പൈലറ്റ് അടിസ്ഥാനത്തിൽ പ്രസിദ്ധമായ എസ് എച്ച് ജി - ബാങ്ക് ലിങ്കേജ് പദ്ധതി പ്രഖ്യാപിച്ചു. എന്നുവച്ചാൽ സ്വയംസഹായ സംഘങ്ങളെ ബാങ്കുകളിൽനിന്ന് വായ്പയെടുക്കാൻ സഹായിക്കുന്ന പദ്ധതി. അല്ലെങ്കിൽ, ഭാരതീയ റിസർവ്വ് ബാങ്ക് 1990 ൽ അംഗീകരിച്ച ബദൽ വായ്പാപാതയിലൂടെ ബാങ്കുവായ്പ കൂടുതൽ ജനങ്ങളിലേക്കെത്തിക്കാനുള്ള പദ്ധതിയെന്നും പറയാം. റിസർവ്വ് ബാങ്ക് പറഞ്ഞെങ്കിലും പുതിയ വായ്പാമാർഗ്ഗം പൊതുമേഖലാ ബാങ്കുകൾക്ക് അത്രയ്ക്കങ്ങ് പിടിച്ചില്ല. ബാങ്കുകളുടെ വരേണ്യസ്വഭാവം വെളിവാക്കപ്പെട്ട നിരവധി കടമ്പകളിൽത്തട്ടി പതുക്കെയാണ് വ്യാപിച്ചത്. റിസർവ്വ് ബാങ്കന്റെയും നബാർഡിന്റെയും സ്ഥിരോത്സാഹത്താൽ പ്രേരിതരായി നിരവധി സന്നദ്ധ സംഘടനകൾ ആ പദ്ധതി ഏറ്റെടുക്കാൻ മുന്നോട്ടു വന്നു. ഇന്റർനാഷണൽ ഫണ്ട് ഫോർ അഗ്രിക്കൾച്ചറൽ ഡെവലപ്മെന്റ് (IFAD) അടക്കമുള്ള ബഹുരാഷ്ട്ര ഏജൻസികളുടെ സാമ്പത്തിക സഹായം കൂടിയായപ്പോൾ തമിഴ്നാട്, ആന്ധ്രാപ്രദേശ്, മഹാരാ

ഷ്ട്ര, കർണ്ണാടക സംസ്ഥാനങ്ങളിൽ സ്വയം സഹായസംഘങ്ങൾ വ്യാപകമായി. അവയ്ക്ക് വലിയ പ്രയാസമില്ലാതെ വായ്പ കിട്ടുവാനും തുടങ്ങി.

നബാർഡിന്റെ എസ് എച്ച് ജി ബാങ്ക് ലിങ്കേജ് പദ്ധതി ആരംഭിച്ച്

ഏതാണ്ട് ഒന്നരവർഷം കഴിഞ്ഞ് 1994 ഫെബ്രുവരിയിലാണ് ആലപ്പുഴ പദ്ധതിയിൽ മിതവ്യയ സമ്പാദ്യ വായ്പാ സംഘങ്ങൾ ഉടലെടുക്കുന്നത്. മേൽവിവരിച്ച സാർവ്വദേശീയ, ദേശീയ പശ്ചാത്തലം തന്നെയാണ് ആലപ്പുഴ മാതൃകയിൽ ഗ്രാമങ്ങളെക്കൂടി ഉൾക്കൊള്ളിച്ചുകൊണ്ട് മലപ്പുറത്ത് സാമൂഹ്യപോഷകാഹാര പദ്ധതിയുടെ ഭാഗമായി ആരംഭിച്ച അയൽക്കൂട്ടങ്ങളിൽ തുടക്കം മുതൽതന്നെ മിതവ്യയ സമ്പാദ്യ-വായ്പാ പ്രവർത്തനം ഉണ്ടായിവരാൻ കാരണമായത്.

2001 ലെ വാർഷികപദ്ധതിയുടെ ഭാഗമായി സ്വയംസഹായ സംഘങ്ങളുടെ സമ്പാദ്യ-വായ്പാ മാതൃകയെ ദാരിദ്ര്യ നിർമ്മാർജ്ജനത്തിനുള്ള ഒരു മാർഗ്ഗമായി ഇന്ത്യാ ഗവൺമെന്റ് അംഗീകരിച്ചു. സ്വയംസഹായ സംഘം എന്ന സംഘടനാരൂപം അതിന് രണ്ടുവർഷംമുമ്പ് ഇന്ത്യാഗവൺമെന്റ് അംഗീകരിച്ചിരുന്നു. സംയോജിത ഗ്രാമവികസന പദ്ധതി (Integrated Rural Development Programme- IRDP)യുടെ പുതിയ രൂപമായി 1999 ൽ പ്രഖ്യാപിക്കപ്പെട്ട സ്വർണ്ണ ജയന്തി ഗ്രാമ സ്വരോസ്ഗാർ യോജന (എസ് ജി എസ് വൈ) യിൽ സ്വയം സഹായ സംഘങ്ങളിലൂടെയുള്ള നിർവ്വഹണം നിർദ്ദേശിക്കപ്പെട്ടിരുന്നു. 1982-83 ൽ ഐ ആർ

ഡി പി യുടെ ഭാഗമായി അമ്പതുജില്ലകളിൽ പൈലറ്റ് അടിസ്ഥാനത്തിൽ തുടങ്ങി. 1994–95 ൽ രാജവ്യാപകമായി നടപ്പിലാക്കാൻ തുടങ്ങിയ ഗ്രാമീണ വനിതകളുടെയും കുട്ടികളുടെയും വികസനത്തിനായുള്ള പദ്ധതിയിൽ (Development of Women and Children in Rural Areas - DWCRA) 10 –15 സ്ത്രീകളടങ്ങുന്ന ഗ്രൂപ്പുകൾ തുടങ്ങിയിരുന്നു. എസ് ജി എസ് വൈ രൂപീകരിച്ചപ്പോൾ, DWCRA അതിൽ ലയിക്കപ്പെട്ടു. സ്വയം സഹായ സംഘം എന്ന പേരു വരുന്നത് എസ് ജി എസ് വൈയിലാണ്.

1994 ൽ മലപ്പുറത്താരംഭിച്ച പദ്ധതി ജില്ലയിൽ അന്നുണ്ടായിരുന്ന

ഐ ആർ ഡി പി മുതൽ എൻ ആർ എൽ എം വരെ

ഒരുപക്ഷേ, ലോകത്തെതന്നെ ഏറ്റവും വലിയ ദാരിദ്ര്യ നിർമ്മാർജ്ജന പദ്ധതികളിലൊന്നായിരുന്നു ഇന്റഗ്രേറ്റഡ് റൂറൽ ഡെവലപ്മെന്റ് പ്രോഗ്രാം. 'അന്ത്യോദയ' എന്ന ഗാന്ധിയൻ സങ്കല്പനത്തിൽ അധിഷ്ഠിതമായ ആ പദ്ധതി സ്വാതന്ത്ര്യത്തിന്റെ അമ്പതാം വാർഷിക സ്മരണികയായി പ്രഖ്യാപിച്ച പദ്ധതികളുടെ കൂട്ടത്തിൽ സുവർണ്ണജയന്തി ഗ്രാമസ്വരോസ്ഗാർ യോജന (എസ് ജി എസ് വൈ) എന്ന പേരിൽ പുതുക്കപ്പെട്ടു. പുതുക്കിയ പദ്ധതിയുടെ സവിശേഷത നിർവ്വഹണത്തിനായി സ്വയം സഹായ സംഘങ്ങളുടെ രൂപീകരണമായിരുന്നു. എസ് ജി എസ് വൈ പിന്നീട് നാഷണൽ റൂറൽ ലൈവ്‌ലിഹുഡ്സ് മിഷൻ (എൻ ആർ എൽ എം) എന്ന നിലയിൽ പുനരാവിഷ്കരിക്കപ്പെട്ടപ്പോൾ സ്വയം സഹായ സംഘങ്ങൾ പദ്ധതി നിർവ്വഹണത്തിനുള്ള സംഘടനാരൂപമെന്ന നിലയിൽ രാജ്യമാകെ വ്യാപിപ്പിക്കാനുള്ള തീരുമാനമുണ്ടായി. ഇന്ന് ഇന്ത്യയിൽ ദാരിദ്ര്യനിർമ്മാർജ്ജന പദ്ധതികളിൽ അധികവും നടപ്പാക്കപ്പെടുന്ന സംഘടനാ സംവിധാനമായി സ്വയം സഹായ സംഘങ്ങൾ മാറിക്കഴിഞ്ഞു.

94 ഗ്രാമപഞ്ചായത്തുകളിലും അഞ്ച് നഗരസഭകളിലും നടപ്പിലായി. ആലപ്പുഴയിൽനിന്നു വ്യത്യസ്തമായി മലപ്പുറത്ത് ബ്ലോക്കു തലത്തിലും ജില്ലാതലത്തിലും സി ഡി എസുകൾ ഉണ്ടായിരുന്നു. 1995 ൽ സി ഡി എസ് സംവിധാനം സംസ്ഥാനത്തെ 58 നഗരസഭകളിലേക്ക് വ്യാപിപ്പിക്കാൻ സംസ്ഥാന സർക്കാർ തീരുമാനിച്ചു. 1997 ൽ പ്രധാനമന്ത്രി സംയോജിത നഗരദാരിദ്ര്യ നിർമ്മാർജ്ജന പദ്ധതിയുടെ (PM UPEP) ഭാഗമായി 345 രണ്ടാം ക്ലാസ് നഗരങ്ങളിൽ സി ഡി എസ് സംവിധാനം വ്യാപിപ്പിക്കാനുള്ള കേന്ദ്ര സർക്കാർ പദ്ധതി പ്രഖ്യാപിക്കപ്പെട്ടു. കേരളത്തിലെ ഒമ്പത് നഗരസഭകൾ ആ പദ്ധതിയിൽ ഉൾപ്പെട്ടിരുന്നു.

1998 മേയ് 17 ന് മലപ്പുറത്ത് കോട്ടപ്പുറം മൈതാനത്തുവച്ചുനടന്ന

പ്രൗഢഗംഭീരമായ ചടങ്ങിൽവച്ച് ഇന്ത്യയുടെ അന്നത്തെ പ്രധാനമന്ത്രി അടൽബിഹാരി വാജ്പേയി കുടുംബശ്രീയുടെ സംസ്ഥാന തല ഉദ്ഘാടനം നിർവ്വഹിച്ചു. ഉദ്ഘാടനച്ചടങ്ങിൽ പതിനായിരക്കണക്കിന് സ്ത്രീകളാണ് പങ്കെടുത്തത്; അതിൽ ഭൂരിപക്ഷവും തലയിൽ തട്ടമിട്ട മുസ്ലീം സ്ത്രീകളും. യോഗത്തിനിടെ ഇത്രയേറെ സ്ത്രീകളെ യോഗത്തിൽ പങ്കെടുപ്പിക്കാൻ കഴിഞ്ഞതിനെപ്പറ്റി പ്രധാനമന്ത്രി അന്നത്തെ തദ്ദേശഭരണവകുപ്പ് മന്ത്രി പാലൊളി മുഹമ്മദുകുട്ടിയോട് അന്വേഷിച്ചു. സർക്കാരിന്റെ ഭാഗത്തുനിന്ന് സംഘാടനത്തിനായി പണമോ ശ്രമമോ നടത്തിയിട്ടില്ലെന്നും സ്ത്രീകൾ അവരുടെ നിലയിൽ വന്നു ചേർന്നതാണെന്നുമറിഞ്ഞ പ്രധാനമന്ത്രി അതിൽ ഏറെ സന്തുഷ്ടി പ്രകടിപ്പിച്ചു. കുടുംബശ്രീക്ക് പ്രത്യേക ധനസഹായം അനുവദിക്കുന്നതിന് കേന്ദ്ര ആസൂത്രണകമ്മീഷൻ ഉപാദ്ധ്യക്ഷനോട് ആവശ്യപ്പെടുകയും ചെയ്തു.

1998 നവംബറിൽ സംസ്ഥാന സർക്കാർ സംസ്ഥാന ദാരിദ്ര്യ നിർമ്മാർജ്ജന മിഷൻ (State Poverty Eradication Mission- SPEM) എന്നപേരിൽ കുടുംബശ്രീയെ ഒരു ചാരിറ്റബിൾ സൊസൈറ്റിയായി രജിസ്റ്റർ ചെയ്തു. 1994 മുതൽ പ്രവർത്തിച്ചുവന്നിരുന്ന നഗരദാരിദ്ര്യ ലഘൂകരണ സെൽ കുടുംബശ്രീ മിഷനിൽ ലയിപ്പിച്ചുകൊണ്ട് 1999 ൽ ഉത്തരവായതോടെ നഗരങ്ങളിൽ നടന്നുവന്നിരുന്ന സി ഡി എസ് വ്യാപനം കൂടി കുടുംബശ്രീ മിഷന്റെ ചുമതലയിലായി. ആഗസ്ത് 2000 ത്തോടെ 262 ഗ്രാമപഞ്ചായത്തുകളിലേക്ക് വ്യാപിപ്പിച്ചുകൊണ്ട് കുടുംബശ്രീയുടെ സംസ്ഥാനതല പ്രവർത്തനത്തിനു തുടക്കമായി.

കുടുംബശ്രീ സംസ്ഥാന വ്യാപകമായിത്തുടങ്ങുന്ന അതേ കാലഘട്ടത്തിൽത്തന്നെ ആന്ധ്രാപ്രദേശിൽ സമാനമായ വനിതാ പ്രസ്ഥാനം അവിടത്തെ സർക്കാർ രൂപീകരിക്കുന്നുണ്ട്. തമിഴ്നാട്ടിലാകട്ടെ, ആദ്യകാല മാതൃകകൾക്കുശേഷം 1997–98 മുതൽ വനിതാ പ്രസ്ഥാനം വ്യാപകമാക്കുന്നതിന് സംസ്ഥാന സർക്കാർ തുടക്കമിട്ടു. ആ രണ്ടു പ്രസ്ഥാനങ്ങളും കുടുംബശ്രീയേക്കാൾ ഏറെ വലുതാണെന്ന് പ്രത്യേകം പറയേണ്ടതില്ലല്ലോ. അവയും പിന്നീട് മറ്റു സംസ്ഥാനങ്ങളിൽ ഉയർന്നുവന്ന സമാനപ്രസ്ഥാനങ്ങളുമെല്ലാം അടിസ്ഥാനപരമായി സ്വയം സഹായ സംഘങ്ങളാണ്; മിതവ്യയസമ്പാദ്യ-വായ്പാ സംവിധാനമാണ് അവയുടെ മുഖ്യധർമ്മം. ഇന്നത്തെ കുടുംബശ്രീ അയൽക്കൂട്ടങ്ങളും അവയുമായി ഏറെ സാമ്യമുള്ളപ്പോൾത്തന്നെ കുടുംബശ്രീ അവയിൽനിന്ന് അടിസ്ഥാനപരമായി വ്യത്യസ്തമാണ്. ആ വ്യത്യാസം ചരിത്രപരവുമാണ്. നേരത്തേ സൂചിപ്പിച്ചതുപോലെ അയൽക്കൂട്ടമാണെന്നതാണ് ഒരു വ്യത്യാസം. ചരിത്രപരമായി രൂപപ്പെട്ടുവന്ന വഴികളിൽനിന്ന് കുടുംബശ്രീ സ്വാംശീകരിച്ച വികസനാവബോധമാണ് മറ്റൊരു വ്യത്യാസം.

കേരളത്തിൽ നടന്ന അധികാര വികേന്ദ്രീകരണത്തിന്റെയും ജന

ആലപ്പുഴ ഡി ബി എൻ വി രൂപം കൊടുത്ത ഒമ്പത് മാനദണ്ഡങ്ങൾ ഇവയായിരുന്നു:

1. പട്ടികജാതി/പട്ടിക വർഗ്ഗ കുടുംബങ്ങൾ
2. പരമാവധി ഒരാൾക്കു മാത്രം വരുമാനം.
3. കുടിൽ/താല്ക്കാലിക പുര
4. കക്കൂസിന്റെ അഭാവം
5. ശുദ്ധജല ദൗർല്ലഭ്യം
6. പരമാവധി രണ്ടുനേരം മാത്രം ഭക്ഷണലഭ്യത.
7. കുടുംബാംഗത്തിന്റെ സ്ഥിരം മദ്യപാനം.
8. കുടുംബത്തിൽ നിരക്ഷരനായ/നിരക്ഷരയായ അംഗം ഉണ്ടായിരിക്കുക.
9. അഞ്ചു വയസ്സിൽ താഴെ പ്രായമുള്ള ഒരു കുട്ടിയെങ്കിലും ഉണ്ടായിരിക്കുക.

കീയാസൂത്രണ പ്രസ്ഥാനത്തിന്റെയും മദ്ധ്യത്തിലാണ് കുടുംബശ്രീ എന്ന സംസ്ഥാന തല പ്രസ്ഥാനം ഉടലെടുക്കുന്നത് 1998 ൽ 'ഒമ്പതാം പദ്ധതി -ജനകീയ പദ്ധതി' എന്ന ബൃഹത്തായ കാമ്പയിൻ അതിന്റെ ഉച്ചസ്ഥായിയിൽ നില്ക്കുന്ന കാലത്ത്.

ഭരണഘടനയുടെ 73, 74 ഭേദഗതികൾ നടക്കുന്നത് 1992 ലാണ്. അതിനെത്തുടർന്ന് രാജ്യത്ത് ആദ്യമായി ഭേദഗതികൾക്കനുസരണമായ നിയമനിർമ്മാണം നടത്തിയ സംസ്ഥാനം കേരളമായിരുന്നു; 1994 ൽ പുതിയ പഞ്ചായത്ത് രാജ്, നഗരപാലികാ നിയമങ്ങളും അവയുടെ ചട്ടങ്ങളും പാസായി. സംസ്ഥാന തെരഞ്ഞെടുപ്പ് കമ്മീഷനും ഫിനാൻസ് കമ്മീഷനും നിലവിൽവന്നു. 1995 സെപ്തംബർ 18 ന് ഭരണഘടനാ ഭേദഗതി അനുശാസിക്കുന്ന തരത്തിൽ 29 വകുപ്പുകൾ ഗ്രാമപഞ്ചായത്തുകൾക്ക് കൈമാറിക്കൊണ്ട് സർക്കാർ ഉത്തരവായി.

ഇ എം എസ് നമ്പൂതിരിപ്പാട് പറഞ്ഞതുപോലെ വികേന്ദ്രീകരണ

അധികാരവികേന്ദ്രീകരണം

73, 74 ഭരണഘടനാ ഭേദഗതികളെത്തുടർന്ന് ഏതാണ്ട് ഒരു വർഷക്കാലം കൊണ്ടുതന്നെ പഞ്ചായത്ത് മുനിസിപ്പൽ നിയമങ്ങൾ ഉടച്ചുവാർക്കാൻ കേരളത്തിനു കഴിഞ്ഞു. 1994 ൽ പുതിയ നിയമങ്ങൾ നിലവിൽ വന്നു. കൂടാതെ തദ്ദേശ സ്വയംഭരണ സ്ഥാപനങ്ങളുടെ തെരഞ്ഞെടുപ്പ് നടത്താൻ സ്റ്റേറ്റ് ഇലക്ഷൻ കമ്മീഷൻ രൂപീകരിക്കപ്പെട്ടു. ധനകാര്യ സംബന്ധിയായ നിർദ്ദേശങ്ങൾ സമർപ്പിക്കാൻ സ്റ്റേറ്റ് ഫിനാൻസ് കമ്മീഷനും രൂപീകൃതമായി. 1995

സെപ്തംബർ മാസത്തിൽ ത്രിതല പഞ്ചായത്തുകളിലേക്കും നഗരസഭകളിലേക്കുമുള്ള തെരഞ്ഞെടുപ്പ് നടന്നു.

രണ്ടു മുന്നണികൾ മാറിമാറി അധികാരത്തിലെത്തുന്ന രാഷ്ട്രീയാന്തരീക്ഷം മേൽപ്പറഞ്ഞ നിയമങ്ങളെയോ നിയമത്തിന്റെ ഭാഗമായ സ്ഥാപനങ്ങളെയോ ഒരുതരത്തിലും ബാധിച്ചില്ല; എന്നു മാത്രമല്ല വർഷങ്ങൾ കടന്നുപോകെ അവ കൂടുതൽ ശക്തിയാർജ്ജിക്കുകയാണുണ്ടായത്. ഇത് തീർച്ചയായും കേരളത്തിലെ അധികാരവികേന്ദ്രീകരണത്തിന്റെ ശക്തിയാണ്.

ത്തന്റെ ശത്രുക്കൾ എന്നും ശക്തരായിരുന്നു. അതുകൊണ്ടുതന്നെ വകുപ്പു കൈമാറ്റം ഏട്ടിലെ പശുവായി ഒതുങ്ങിപ്പോകാനുള്ള സാദ്ധ്യതയുണ്ടായിരുന്നു. അതിനെ മറികടന്നുകൊണ്ടാണ് 1996 ൽ സംസ്ഥാന പദ്ധതി വിഹിതത്തിന്റെ ഏതാണ്ട് മൂന്നിലൊന്നുഭാഗം തദ്ദേശ സ്വയംഭരണസ്ഥാപനങ്ങൾക്കു കൈമാറാൻ തീരുമാനമുണ്ടായത്. ഒപ്പം ഒമ്പതാം പഞ്ചവത്സരപദ്ധതി ഒരു ജനകീയ കാമ്പയിനിലൂടെ രൂപപ്പെടുത്തിയെടുക്കുന്നതിന് ജനകീയാസൂത്രണപ്രസ്ഥാനം ആരംഭിച്ചു.

അപ്പോഴേക്കും ആലപ്പുഴ നഗരത്തിലും മലപ്പുറത്തും വികാസം പ്രാപിച്ച അയൽക്കൂട്ട - സി ഡി എസ് മാതൃക ദേശീയ ശ്രദ്ധയാകർഷിച്ചുകഴിഞ്ഞിരുന്നു. എല്ലാ നഗരസഭകളിലെയും ദാരിദ്ര്യ ലഘൂകരണ പരിപാടിയുടെ സംഘടനാസംവിധാനമായി അതിനെ ഉപയോഗിക്കാൻ സർക്കാർ തീരുമാനിച്ചിരുന്നു മുനിസിപ്പാലിറ്റികളിൽ സംഘടനാ വ്യാപനത്തിന് 1995 ൽ തീരുമാനം വന്നിരുന്നുവല്ലോ. 1996 ൽ അധികാര വികേന്ദ്രീകരണത്തിന്റെ ഭാഗമായ ഫണ്ടു കൈമാറ്റം നടക്കുകയും ജനകീയാസൂത്രണം ആരംഭിക്കുകയും ചെയ്തപ്പോൾ അയൽക്കൂട്ട- സി ഡി എസ് മാതൃക സംസ്ഥാന സർക്കാരിന്റെ പരിഗണനയിൽ വന്നു. അധികാരവികേന്ദ്രീകരണത്തെയും ഗ്രാമസഭാ കേന്ദ്രീകൃതമായ വികേന്ദ്രീകൃതാസൂത്രണം ശക്തിപ്പെടുത്തുന്നതിനെപ്പറ്റിയുമുള്ള സജീവ ചർച്ചകളിൽ ആ മാതൃക ഏറെ വിഷയീഭവിച്ചു. ജനകീയാസൂത്രണം മാതൃകയാക്കിയ പല പ്രാദേശികാസൂത്രണ മുൻകൈകളിലും അയൽക്കൂട്ടമെന്ന ആശയം സജീവമായിരുന്നുവെന്ന് നേരത്തേ സൂചിപ്പിച്ചിരുന്നല്ലോ. ഗ്രാമസഭകളിലെ ജനാധിപത്യപ്രക്രിയയെ കൂടുതൽ അർത്ഥപൂർണ്ണമാക്കാൻ കെല്പുള്ള ഒരു സംഘടനാ സംവിധാനമെന്ന നിലയ്ക്കാണ് അയൽക്കൂട്ടവും സിഡിഎസും ചർച്ചകളിൽ കടന്നുവന്നത്.

1997-ൽ സംസ്ഥാന സർക്കാർ അന്ന് സംസ്ഥാന ആസൂത്രണ ബോർഡ് അംഗമായിരുന്ന ഡോ. ടി എം തോമസ് ഐസക് അദ്ധ്യക്ഷനായി ഒരു സമിതിയെ അയൽക്കൂട്ട സി ഡി എസ് സംവിധാനം കേരളമാകെ വ്യാപിപ്പിക്കുന്നതിന്റെ സാദ്ധ്യതകൾ പഠിക്കുവാനായി ചുമതലപ്പെടുത്തി. വിവിധ ദാരിദ്ര്യ നിർമ്മാർജ്ജന-ദാരിദ്ര്യലഘൂകരണ പദ്ധതി

കൾ സംയോജിപ്പിച്ച് ഒരു സമഗ്ര പരിപാടിക്ക് രൂപം കൊടുക്കുമ്പോൾ, അധികാരവികേന്ദ്രീകരത്തിന്റെ പശ്ചാത്തലത്തിൽ അത്തരമൊരു സംഘടനാസംവിധാനത്തിന്റെ സാധുതയാണ് സർക്കാർ ആലോചിച്ചത്. അന്നത്തെ തദ്ദേശഭരണവകുപ്പ് സെക്രട്ടറി എസ് എം വിജയാനന്ദ്, നബാർഡിന്റെ ജനറൽ മാനേജരായിരുന്ന പ്രകാശ് ബക്ഷി എന്നിവരായിരുന്നു സമിതിയിലെ അംഗങ്ങൾ.

നിലവിലുള്ള അയൽക്കൂട്ട സി ഡി എസ് മാതൃകകൾ പരിശോധിച്ചു വിലയിരുത്തേണ്ടത് സ്വാഭാവികമായും ആ സമിതിയുടെ ഉത്തരവാദിത്വമായിരുന്നു. അതുവരെ വികസിതമായിരുന്ന മാതൃകകൾ തമ്മിൽ സാമ്യം പോലെ തന്നെ വ്യത്യാസങ്ങളുമുണ്ടായിരുന്നു. ഉദാഹരണത്തിന് ആലപ്പുഴ മാതൃകയിൽ നഗരസഭാതല സി ഡി എസും വാർഡുകളിൽ എ ഡി എസും ഉണ്ടായിരുന്നു. മലപ്പുറത്താകട്ടെ, ബ്ലോക്കുതലത്തിലും ജില്ലാതലത്തിലും സി ഡി എസ് രൂപവല്ക്കരിച്ചിരുന്നു. ഗ്രാമീണ സി ഡി എസിന്റെ മാതൃക മലപ്പുറത്താണല്ലോ ഉണ്ടായത്. ആലപ്പുഴയിൽ ആരംഭിച്ചിരുന്ന മിതവ്യയസമ്പാദ്യ-വായ്പാ പരിപാടി വിപുലമായി നടപ്പാക്കിയതും അതിനൊരു ഏകീകൃത സ്വഭാവം കൊണ്ടുവന്നതും മലപ്പുറത്താണ്. നൂറുരൂപയ്ക്ക് രണ്ടുരൂപ മാസപ്പലിശയെന്നത് മലപ്പുറത്തെ സ്ത്രീകൾ തന്നെ വച്ച നിർദ്ദേശമായിരുന്നു.

മലപ്പുറത്തെ അയൽക്കൂട്ട സി ഡി എസ് പരിപാടിയിൽ മിതവ്യയ സമ്പാദ്യ-വായ്പാ പരിപാടി നടപ്പിലാക്കിയത് മലപ്പുറത്തെപ്പറ്റി ഇതരപ്രദേശങ്ങളിലുള്ളവർക്കുണ്ടായിരുന്ന പല ധാരണകളും തെറ്റാണെന്ന് തെളിയിച്ചുവെന്ന് അന്ന് മലപ്പുറം കളക്ടറായിരുന്ന രാജീവ് സദാനന്ദൻ പറയുന്നുണ്ട്. പലിശ എത്രയെന്നടക്കം തീരുമാനിച്ചത് സ്ത്രീകളാണെന്നത് വളരെ പ്രസക്തമാണ്.

ജനകീയാസൂത്രണത്തിനുമുമ്പും അതിനോടൊപ്പവും കേരളത്തിൽ പലയിടത്തും രൂപംകൊണ്ടുവന്ന അയൽക്കൂട്ടങ്ങൾ പൊതുവേ ഫെഡറേഷൻ സംവിധാനത്തിലേക്ക് നീങ്ങിയിരുന്നില്ല. കല്യാശ്ശേരിയിലും മെഴുവേലിയിലും ഉള്ളൂരുമൊക്കെ ഗ്രാമപഞ്ചായത്തുതല വികസനസമിതി സജീവമായി പ്രവർത്തിച്ചിരുന്നപ്പോഴും അയൽക്കൂട്ടങ്ങൾ സ്വതന്ത്രമായി നിലനില്ക്കുകയാണുണ്ടായത്. ഗ്രാമപഞ്ചായത്തുകളുമായുള്ള ജൈവബന്ധമായിരുന്ന ആ അയൽക്കൂട്ടങ്ങളുടെ സവിശേഷത. പ്രാദേശിക വികസനം എന്ന അജണ്ട മുഖ്യമാക്കിയെടുത്ത അവയുടെ പ്രവർത്തനങ്ങളിൽ പൊതുവെ സമ്പാദ്യമോ വായ്പയോ ഉൾപ്പെട്ടിരുന്നുമില്ല. അതേസമയം പ്രാദേശികാസൂത്രണത്തിനായുള്ള ചർച്ചകളും പഠനങ്ങളും സംഘടിപ്പിക്കലും വികസനപദ്ധതികളുടെ നിർവ്വഹണം ഏറ്റെടുക്കലുമൊക്കെ സജീവ പരിഗണനകളായിരുന്നുതാനും. നീർത്തടാധിഷ്ഠിത വികസനം, വികേന്ദ്രീകൃത ഊർജ്ജാസൂത്രണം, വിഭവ ഭൂപട നിർമ്മാണം, സാമൂഹ്യ സാമ്പത്തിക സർവ്വേ, സാമൂഹ്യ നിയന്ത്രണത്തിലുള്ള ചെറുകിട കുടി

വെള്ളപദ്ധതികൾ, ശുചിത്വ പരിപാടികൾ എന്നിവയൊക്കെ അത്തരം അയൽക്കൂട്ടങ്ങൾ ഏർപ്പെട്ട മേഖലകളായിരുന്നു.

മിതവ്യയ സമ്പാദ്യത്തിന്റെ ആദ്യരൂപം

കേരളത്തിൽ പലയിടത്തുമുണ്ടായിരുന്ന അയൽപക്ക സംഘങ്ങളിൽ പലതരം സമ്പാദ്യരീതികളും പങ്കിടലും നില നിന്നിരുന്നു. മിതവ്യയ സമ്പാദ്യവും വായ്പയും എന്ന നിലയിൽ സംഘടനാരൂപത്തിന്റെ ഭാഗമായി അതുപക്ഷേ ആദ്യമായി കാണുന്നത് ആലപ്പുഴ ഡി സി എസിലാണ്. ആലപ്പുഴ നഗരസഭയിൽ 1994 ഫെബ്രുവരിയിൽ ഡി സി എസിനുള്ളിൽ മിതവ്യയസമ്പാദ്യ വായ്പാ സൊസൈറ്റികൾ ഉടലെടുത്തു. നബാർഡിന്റെ സഹായത്തോടെ അവയെ ബാങ്കുമായി ബന്ധിപ്പിച്ച് വായ്പയും ലഭ്യമാക്കി.

നഗരസഭകളിലേക്ക് വ്യാപനത്തിനായി തെരഞ്ഞെടുക്കപ്പെട്ടത് ആലപ്പുഴയുടെയും മലപ്പുറത്തിന്റെയും സ്വഭാവങ്ങൾ ചേർന്നൊരു മാതൃകയായിരുന്നു. എന്നാൽ ജനകീയാസൂത്രണത്തിന്റെ പശ്ചാത്തലത്തിൽ, ഗ്രാമസഭകളെ എങ്ങനെ ഫലപ്രദമായ ജനാധിപത്യഫോറങ്ങളാക്കി മാറ്റാമെന്ന ആലോചനയുടെ സാഹചര്യത്തിൽ മൂന്നാമത്തെ മാതൃകയും പ്രധാനം തന്നെയായിരുന്നു.

തോമസ് ഐസക് സമിതി അയൽക്കൂട്ട-സി ഡി എസ് സംവിധാനം സംസ്ഥാനതലത്തിൽ വ്യാപിപ്പിക്കാൻ ശുപാർശ ചെയ്തു. ആലപ്പുഴ-മലപ്പുറം മാതൃകകളിൽനിന്നും അധികാരവികേന്ദ്രീകരണത്തിന്റെ പശ്ചാത്തലത്തിൽ ഉരുത്തിരിഞ്ഞുവന്ന അയൽക്കൂട്ട മാതൃകകളിൽ നിന്നുമുള്ള ഘടകങ്ങൾ സംയോജിപ്പിച്ചും, ചിലവ ഒഴിവാക്കിയുമുള്ള ഒരു മാതൃകയാണ് സമിതി സംസ്ഥാനതല വ്യാപനത്തനായി നിർദ്ദേശിച്ചത്. സംഘടനാ സംവിധാനത്തിന്റെ രൂപഘടനയോടൊപ്പം വരാൻ പോകുന്ന സംഘടനയുടെ സ്വഭാവം, സംഘടനയും തദ്ദേശസ്വയംഭരണസ്ഥാനങ്ങളും തമ്മിലുള്ള ബന്ധം എന്നിവ സംബന്ധിച്ച് സുചിന്തിതമായ നിർദ്ദേശങ്ങൾ സമിതിയുടെ പശ്ചാത്തലത്തിൽ ഉയർന്നുവന്നു. കുടുംബശ്രീയുടെ സംഘടനാരൂപത്തെപ്പറ്റി അന്നുയർന്നുവന്ന നിർദ്ദേശങ്ങൾ ഏതാണ്ട് അതേപോലെ തുടർന്നു.

ഒന്നാമതായി, അയൽക്കൂട്ടങ്ങളും അവയുടെ രണ്ടുതലത്തിലുള്ള ഫെഡറേഷനുകളുമടങ്ങുന്ന ത്രിതല സംവിധാനം നിർദ്ദേശിക്കപ്പെട്ടു. അതുപ്രകാരം മലപ്പുറം മാതൃകയിലെ ബ്ലോക്ക്, ജില്ലാതല ഫെഡറേഷനുകൾ ആവശ്യമില്ല. മലപ്പുറം മാതൃകയിലെ ജില്ലാതല സി ഡി എസ് ഭാവിയിൽ ഒരു സംസ്ഥാനതല സി ഡി എസിന്റെ സാദ്ധ്യതയും നിലനിർത്തിയിരുന്നല്ലോ. കുടുംബശ്രീ സ്വീകരിച്ച സംഘടനയാകട്ടെ തദ്ദേശ സ്വയം

ഭരണതലത്തിലെ സി ഡി എസ് വരെയേ ഉള്ളൂ. ഫെഡറേഷൻ സംവിധാനം ഒരേ സംസ്ഥാന തല ദാരിദ്ര്യ നിർമ്മാർജ്ജനപദ്ധതിയുടെ സംഘടനാ സംവിധാനത്തിൽ പാവപ്പെട്ട സ്ത്രീകൾക്കുതന്നെ പരിഗണന കിട്ടണം എന്നൊരു ചിന്തയാണ് അത്തരമൊരു നിർദ്ദേശത്തിലേക്ക് എത്തിച്ചതെന്നു തോന്നുന്നു. സംസ്ഥാനതലഫെഡറേഷനൊക്കെയുള്ള ഒരു സംഘടനാ സംവിധാനം വന്നാൽ അതിൽ പാവപ്പെട്ട സ്ത്രീകൾ പുറന്തള്ളപ്പെട്ടുപോകാനുള്ള സാദ്ധ്യത ചർച്ച ചെയ്യപ്പെട്ടിരുന്നു. കുടുംബശ്രീയുടെ സംഘടനാ രൂപത്തെപ്പറ്റി അന്നുയർന്നുവന്ന നിർദ്ദേശങ്ങൾ ഏതാണ്ട് അതേപോലെ തുടർന്നു.

രണ്ടാമത്, വനിതാസംഘടനയും തദ്ദേശ സ്വയംഭരണ സ്ഥാപനങ്ങളുമായുള്ള ബന്ധം സംബന്ധിച്ച് വ്യക്തമായ നിർദ്ദേശങ്ങൾ മുന്നോട്ടുവയ്ക്കപ്പെട്ടു. അതിൽ പ്രധാനം, സി ഡി എസും തദ്ദേശ സ്വയംഭരണ സ്ഥാപനവും തമ്മിൽ പരസ്പര സഹകരണത്തിലൂന്നിയ ബന്ധമാണുണ്ടാകേണ്ടത് എന്നുള്ളതാണ്. ഒന്ന് മറ്റൊന്നിന് കീഴ്പ്പെട്ടല്ല പ്രവർത്തിക്കേണ്ടത്. തദ്ദേശസ്വയംഭരണ സ്ഥാപനങ്ങളെ പ്രാദേശിക സർക്കാർ എന്ന നിലയിൽ അംഗീകരിച്ചുവേണം സി ഡി എസ് പ്രവർത്തിക്കാൻ; അതേസമയം തദ്ദേശ സ്വയംഭരണ സ്ഥാപനങ്ങൾ സി ഡി എസിന്റെ സ്വയംഭരണാവകാശം അംഗീകരിക്കുകയും വേണം. ഇരു സ്ഥാപനങ്ങളും തമ്മിൽ വിവരങ്ങൾ കൈമാറുകയും സഹകരിച്ചു പ്രവർത്തിക്കുകയും വേണം. അതേസമയം തദ്ദേശസ്വയംഭരണ സ്ഥാപനങ്ങളുടെ സി ഡി എസ് കൈകാര്യം ചെയ്യുന്ന ധനത്തിന്റെ വിനിയോഗം സംബന്ധിച്ച് കണക്കുകൾ കൃത്യമായി നല്കുന്നതിന് സി ഡി എസിന് ഉത്തരവാദിത്തമുണ്ട്.

അധികാര വികേന്ദ്രീകരണത്തിന്റെ പശ്ചാത്തലത്തിൽ ആസൂത്രണം ചെയ്യപ്പെടുന്ന ഒരു സംസ്ഥാനതല ദാരിദ്ര്യനിർമ്മാർജ്ജന പദ്ധതി എന്ന നിലയ്ക്ക്, ഇന്ന് തിരിഞ്ഞുനോക്കുമ്പോൾ, കുടുംബശ്രീയുടെ രൂപീകരണത്തെയും വികസനത്തെയും നിർണ്ണയിച്ച പ്രധാന നിർദ്ദേശങ്ങളിലെല്ലാം ആ പശ്ചാത്തലത്തിന്റെ സ്വാധീനം വ്യക്തമായി കാണാം.

മുമ്പെങ്ങുമില്ലാത്ത അളവിൽ ധനം കൈകാര്യം ചെയ്യാൻ തദ്ദേശ സ്വയംഭരണ സ്ഥാപനങ്ങൾക്ക് വഴിതുറന്നിടുകയാണ് അധികാരവികേന്ദ്രീകരണം ചെയ്തത്. ഒരു സംസ്ഥാന സർക്കാരിൽ നിന്നോ ജില്ലാ ഭരണകൂടത്തിൽനിന്നോ വ്യത്യസ്തമായി ജനങ്ങൾ നേരിട്ടു നിരന്തരം ഇടപെടുന്നവയാണല്ലോ തദ്ദേശ സ്വയംഭരണ സ്ഥാപനങ്ങൾ. ഭരണഘടനാപരമായി നിർദ്ദേശിക്കപ്പെട്ട വകുപ്പുകൾ സംസ്ഥാന സർക്കാർ അവർക്ക് കൈമാറിക്കഴിഞ്ഞിരുന്നു. അതനുസരിച്ചുള്ള വികസന പ്രവർത്തനങ്ങൾക്കുള്ള പണവും കൈമാറി. ഉദ്യോഗസ്ഥ പുനർ വിന്യാസത്തിനുള്ള ശ്രമം ആരംഭിച്ചുകഴിഞ്ഞു. തദ്ദേശ സ്വയംഭരണ സ്ഥാപനങ്ങൾക്ക് അവരുടെ പദ്ധതി തയ്യാറാക്കാൻ ജനകീയാസൂത്രണപ്രസ്ഥാനവും ആരംഭിച്ചു. സംസ്ഥാനമൊട്ടാകെ ആലോചനായോഗങ്ങൾ, പതിനായിരക്കണക്കന് ആൾക്കാർ പങ്കെടുക്കുന്ന പരിശീലനങ്ങൾ, പുത്തൻ അധികാരം ഉപ

യോഗിക്കാനായി തയ്യാറെടുക്കുന്ന ജനപ്രതിനിധികൾ-കേരളമാകെ അലയടിച്ച ഒരു അഭൂതപൂർവ്വമായ ജനമുന്നേറ്റത്തിന്റെ പശ്ചാത്തലം. ആ സാഹചര്യത്തിൽ, ദാരിദ്ര്യനിർമ്മാർജ്ജനത്തിന്റെ പതാകവാഹകരാകേണ്ട ഒരു വനിതാപ്രസ്ഥാനം എങ്ങനെയായിരിക്കണം? അതായിരുന്നു ചോദ്യം. അതുകൊണ്ടുതന്നെയായിരിക്കണം തദ്ദേശ സ്വയംഭരണ സ്ഥാപനങ്ങളോട് ചേർന്നുള്ള പ്രവർത്തനത്തിന് വലിയ പ്രാധാന്യം ലഭിച്ചത്.

കുടുംബശ്രീ ഭരണസംവിധാനം

കുടുംബശ്രീ സംഘടനാ സംവിധാനത്തിന്റെ നടത്തിപ്പിനെ സഹായിക്കുന്ന ഔദ്യോഗിക വ്യവസ്ഥയാണ് കുടുംബശ്രീ മിഷൻ; അത് സംസ്ഥാന ദാരിദ്ര്യ നിർമ്മാർജ്ജന മിഷനാണ്. തദ്ദേശ സ്വയംഭരണ വകുപ്പ് മന്ത്രി അദ്ധ്യക്ഷൻ/അദ്ധ്യക്ഷമായ ഗവേർണിങ് ബോഡിയാണ് മിഷന്റെ ഭരണപരമായ ചുമതല നിർവ്വഹിക്കുന്നത്. അതിനു താഴെ തദ്ദേശ സ്വയംഭരണ വകുപ്പിന്റെ ചുമതലയുള്ള സെക്രട്ടറി അദ്ധ്യക്ഷ/അദ്ധ്യക്ഷൻ ആയുള്ള എക്സിക്യൂട്ടീവ് കമ്മിറ്റിയുമുണ്ട്. സംസ്ഥാന മിഷനുകീഴിൽ ഓരോ ജില്ലയിലും ജില്ലാ മിഷനുണ്ട്.

1995 ലെ യുനെസ്കോ പുരസ്കാരം ലഭിച്ചതിലൂടെ ആലപ്പുഴ മാതൃകയിലുള്ള സി ഡി എസ് ദേശീയ ശ്രദ്ധ ആകർഷിച്ചിരുന്നു. അതിന്റെ പശ്ചാത്തലത്തിലാണ് പ്രധാനമന്ത്രി - നഗരദാരിദ്ര്യ നിർമ്മാർജ്ജന പദ്ധതിയുടെ ഭാഗമായി 1997 ൽ രാജ്യത്തെ 345 നഗരങ്ങളിൽ ആ മാതൃക ഉപയോഗിക്കാൻ തീരുമാനിക്കപ്പെട്ടത്. അതിൽ കേരളത്തിലെ ഒൻപതു നഗരങ്ങൾ ഉൾപ്പെട്ടിരുന്ന കാര്യം നേരത്തേ സൂചിപ്പിച്ചുവല്ലോ. കേരളത്തിലെ 58 നഗരങ്ങളിലേക്ക് സി ഡി എസ് വ്യാപിപ്പിക്കാനുള്ള തീരുമാനം 1995 ലാണല്ലോ ഉണ്ടാകുന്നത്. അതൊക്കെ ആലപ്പുഴ മാതൃക തന്നെ. ആ സമയത്തുതന്നെ മലപ്പുറത്ത് ഗ്രാമീണ മാതൃക രൂപപ്പെട്ടുവരികയും ചെയ്തിരുന്നു. ആ രണ്ടു മാതൃകകളെയും, വികേന്ദ്രീകൃതാസൂത്രണവുമായി ചേർന്ന് അതിനകം ഉരുത്തിരിഞ്ഞുവന്നിരുന്ന മാതൃകയെയും സമന്വയിപ്പിക്കുന്ന ഒരു അയൽക്കൂട്ട-സി ഡി എസ് രൂപമാണ് 1997-98 ലെ ബഡ്ജറ്റിൽ പ്രഖ്യാപിക്കപ്പെട്ട സംസ്ഥാന ദാരിദ്ര്യ നിർമ്മാർജ്ജന മിഷനിൽ സ്വീകരിക്കപ്പെട്ടത്. 1999 ഏപ്രിൽ 1 ന് തദ്ദേശ സ്വയംഭരണവകുപ്പിൽ മിഷൻ പ്രവർത്തനം ആരംഭിച്ചു; 'കുടുംബശ്രീ' എന്ന പേരും തീരുമാനിക്കപ്പെട്ടു.

സംഘടനാ രൂപവും മിതവ്യയ സമ്പാദ്യ-വായ്പയും ആലപ്പുഴ മലപ്പുറം മാതൃകകളിൽനിന്ന്; പ്രാദേശിക സർക്കാരുകളുമായി ചേർന്ന് വികസന പ്രശ്നങ്ങളിൽ ഇടപെട്ടുള്ള സമീപനം വികേന്ദ്രീകൃതാസൂത്രണ

അയൽക്കൂട്ട മാതൃകയിൽ നിന്ന്. കുടുംബശ്രീയുടെ ആദ്യകാലരൂപഘടന അങ്ങനെയാണുണ്ടായതെന്നു കരുതാം. ഇതിന്റെയെല്ലാം അടിസ്ഥാനമായത് അയൽക്കൂട്ടം എന്ന ആശയവും. ആദ്യകാല കുടുംബശ്രീ നേതാക്കൾ പറഞ്ഞിരുന്നപോലെ 'ഒന്നു കൈകൊട്ടിയാൽ കേൾക്കാവുന്ന അകലത്തിലുള്ള വീടുകളിലെ സ്ത്രീകൾ ചേരുന്നതാണ് ഒരു അയൽക്കൂട്ടം. അവിടെ 'പാവപ്പെട്ട സ്ത്രീകൾ എന്ന പരിഗണനമാത്രമേയുള്ളൂ.

കുടുംബശ്രീ-രാഷ്ട്രീയ സമീപനം

എൺപതുകളുടെ രണ്ടാം പകുതിയിൽ ഇന്ത്യയിൽ പലയിടങ്ങളിലും വ്യാപിച്ച സ്വയം സഹായ സംഘങ്ങൾ ദാരിദ്ര്യത്തെ നേരിടാൻ ദരിദ്രരെ പ്രാപ്തരാക്കുക എന്ന സങ്കല്പത്തിൽ അധിഷ്ഠിതമായിരുന്നു. ഗ്രാമീണ മേഖലയുടെ ആവശ്യങ്ങൾക്കുതകുന്നതിൽ ബാങ്കിങ് മേഖല നേരിട്ട ദയനീയ പരാജയം അതിന്റെ പശ്ചാത്തലമൊരുക്കിയ യാഥാർത്ഥ്യങ്ങളിൽ ഒന്നായിരുന്നു. ബഹുഭൂരിപക്ഷം വരുന്ന ഇന്ത്യയിലെ ദരിദ്രരെ സംബന്ധിച്ചിടത്തോളം ബാങ്കുകൾ അവരുടെ ജീവിതത്തിൽ ഒരു ഘടകമേ ആയിരുന്നില്ല എന്നതാണ് സത്യം.

ഈ സാഹചര്യത്തിലാണ് മിതവ്യയ-സമ്പാദ്യ വായ്പയുമായി വനിതാ ഗ്രൂപ്പുകൾ രംഗപ്രവേശനം ചെയ്യുന്നത്. അതിനകം തന്നെ ശ്രദ്ധേയമായിക്കഴിഞ്ഞിരുന്ന ബംഗ്ലാദേശ് മാതൃക മുന്നിലുണ്ടായിരുന്നു താനും. പാവപ്പെട്ട വീടുകൾക്ക് വായ്പ ലഭ്യമാക്കാനുള്ള ഒരു മാതൃകയായി നബാർഡും ഭാരതീയ റിസർവ്വ് ബാങ്കും സ്വയംസഹായ സംഘങ്ങളെ തിരിച്ചറിഞ്ഞത് യാദൃച്ഛികമായിരുന്നില്ല.

ഇന്ത്യയിൽ രൂപമെടുത്ത ആദ്യകാല സ്വയം സഹായസംഘങ്ങൾ, പക്ഷേ, ബംഗ്ലാദേശ് മാതൃക അനുകരിച്ചുവെന്നു തോന്നുന്നില്ല. 'മൈറാഡ' (MYRADA) എന്ന സന്നദ്ധസംഘടനയുടെ ഗ്രൂപ്പുകൾ കർണ്ണാടകത്തിൽ ഉരുത്തിരിഞ്ഞുവന്നത് സവിശേഷമായ പ്രാദേശിക കാരണങ്ങളാലായിരുന്നു. പ്രാഥമിക കാർഷിക വായ്പാ സംഘങ്ങൾ പൂർണ്ണമായും ഭൂവുടമകളുടെ നിയന്ത്രണത്തിലാവുകയും പാവപ്പെട്ടവർക്ക് കൃഷി ചെയ്യാൻ വായ്പ കിട്ടാതാവുകയും ചെയ്തതായിരുന്നു മുഖ്യകാരണം. ആദ്യ സംഘങ്ങൾ രൂപീകരിക്കുമ്പോൾ ബംഗ്ലാദേശ് മാതൃക ശ്രദ്ധയിൽപ്പെട്ടിരുന്നില്ലെന്ന് മൈറാഡയുടെ മേധാവിയായിരുന്ന അലോഷ്യസ് ഫെർണാണ്ടസ് പറയുന്നുണ്ട്.

ബാങ്കുകളിലേക്ക് നടന്നു തീർക്കേണ്ട ദൂരം മാത്രമല്ല ഇന്ത്യൻ ഗ്രാമീണ സ്ത്രീകളെ വ്യവസ്ഥാപിത വായ്പാ സ്രോതസ്സുകൾ ഉപയോഗിക്കുന്നതിൽനിന്ന് തടയുന്നത്. ആ സ്ത്രീകളെയോ അവരുടെ കുടുംബങ്ങളെയോ ബാങ്കുകൾ തങ്ങളുടെ ഇടപാടുകാരായി കാണാൻതന്നെ തയ്യാറായിരുന്നില്ല. വായ്പയ്ക്ക് ഈടുവേണമല്ലോ. ദരിദ്രരായ മനുഷ്യർക്ക് ഈടു നല്കാൻ കൈവശമെന്തെങ്കിലും വേണ്ടേ?

ഈടുവയ്പിന്റെ ഒരു ബദൽ സാദ്ധ്യതയായാണ് സ്വയം സഹായ ഗ്രൂപ്പുകൾ സാമ്പത്തികരംഗത്ത് തെളിഞ്ഞത്. പാവപ്പെട്ട സ്ത്രീകളുടെ കൈയിൽ ഈടുവയ്ക്കാൻ ഒന്നുമില്ല. അങ്ങനെയെല്ലാം അവർ പരസ്പരം ഒരു കൂട്ടായ്മയുടെ ഉറപ്പു നല്കിയാലോ? അത് സാദ്ധ്യമാണെന്ന് ബംഗ്ലാദേശ് മാതൃക തെളിയിച്ചുകഴിഞ്ഞിരുന്നു താനും.

വ്യക്തമായും ഒരു നിയോലിബറൽ യുക്തി തന്നെയാണ് ഇതിനു പിന്നിൽ പ്രവർത്തിച്ചത്. ദാരിദ്ര്യ നിർമ്മാർജ്ജനത്തിൽ പരാജയപ്പെട്ട ഭരണകൂടം. ദരിദ്രർക്ക് വായ്പപോലും നല്കാൻ കഴിയാത്ത അവസ്ഥ. ആ സാഹചര്യത്തിൽ സ്ത്രീകൾ സ്വയം സംഘടിച്ച് കൂട്ടായ്മയിലെ 'പരസ്പര ഈട്' വച്ച് വായ്പയെടുത്ത് ദാരിദ്ര്യം മാറ്റാൻ ശ്രമിക്കുക.

നിയോലിബറൽ സമീപനത്തിന്റെ ഭാഗമായി രൂപപ്പെട്ടു വന്ന സംഘടന. അതിനെ നയിക്കുന്നതോ, എൻ ജി ഒ കൾ എന്ന ചുരുക്കപ്പേരിൽ അറിയപ്പെട്ടു തുടങ്ങിയിരുന്ന സന്നദ്ധ, സർക്കാരിതര സംഘടനകളും 1983 ൽ പ്രകാശ് കാരാട്ട് സാമ്രാജ്യത്വത്തിന്റെ ഏജന്റ് എന്നു വിളിച്ച എൻ ജി ഒകൾ. സ്വാഭാവികമായും ഇടതുപക്ഷത്തിന് സ്വീകാര്യമല്ലാത്തൊരു രാഷ്ട്രീയ സമീപനം രാജ്യത്ത് പലയിടത്തും വ്യാപിച്ച സ്വയംസഹായ സംഘങ്ങളുടെ വികാസത്തിൽ അടങ്ങിയിരുന്നു.

എൺപത്തിനാലിൽ അധികാരമേറ്റ രാജീവ് ഗാന്ധി സർക്കാർ എൻ ജി ഒ കൾക്ക് പ്രധാന സ്ഥാനമാണ് അദ്ദേഹത്തിന്റെ വികസന അജണ്ടയിൽ നല്കിയത്. അടിയന്തിരാവസ്ഥയ്ക്കുശേഷം ജനതാ സർക്കാർ ഭരണം കഴിഞ്ഞ് അധികാരത്തിൽ വന്ന ഇന്ദിരാഗാന്ധി മരണം വരെ എൻ ജി ഒ കൾക്ക് ഇടം കൊടുക്കാത്ത സമീപനം തന്നെയാണ് സ്വീകരിച്ചിരുന്നത്. ആ നിലയ്ക്ക് രാജീവ് ഗാന്ധി നല്കിയ പ്രവർത്തനോർജ്ജം എൻ ജി ഒ കൾക്ക് പുതുജീവൻ നല്കിയെന്നു തന്നെ പറയാം. സന്നദ്ധ സംഘടനകളോടുള്ള സമീപനം അടിമുടി മാറിയിരുന്നു. ബങ്കർ റോയ് ആസൂത്രണ കമ്മീഷൻ ഉപദേഷ്ടാവായി വരുന്നു; പല എൻ ജി ഒ നേതാക്കളും സുപ്രധാന തീരുമാനങ്ങളെടുക്കുന്ന സമിതികളിലേക്ക് ക്ഷണിക്കപ്പെടുന്നു. എൻ ജി ഒ കൾക്ക് സാമ്പത്തിക സഹായം നല്കുന്നതിന് 100 കോടിരൂപ ഏഴാം പഞ്ചാവത്സരപദ്ധതിയിൽ മാറ്റിവയ്ക്കപ്പെടുന്നു. കപാർട്ടിന്റെ (Council for Advancement of People's Action and Rural Technology (CAPART)) രൂപീകരണത്തോടൊപ്പം സംസ്ഥാന സർക്കാരുകളെയും ജില്ലാ ഗ്രാമവികസന ഏജൻസികളെയും എൻ ജി ഒ കളു

മായി സഹകരിച്ചുള്ള പ്രവർത്തനത്തിന് കേന്ദ്രസർക്കാർ പ്രോത്സാഹിപ്പിക്കുന്നു.

തങ്ങൾക്കു വീണ്ടെടുക്കാൻ കഴിഞ്ഞ വിശ്വാസ്യതയുടെ ആ പുതിയ ഇടം എൻ ജി ഒകൾ സജീവമായി ഉപയോഗിച്ചു. താച്ചർ-റീഗൻ പ്രത്യയശാസ്ത്രസമീപനം സൃഷ്ടിച്ച ഒരു വികസിതരാജ്യ പരിസരം അന്താരാഷ്ട്രതലത്തിൽ ഉണ്ടായിരുന്നു. അത് ധാരാളം വികസന ഫണ്ട് എൻ ജി ഒകൾ വഴി രാജ്യത്തെത്തുന്ന സ്ഥിതിയുണ്ടാക്കി. എൻ ജി ഒകൾ ഉയർത്തിക്കൊണ്ടുവന്ന സ്വയംസഹായ സംഘ പ്രസ്ഥാനത്തിന് സ്വീകാര്യത ലഭിക്കാനും ബാങ്ക് ലിങ്കേജ് പദ്ധതി യാഥാർത്ഥ്യമാകാനുള്ള സാഹചര്യമൊരുക്കിയതും അത്തരം ഘടകങ്ങളായിരുന്നുവെന്നു പറയാം.

രാഷ്ട്രീയപാർട്ടി വ്യത്യാസത്തിനപ്പുറം അടിസ്ഥാനപരമായി ഒരു ഇടതുപക്ഷ സമീപനം സ്വീകരിക്കുന്ന കേരളത്തിൽ എൻ ജി ഒ കളുടെ ഈ വസന്തകാലം അനുഭവവേദ്യമായില്ല. എന്നാൽ റിസർവ്വ് ബാങ്ക് അനുമതിയും നബാർഡിന്റെ പ്രോത്സാഹനം വന്നപ്പോൾ കേരളത്തിലും നിരവധി എൻ ജി ഒകൾ സ്വയം സഹായ സംഘങ്ങളെ പ്രോത്സാഹിപ്പിക്കാൻ മുന്നോട്ടുവന്നു. അവയിൽ ഗാന്ധിയൻ ഗ്രൂപ്പുകളും, വിവിധ ക്രിസ്ത്യൻ സഭകൾ നടത്തുന്ന സംഘടനകളും, ഇതര സാമൂഹ്യ സംഘടനകളുമൊക്കെ ഉണ്ടായിരുന്നു. സംസ്ഥാനത്തിന്റെ പല ഭാഗങ്ങളിലും ബാങ്ക് ലിങ്കേജ് പദ്ധതി നടപ്പാക്കിയതിന്റെ വിശദാംശങ്ങൾ ആ വർഷങ്ങളിലെ നബാർഡ് വാർഷിക റിപ്പോർട്ടുകളിൽ കാണാം.

ആലപ്പുഴ പദ്ധതിയും മലപ്പുറത്തെ ഗ്രാമീണ സി ഡി എസുമൊക്കെ രൂപം കൊണ്ടു കഴിഞ്ഞ് കുടുംബശ്രീ സംഘടനയുടെ സംസ്ഥാനതല വ്യാപനം പൂർത്തിയാക്കുന്നതുവരെയുള്ള കാലത്ത് എൻ ജി ഒകളുടെ മുൻകൈയിൽ കേരളമൊട്ടാകെ സ്വയം സഹായസംഘങ്ങൾ നിലവിൽ വന്നുകൊണ്ടിരുന്നു. തൊണ്ണൂറുകളുടെ ആദ്യപാദം മുതൽ ജനകീയാസൂത്രണ പരിപാടിയുടെ ആദ്യ വർഷങ്ങൾവരെ പ്രാദേശികാസൂത്രണവുമായി ബന്ധപ്പെട്ട അയൽക്കൂട്ടങ്ങളും വ്യാപകമായിരുന്നു; അവയുടെ ശ്രദ്ധപക്ഷേ, പ്രാദേശികാസൂത്രണത്തിലും വികസനത്തിലുമായിരുന്നു. 1995 ൽ നഗരങ്ങളിലേക്ക് സി ഡി എസ് മാതൃക വ്യാപിപ്പിക്കുന്ന പദ്ധതി ആരംഭിച്ചതും കേന്ദ്ര സർക്കാരിന്റെ എസ് ജി എസ് വൈ പദ്ധതി പ്രകാരം 1999 മുതൽ ബ്ലോക്കുകളിൽ സ്വയം സഹായ സംഘങ്ങൾ രൂപപ്പെട്ടു തുടങ്ങിയതും മുന്നദ്ധ്യായത്തിൽ പറഞ്ഞിരുന്നുവല്ലോ:

നിയോലിബറൽ വേരുകൾ വ്യക്തമായുള്ള സ്വയംസഹായസംഘമെന്ന സംഘടനാ രൂപത്തെ, ഇടതുപക്ഷത്തിന് പൊതുവേ അനഭിമതമായിരുന്ന എൻ ജി ഒകൾ ഏറ്റെടുത്തശേഷം ഒരു ഇടതുപക്ഷ സർക്കാർ, ദാരിദ്ര്യ നിർമ്മാർജ്ജനത്തിനുള്ള മിഷന്റെ സംഘടനാ മാതൃകയാക്കാൻ എന്തായിരിക്കും കാരണം?

സിവിൽ സമൂഹത്തിന്റെ ഇടങ്ങൾ (Space എന്ന അർത്ഥത്തിൽ) പിടിച്ചെടുക്കുകയെന്നത് ഇടതുപക്ഷ സർക്കാരുകളുടെ ശീലവും സ്വഭാ

വവുമാണെന്ന വിമർശനമാണ് എൻ ജി ഒ രംഗത്തുനിന്നുയർന്നത്. കുടുംബശ്രീ സംഘടനയുടെ സംസ്ഥാന വ്യാപനത്തോടെ കേരളത്തിൽ സിവിൽ സൊസൈറ്റിയുടെ പ്രവർത്തന സാദ്ധ്യതയും ഇടപെടൽ അവസരങ്ങളും കവർന്നെടക്കപ്പെട്ടു എന്നതാണ് അവർ ചൂണ്ടിക്കാട്ടുന്നത്. കുടുംബശ്രീ ഒരു സർക്കാർ പദ്ധതിയായി വന്നിരുന്നില്ലെങ്കിൽ വ്യത്യസ്ത എൻ ജി ഒ കളുടെ നേതൃത്വത്തിൽ രൂപപ്പെട്ടുവരുമായിരുന്ന സംഘടനകളുടെ ഒരു ബഹുസ്വരത സിവിൽ സൊസൈറ്റിക്ക് ശക്തമായൊരു മുതൽക്കൂട്ടാകുമായിരുന്നു എന്നും വാദിക്കപ്പെടുന്നുണ്ട്.

കുടുംബശ്രീയുടെ സംസ്ഥാനതല വ്യാപനം ശക്തമായ നിലയിൽ മുന്നോട്ടുപോകുമ്പോൾ നബാർഡ് റിപ്പോർട്ടുകളിൽ പ്രതിപാദിച്ചിരുന്നത് വിവിധ എൻജിഒകൾ നേതൃത്വം കൊടുത്തിരുന്ന സ്വയംസഹായ സംഘങ്ങളെപ്പറ്റിയായിരുന്നു. അവയുടെ ബാങ്ക് ലിങ്കേജ് നിലയൊക്കെ ക്രോഡീകരിക്കുന്ന റിപ്പോർട്ടുകളിലെങ്ങും കുടുംബശ്രീയെ കാണാനാവില്ല. അതായത്, കേരളത്തിലെ 'ഔദ്യോഗിക' സ്വയം സഹായ സംഘങ്ങൾ എൻ ജി ഒ കളുടെ നേതൃത്വത്തിൽ രൂപീകൃതമായവയായിത്തന്നെ തുടർന്നു. പിന്നീട്, സംസ്ഥാനതല വ്യാപനം ഏറെ മുന്നേറിക്കഴിഞ്ഞപ്പോൾ എൻ ജി ഒ കൾ ഭയപ്പെട്ടിരുന്നത് സംഭവിച്ചു. അവർ രൂപീകരിച്ച സംഘങ്ങളിൽ ഭൂരിപക്ഷവും കുടുംബശ്രീയിൽ ലയിക്കുകയോ ഇല്ലാതാവുകയോ ചെയ്തു. ആ രംഗത്ത് പ്രവർത്തിച്ചിരുന്ന സന്നദ്ധ സംഘടനകൾക്ക് വലിയ തിരിച്ചടിതന്നെയായിരുന്നു ആ സംഭവവികാസം.

നബാർഡിന്റെ ഔദ്യോഗിക മാതൃകയിലുള്ള സ്വയം സഹായ സംഘങ്ങളിൽനിന്ന് ഏറെ വ്യത്യസ്തമായിരുന്നു കുടുംബശ്രീ സംഘങ്ങൾ. നബാർഡ് അംഗീകരിക്കാതിരുന്നതിനും തുടർന്ന് ബാങ്കുകൾ ലിങ്കേജ് വായ്പ നല്കാൻ വിസമ്മതിച്ചതിനും ഒരു കാരണം അതായിരുന്നു. ആ വ്യത്യസ്തതകളിൽ തന്നെയാണ് കുടുംബശ്രീ സംഘടന ഒരു ഇടതുപക്ഷ സർക്കാരിന് സ്വീകാര്യമായതിന്റെ കാരണവും കണ്ടെത്താൻ കഴിയുക. ജനകീയാസൂത്രണത്തിന്റെ പശ്ചാത്തലം അവിടെ പരമപ്രധാനമാണ്. ഗ്രാമസഭാതലത്തിലെ പങ്കാളിത്ത ജനാധിപത്യത്തിലൂടെ തദ്ദേശ സ്വയംഭരണ സ്ഥാപനങ്ങളുടെ പദ്ധതി രൂപീകരിച്ചെടുക്കുന്നതിനുള്ള വലിയൊരു ജനകീയ പരിപാടിയുടെ പശ്ചാത്തലമായിരുന്നു അത്. ആ ഘട്ടത്തിൽ രൂപപ്പെടുന്ന ഒരു വനിതാ സംഘടന ഗ്രാമസഭകളുടെ ഉപസഭകൾപോലെ പ്രവർത്തിക്കാനുള്ള സാദ്ധ്യതയുണ്ടായിരുന്നു. പ്രാദേശിക വികസന പ്രശ്നങ്ങളിൽ ഇടപെടുന്ന, ആസൂത്രണ പ്രക്രിയയിൽ പങ്കാളികളാകുന്ന സ്ത്രീകൂട്ടായ്മകൾ എന്ന നിലയിലായിരുന്നു ആ സംഘടനയുടെ പ്രാഥമികമായ പ്രസക്തിയും സാദ്ധ്യതയും.

സ്വയം തെരഞ്ഞെടുക്കുന്ന വ്യക്ത്യധിഷ്ഠിതമായ പരിഗണനകൾ അടിസ്ഥാനമാക്കുന്ന സ്വയം സഹായ സങ്കല്പനത്തിൽനിന്ന് സത്തയിൽത്തന്നെ വ്യത്യസ്തമാണ് അയൽക്കൂട്ടമെന്ന സങ്കല്പം. സംഘടനയുടെ ആശയത്തിൽ മാത്രമല്ല, രൂപകല്പനയിലും കുടംബശ്രീ

അയൽക്കൂട്ടങ്ങൾ അതിനോടകം അംഗീകൃതവും പ്രബലവുമായിരുന്ന സ്വയംസഹായ സങ്കല്പനത്തിൽ നിന്ന് വേറിട്ടു നില്ക്കുന്നു. പത്തു മുതൽ 20 വരെ, അതായത് പരമാവധി 20 അംഗങ്ങൾ എന്ന സ്വയംസഹായ സംഘടനാ ചട്ടത്തെ പൂർണ്ണമായും നിരാകരിക്കുന്നതായിരുന്നു കുടുംബശ്രീ അയൽക്കൂട്ടങ്ങളുടെ രൂപഘടന. അവയ്ക്ക് 15 മുതൽ 40 വരെ കുടുംബങ്ങളായിരുന്നു അടിസ്ഥാന ഘടകം; ആ കുടംബങ്ങളെ പ്രതിനിധീകരിക്കുന്നതാകട്ടെ, സ്ത്രീകളും. ഒരു വീടിന് ഒരംഗമേ പാടുള്ളൂ; അതോടൊപ്പം ആലപ്പുഴ മാതൃക മുന്നോട്ടുവച്ച ദരിദ്ര കുടുംബങ്ങളെ കണ്ടെത്താനുള്ള 'ക്ലേശഘടകങ്ങൾ' അനുസരിച്ചാണ് അംഗത്വം തീരുമാനിച്ചത്.

അംഗത്വത്തിന് സന്നദ്ധമാവുന്ന കുടുംബങ്ങളിൽ ക്ലേശഘടകങ്ങൾ പ്രകാരം ദരിദ്രകടുംബത്തിനാണ് അംഗത്വം ലഭിക്കുക. അതാകട്ടെ, പരിസരത്തെ അർഹതയുള്ള ഏതു കുടുംബത്തിനുമാകാം. ആർക്കും തങ്ങളുടെ ഗ്രൂപ്പിലെ മറ്റംഗങ്ങളെ ഏതെങ്കിലും ഇഷ്ടാനിഷ്ടപ്രകാരം തെരഞ്ഞെടുക്കാൻ അവകാശമില്ല.

ഓരോ അയൽക്കൂട്ടത്തിലും തെരഞ്ഞെടുക്കപ്പെടേണ്ട മൂന്നു സന്നദ്ധ പ്രവർത്തകരുണ്ടായിരുന്നു. 'അടിസ്ഥാന സൗകര്യ വോളണ്ടിയർ', 'ആരോഗ്യദായക വോളണ്ടിയർ', 'വരുമാനദായക വോളണ്ടിയർ' എന്നീ പേരു

കളിലാണ് അവർ തെരഞ്ഞെടുക്കപ്പെട്ടത്. പേരുകൾ സൂചിപ്പിക്കുന്നതു പോലെ തദ്ദേശ സ്വയംഭരണ സ്ഥാപനങ്ങളുടെ പ്രവർത്തനങ്ങളുമായി ചേർന്നു നില്ക്കുന്ന വികസനസേവന പ്രവർത്തനങ്ങളായിരുന്നു അവരുടെ ചുമതല.

സംസ്ഥാനതല വ്യാപനത്തിനായി കേരളമൊട്ടാകെ നടന്ന പരിശീലനങ്ങളിലും അയൽക്കൂട്ട രൂപീകരണയോഗങ്ങളിലും 'ദാരിദ്ര്യത്തെ മനസ്സിലാക്കുവാനുള്ള ശ്രമം' എന്ന നിലയ്ക്കാണ് ചർച്ചകളും ക്ലാസുകളും നടന്നത്. ദാരിദ്ര്യത്തിന്റെ വിവിധ മാനങ്ങൾ പഠിച്ചും പഠിപ്പിച്ചുമാണ് യോഗങ്ങൾ മുന്നേറിയത്. കൃത്യമായ പഠനസാമഗ്രിയൊക്കെ കേന്ദ്രീകൃതമായി തയ്യാറാക്കി നല്കിയ ആ ചർച്ചകളൊന്നും സ്വയംസഹായ സങ്കല്പത്തെപ്പറ്റിയോ ബാങ്ക് വായ്പയെക്കുറിച്ചോ അല്ല സംസാരിച്ചിരുന്നതെന്ന് ശ്രദ്ധേയമാണ്.

ചുരുക്കത്തിൽ, മിതവ്യയ-സമ്പാദ്യ-വായ്പാ തന്ത്രത്തെ സ്വീകരിക്കുകയും വനിതാസംഘടനയെന്ന സ്വഭാവം നിലനിർത്തുകയും ചെയ്യുമ്പോഴും പ്രബലമായ സ്വയംസഹായ സംഘടനാ ചട്ടക്കൂടിനെ അവഗണിക്കുകയോ മുറിച്ചുകടക്കാൻ ശ്രമിക്കുകയോ ചെയ്യുന്ന ഒരുസമീപനം കുടുംബശ്രീയുടെ രൂപീകരണത്തിൽത്തന്നെ കാണാം. വ്യക്ത്യധിഷ്ഠിതമായ സ്വയംസഹായ സംഘത്തിൽനിന്ന് വ്യത്യസ്തമായി പ്രാദേശികാസൂത്രണത്തിനും വികേന്ദ്രീകൃതവികസനത്തിനുമുള്ള ഒരു പെൺകൂട്ടായ്മയായാണ് കുടുംബശ്രീ രൂപമെടുത്തത്. അതുതന്നെയാണ് രൂപീകരണത്തിന് നേതൃത്വം കൊടുത്ത ഇടതുപക്ഷ സർക്കാരിന്റെ സമീപനത്തിൽ അടങ്ങിയിരുന്ന രാഷ്ട്രീയസത്ത. നവലിബറൽ സമീപനത്തിലധിഷ്ഠിതമായ ഒരു സംഘടനാ സങ്കല്പത്തെ വ്യത്യസ്തമായ ഒരു രാഷ്ട്രീയ സമീപനത്തിലൂടെ മുറിച്ചുകടക്കുമ്പോഴും കുടുംബശ്രീ അംഗമായ സ്ത്രീയുടെ പ്രവർത്തനഭൂമികയിൽ കേരളത്തിലെ ഇടതുപക്ഷ മുഖ്യധാരയുടെ തന്നെ പ്രകടവും അന്തർലീനവുമായ ചില സ്വഭാവങ്ങൾ വല്ലാത്ത പരിമിതികൾ അടിച്ചേല്പിക്കുന്നുമുണ്ട്. അത് മറ്റൊരദ്ധ്യായത്തിൽ വിശദമായി പരിശോധിക്കുന്നുണ്ട്.

സംസ്ഥാനമാകെ അയൽക്കൂട്ടങ്ങൾ

അയലുകൾ കൂട്ടമായി, പെൺകൂട്ടായ്മയായി, നാടു മുഴുവൻ പടരുന്ന ചേതോഹരമായ ഒരുകാഴ്ചയ്ക്ക് സാക്ഷ്യം വഹിച്ചത് 2000 മുതൽ 2003 വരെയുള്ള കാലഘട്ടമാണ്. ഒരു സഹസ്രാബ്ദത്തിന്റെ അവസാനവും പുതിയതൊന്നിന്റെ തുടക്കവുമായ വർഷങ്ങൾ. കേരള സമൂഹത്തെ സംബന്ധിച്ചിടത്തോളം പരിമിതികൾ പലതുണ്ടെങ്കിലും, അവഗണിക്കാനാവാത്തൊരു പെൺകൂട്ടായ്മ സംസ്ഥാനതലത്തിൽ ഉയർന്നു വരുന്നത് അഭൂതപൂർവ്വമായ ഒരനുഭവം തന്നെയായിരുന്നു.

1998 മേയ് 17 ന് കുടുംബശ്രീയുടെ ഉദ്ഘാടനം കഴിഞ്ഞപ്പോൾ ആദ്യം നടന്നത് നഗരസഭകളിൽ അതിനകം ആരംഭിച്ചിരുന്ന പ്രവർത്തനം തുടരുകയായിരുന്നു. സംസ്ഥാന നഗരദാരിദ്ര്യമിഷനെ കുടുംബശ്രീയിൽ ലയിപ്പിച്ചുകൊണ്ട് സർക്കാർ ഉത്തരവ് ഇറക്കിയിരുന്നു. ആ പ്രവർത്തനം നടന്നുകൊണ്ടിരുന്നു.

സുവർണ്ണജയന്തി നഗര തൊഴിൽ പദ്ധതി (SJSRY)യുടെ ഭാഗമായി നഗരസഭകളിൽ സിഡി എസ് സംവിധാനത്തിന്റെ വ്യാപനം 1999 ൽ തുടങ്ങിയിരുന്നു. നഗരസഭകളിലെ ആരോഗ്യവകുപ്പിന്റെ നേതൃത്വത്തിലാണ് ആ പ്രവർത്തനം നടന്നിരുന്നത്. എസ് ജെ എസ് ആർ വൈയിലും നഗരദാരിദ്ര്യ മിഷന്റെ ഭാഗമായും നടന്ന സി ഡി എസ് രൂപീകരണ പരിപാടിയിൽ സ്വയംസഹായ സംഘത്തിന്റെ സംഘടനാരൂപമാണ് പ്രയോഗിക്കപ്പെട്ടത്. അയൽക്കൂട്ടം എന്ന സങ്കല്പം അതിലുണ്ടായിരുന്നില്ല. എന്നു മാത്രമല്ല, നഗരസഭകളുടെ പ്രവർത്തനങ്ങളിൽ പ്രത്യേകമായ എന്തെങ്കിലും പങ്ക് പുതുതായി രൂപപ്പെട്ടുവന്ന സി ഡി എസ് സംവിധാനത്തിന് ഉണ്ടായിരുന്നുമില്ല. കുടുംബശ്രീ രൂപീകരിക്കപ്പെട്ടശേഷം ആദ്യ രണ്ടു

വർഷത്തിൽ ഗ്രാമീണ മേഖലയിലേക്ക് അയൽക്കൂട്ടങ്ങളുടെ വ്യാപനം നടന്നതേയില്ല. ഗ്രാമീണ മാതൃക, മലപ്പുറത്തെ ഗ്രാമപഞ്ചായത്തുകളിൽ ഒതുങ്ങിനിന്നു. ഒപ്പം, വിവിധ പ്രദേശങ്ങളിൽ രൂപപ്പെട്ടുവന്ന വികേന്ദ്രീകൃതാസൂത്രണ സംബന്ധിയായ അയൽക്കൂട്ടങ്ങളുടെ രൂപത്തിലും അവ നിലനിന്നുപോന്നു.

സംസ്ഥാനതലത്തിൽ ഏകീകൃത സ്വഭാവമുള്ള അയൽക്കൂട്ട-സിഡിഎസ് സംവിധാനം വ്യാപിപ്പിക്കുന്നതിന് തടസ്സങ്ങൾ നിരവധിയായിരുന്നു. നഗരദാരിദ്ര്യനിർമ്മാർജ്ജന പ്രവർത്തനങ്ങളുടെയും എസ് ജെ എസ് ആർ വൈ പദ്ധതിയുടെയും ഭാഗമായി നഗരസഭകളിലാകെ അയൽക്കൂട്ട മാതൃകയിലല്ലാത്തതെങ്കിലും സംഘങ്ങൾ വ്യാപകമായി. ഗ്രാമീണ മേഖലയിലെ വ്യാപനത്തിൽനിന്ന് കുടുംബശ്രീയെ പിന്നോട്ടടിച്ച നിരവധി കടമ്പകളിൽ ഒന്ന്, ഒരു വിരോധാഭാസം പോലെ, എസ് ജെ എസ് ആർ വൈയുടെ സഹോദരപദ്ധതിയായി സ്വാതന്ത്ര്യത്തിന്റെ സുവർണ്ണജൂബിലി വർഷത്തിൽ പ്രഖ്യാപിക്കപ്പെട്ട, ഐ ആർ ഡി പിയുടെ പുതിയ അവതാരമായ എസ് ജെ എസ് വൈ പദ്ധതിയായിരുന്നു.

അതിനു പിന്നിൽ ഒരു കഥയുണ്ട്.

'അന്ത്യോദയ' എന്ന ഗാന്ധിയൻ ആശയത്തിൽ അധിഷ്ഠിതമായി 1977 ൽ മുൻ രാജസ്ഥാൻ ചീഫ് സെക്രട്ടറി മീത്താലാൽ മേത്ത രൂപം കൊടുത്ത ഒരു ദാരിദ്ര്യ നിർമ്മാർജ്ജന പദ്ധതി ഏറെ ശ്രദ്ധയാകർഷിച്ചിരുന്നു. ഓരോ ഗ്രാമത്തിലെയും, ഗ്രാമസഭ കണ്ടെത്തുന്ന ഏറ്റവും പാവപ്പെട്ട അഞ്ച് കുടുംബങ്ങൾക്ക് ഒരു ജീവനോപാധി സാദ്ധ്യതയുള്ള ആസ്തി നല്കലായിരുന്നു പദ്ധതിയുടെ ഉള്ളടക്കം. അടിയന്തിരാവസ്ഥയും ജനതാസർക്കാരും കടന്ന് 1980 ൽ വീണ്ടും അധികാരത്തിലെത്തിയപ്പോൾ ഇന്ദിരാഗാന്ധി മീത്താലാൽ മേത്തയുടെ ആശയം ഒരു ദേശീയ പദ്ധതിയിലേക്ക് സ്വീകരിച്ചു. അങ്ങനെ രൂപപ്പെട്ടതാണ് സംയോജിത ഗ്രാമീണ വികസന പദ്ധതി (Integrated Rural Development Programme - IRDP). ദാരിദ്ര്യനിർമ്മാർജ്ജന പദ്ധതികളിൽ, ഒട്ടേറെ പരിമിതികളോടെയെങ്കിലും രണ്ടുപതിറ്റാണ്ടോളം, ലോകത്തെതന്നെ ഏറ്റവും വലിയ സ്വയം തൊഴിൽ പദ്ധതിയായി ഐ ആർ ഡി പി തുടർന്നു.

ഐ ആർ ഡി പി പദ്ധതിയുടെ പുതുക്കിയ പതിപ്പായാണ് 1999 ൽ സ്വർണ്ണജയന്തി ഗ്രാമ സ്വരോസ്ഗാർ യോജന (SGSY) പ്രഖ്യാപിക്കപ്പെട്ടത്. ഐ ആർ ഡി പി യെപ്പറ്റി നടന്ന പല പഠനങ്ങളെ അടിസ്ഥാനമാക്കി പാവപ്പെട്ടവർക്ക് വ്യക്തിഗത ആസ്തി വിതരണം ചെയ്യുന്നതിലൂടെയുണ്ടാകുന്ന ഗുണഫലത്തിന്റെ പരിമിതികൾ മറികടക്കുന്നതിനുതകുന്നതരത്തിലാണ് എസ്ജിഎസ് വൈ വിഭാവനം ചെയ്യപ്പെട്ടത്. വ്യക്തിഗത ആസ്തിവിതരണത്തിനുപകരം സ്വയം സഹായ സംഘങ്ങളിലൂടെ ബാങ്ക് ലിങ്കേജ് വായ്പ നല്കിക്കൊണ്ട് ഗ്രൂപ്പ് സംരംഭങ്ങൾ തുടങ്ങുന്ന

തിനാണ് എസ് ജി എസ് വൈ ലക്ഷ്യമിട്ടത്. നിർവ്വഹണം, ഐ ആർ ഡി പിയുടെ തുടർച്ചയായി (District Rural Development Agency - DRDA) ഡി ആർ ഡി എ കളെ ഏല്പിച്ചു. കേരളത്തിൽ ഗ്രാമ വികസന വകുപ്പിന്റെ കീഴിലായിരുന്നു പദ്ധതി. ഗ്രാമവികസന ബ്ലോക്കുകളിൽ സ്വയംസഹായ സംഘങ്ങൾ രൂപീകരിച്ച് പദ്ധതി നടപ്പാക്കുന്ന ചുമതല ഡി ആർ ഡി എ കൾ ഏറ്റെടുത്തു.

കുടുംബശ്രീ ആരംഭിക്കുമ്പോൾ കേരളത്തിൽ തദ്ദേശഭരണ വകുപ്പും ഗ്രാമവികസന വകുപ്പും പ്രത്യേകമായുണ്ട്. രണ്ടിനും മന്ത്രിമാരും വകുപ്പുസെക്രട്ടറിമാരും അവർക്കു താഴെ ഉദ്യോഗസ്ഥവൃന്ദവുമുണ്ട്. തദ്ദേശഭരണവകുപ്പിൽ പഞ്ചായത്ത് ഭരണത്തിനും മുനിസിപ്പൽ ഭരണത്തിനും പ്രത്യേക ഡയറക്ടറേറ്റുകൾ; ഗ്രാമവികസനവകുപ്പിനു കീഴിൽ കമ്മീഷണറേറ്റും അനുബന്ധ ഉപവകുപ്പുകളും.

സംസ്ഥാന ഗ്രാമവികസനവകുപ്പ് എല്ലാക്കാലത്തും സവിശേഷതകളുള്ള ഒന്നായിരുന്നു. ഗ്രാമവികസനത്തിനുള്ള കേന്ദ്രപദ്ധതികളെല്ലാം തന്നെ നിർവ്വഹിക്കപ്പെട്ടിരുന്നത് റൂറൽ ഡെവലപ്മെന്റ് ബ്ലോക്കുകളിൽ ഗ്രാമവികസനവകുപ്പിന്റെ ജില്ലാ ഏജൻസി വഴിയായിരുന്നു. സ്വാതന്ത്ര്യാനന്തര കാലഘട്ടം മുതൽ സാനിട്ടേഷൻ, റോഡുവികസനം, പശ്ചാത്തല വികസനം എന്നിവയെല്ലാമുൾപ്പെട്ട ഗ്രാമവികസന പരിപാടികൾ നടപ്പിലാക്കാൻ പരിശീലനം ലഭിച്ചവരായിരുന്നു വകുപ്പിലെ ഉദ്യോഗസ്ഥർ. ഗ്രാമസേവകർ മുതൽ മുകളിലോട്ടുള്ള വകുപ്പുദ്യോഗസ്ഥരെ ഗ്രാമവികസനത്തിന്റെ പ്രമുഖ ഏജൻസിയായി ജനങ്ങളും തിരിച്ചറിഞ്ഞിരുന്നു. വെളിയിടങ്ങളിലെ മലവിസർജ്ജനം അവസാനിപ്പിക്കുന്നതു മുതൽ സ്കൂൾകെട്ടിടങ്ങളും റോഡുകളും നിർമ്മിക്കുന്നതുവരെയുള്ള ഉത്തരവാദിത്വങ്ങൾ ആ ഉദ്യോഗസ്ഥരാണ് നിർവ്വഹിച്ചുപോന്നത്. 1980 മുതൽ ഐ ആർ ഡി പിയിലൂടെ ഗ്രാമീണരിലെ പാവപ്പെട്ടവരുടെ കുടുംബങ്ങളിലേക്ക് ജീവനോപാധി പദ്ധതികൾ കൊണ്ടുവന്നതും അവർതന്നെ. കുടുംബശ്രീ രൂപം കൊള്ളുന്നവർഷങ്ങളിൽ അവരുടെ നേതൃത്വത്തിൽ ബ്ലോക്കുകളിൽ ആണ്ടിലിത്ര എന്ന കണക്കിൽ സ്വയം സഹായസംഘങ്ങൾ രൂപീകരിക്കപ്പെട്ടിരുന്നു. ആ സംഘങ്ങൾക്ക് സംരംഭങ്ങൾ തുടങ്ങാനും ആസ്തികൾ വാങ്ങാനും ബാങ്ക്വായ്പ ലഭിക്കുകയും ചെയ്തിരുന്നു.. കുടുബശ്രീ ആദ്യം നഗരങ്ങളിൽ വ്യാപിച്ചതുകൊണ്ട് ഗ്രാമവികസന വകുപ്പ് അതിൽ അത്ര ഗൗരവം കല്പിച്ചതുമില്ല.

കുടുംബശ്രീ തദ്ദേശഭരണ വകുപ്പിനു കീഴിലാണല്ലോ തുടങ്ങിയത്. വികേന്ദ്രീകരണത്തിനുമുമ്പത്തെ തദ്ദേശ ഭരണ വകുപ്പ് വലിയ വികസന പാരമ്പര്യമൊന്നുമുള്ളതായിരുന്നില്ല. കാശും ആളുമില്ലാത്ത പഞ്ചായത്തുകളും ആസ്തിയില്ലാത്ത കുറേ നഗരസഭകളും അവയുടെ ഭരണകാര്യങ്ങൾക്കപ്പുറം ആ വകുപ്പിന് കാര്യമായ വികസനചുമതലയൊന്നും

ഉണ്ടായിരുന്നില്ല. അധികാരവികേന്ദ്രീകരണവും ജനകീയാസൂത്രണവും തുടങ്ങിയതോടെയാണ് തദ്ദേശഭരണവകുപ്പ് ശ്രദ്ധാകേന്ദ്രമായി മാറിയത്. തദ്ദേശസ്വയംഭരണ വകുപ്പിനുകീഴിൽ രൂപീകരിക്കപ്പെട്ടതുതന്നെ കുടുംബശ്രീയെ സർക്കാർ എങ്ങനെയാണ് കണ്ടത് എന്നതിന് നിദർശനമാണ്.

രൂപീകരണത്തിനുശേഷം, നഗരസഭകളിലൊതുങ്ങിയ ആദ്യകാല പ്രവർത്തനങ്ങൾ കടന്ന് കുടുംബശ്രീ ഗ്രാമീണ വ്യാപനമെന്ന ഘട്ടത്തിലേക്കു കടന്നപ്പോൾ സ്വാഭാവികമായും ചോദ്യങ്ങളുയർന്നു. നിലവിൽ ഗ്രാമവികസന വകുപ്പ് എസ് ജി എസ് വൈയുടെ ഭാഗമായി രൂപീകരിക്കുന്ന സ്വയംസഹായ സംഘങ്ങൾ ഉള്ളപ്പോൾ വീണ്ടും എന്തു സംഘങ്ങളാണ് കുടുംബശ്രീ ഉണ്ടാക്കാൻ പോകുന്നത്? അങ്ങനെ പുതിയ സംഘങ്ങളുണ്ടാക്കിയാൽ നിലവിലുള്ളവയ്ക്ക് എന്തു സംഭവിക്കും?

യഥാർത്ഥത്തിൽ ഗ്രാമവികസന വകുപ്പിന്റെ പദ്ധതിയും കുടുംബശ്രീയും രണ്ടുവഴികളിലൂടെ വന്നവയായിരുന്നു. എങ്കിലും രണ്ടിന്റെയും ലക്ഷ്യം ഒന്ന് - ദാരിദ്ര്യ നിർമ്മാർജ്ജനം. എസ് ജി എസ് വൈ 75% കേന്ദ്ര സർക്കാർ ധനസഹായമുള്ള കൃത്യമായ ഘടനയും രൂപവുമുള്ള പദ്ധതി; കുടുംബശ്രീയാണെങ്കിൽ എങ്ങനെയാണ് ദാരിദ്ര്യ നിർമ്മാർജ്ജനം നടത്താൻ പോകുന്നതെന്ന് വ്യക്തമായിരുന്നില്ലതാനും. എസ് ജി എസ് വൈയുടെ വാർഷിക ലക്ഷ്യമനുസരിച്ച് സംഘങ്ങൾ രൂപീകരിച്ച് മുന്നോട്ടുപോവുകയാണ് ഗ്രാമവികസന വകുപ്പിന്റെ ജില്ലാ ഏജൻസികൾ ചെയ്തു പോന്നത്. അവിടെയാണ് തദ്ദേശഭരണവകുപ്പ് ജനകീയാസൂത്രണത്തിന്റെ അനുബന്ധപരിപാടിയായി വലിയൊരു കാമ്പയിനിലൂടെ സമാനസ്വഭാവമുള്ള സംഘങ്ങളുണ്ടാക്കാൻ തീരുമാനിച്ചത്. സംസ്ഥാന സർക്കാരിന്റെ വലിയൊരു പദ്ധതിയുടെ ഭാഗമായിവന്ന തീരുമാനമായിട്ടും ഒരുപാട് ചോദ്യങ്ങളുയർന്നു; അത് സ്വാഭാവികമായിരുന്നു താനും.

ജനകീയാസൂത്രണപ്രസ്ഥാനം മുന്നോട്ടുവച്ച സമീപനം അതേവരെയുള്ള വികസന പദ്ധതികളിൽനിന്ന് തികച്ചും വ്യത്യസ്തമായിരുന്നു. ഗ്രാമപഞ്ചായത്തുകളും നഗരസഭകളും ആളും ആസ്തിയും പണവുമുള്ള സ്ഥാപനങ്ങളായി മാറി. തദ്ദേശ സ്വയംഭരണ സ്ഥാപനങ്ങളിൽ താഴെനിന്നുള്ള പദ്ധതി രൂപീകരണത്തിന് ശക്തമായ മനുഷ്യവിഭവശേഷി ഒരുങ്ങി. തദ്ദേശ സ്വയംഭരണ സ്ഥാപനങ്ങളുടെ പദ്ധതികളിലേക്ക് ട്രൈബൽ സബ് പ്ലാനിന്റെയും (ടി എസ് പി) ഷെഡ്യൂൾഡ് കാസ്റ്റ് സബ് പ്ലാനിന്റെയും (സ്പെഷ്യൽ കമ്പൊണന്റ് പ്ലാൻ - എസ് സി പി) മൂന്നിൽ രണ്ടു ശതമാനം തുക കൈമാറ്റം ചെയ്യപ്പെട്ടു. സ്ത്രീപരിഗണന മുൻനിർത്തി വനിതാ ഘടകപദ്ധതി പ്രഖ്യാപിക്കപ്പെട്ടു. ഇതിനെല്ലാം പുറമെ ദാരിദ്ര്യ നിർമ്മാർജ്ജനത്തിനായി ആന്റി പോവർട്ടി സബ് പ്ലാനും ഉണ്ടായി. ദാരിദ്ര്യത്തിനും വിവിധ വിഭാഗങ്ങൾ അനുഭവിച്ചുപോന്നിരുന്ന ക്ലേശങ്ങൾക്കു

മെതിരായ വലിയ കടന്നാക്രമണമായി ജനകീയാസൂത്രണം മാറുകയായിരുന്നു. അതിനാവശ്യമായ സംഘടനാ സംവിധാനങ്ങളിലേക്കാണ് കുടുംബശ്രീയെന്ന അയൽക്കൂട്ട ശൃംഖലയുടെ രംഗപ്രവേശം. ആന്റിപോവർട്ടി സബ് പ്ലാനും വനിതാഘടകപദ്ധതിയും പട്ടികജാതി ഉപപദ്ധതിയുമൊക്കെ രൂപപ്പെടുത്തുന്നതിനുള്ള ദരിദ്രരുടെ സംഘടനാ സംവിധാനമായി വിഭാവനം ചെയ്യപ്പെട്ട കുടുംബശ്രീയുടെ കാര്യത്തിൽ സംസ്ഥാന സർക്കാരിന് എതിർപ്പുകളെ നേരിട്ട് മുന്നോട്ടുപോവുകയേ വഴിയുണ്ടായിരുന്നുള്ളൂ.

കുടുംബശ്രീയുടെ വ്യാപനം തുടങ്ങുന്ന ഘട്ടത്തിൽ പക്ഷേ, സർക്കാർ തലത്തിൽ ഒരു നിർദ്ദേശം വന്നിരുന്നു. കുടുംബശ്രീയുടെ ചുമതലക്കാരായി ഗ്രാമവികസന ഉദ്യോഗസ്ഥർ വരിക എന്നതായിരുന്നു ആ നിർദ്ദേശം. ഗ്രാമവികസനത്തിൽ പരിശീലനം കിട്ടിയിട്ടുള്ള വകുപ്പുദ്യോഗസ്ഥർക്ക് കുടുംബശ്രീയുടെ ചമതല നന്നായി വഹിക്കുവാൻ കഴിയുമായിരുന്നു. ഗ്രാമവികസന വകുപ്പിനും കുടംബശ്രീക്കും ഗുണകരമാകുമായിരുന്ന ആ നിർദ്ദേശം നടപ്പായില്ല.

കുടുംബശ്രീയുടെ വ്യാപനത്തിന്റെ ഒന്നാംഘട്ടം കഴിഞ്ഞതോടെതന്നെ ചിത്രം വ്യക്തമായി. എസ്ജി എസ് വൈ അയൽക്കൂട്ടാംഗങ്ങൾ കുടുംബശ്രീയിലേക്കുപോയി. വലിയൊരു കാമ്പയിൻ സൃഷ്ടിച്ച സാമൂഹ്യ ചലനത്തിന്റെ ഭാഗമായാണ് അത് സംഭവിച്ചത്. എന്നിരുന്നാലും ആ ചലനത്തിനപ്പുറം, രണ്ട് സംഘടനാ രൂപങ്ങൾ തമ്മിലുള്ള വ്യത്യാസവും അവ മുന്നോട്ടുവച്ച സമീപനങ്ങളിലെ അന്തരവും അത്തരമൊരു മാറ്റത്തിന് അടിത്തറയിടുകയും ചെയ്തു.

'അന്ത്യോദയ' സങ്കല്പത്തിൽ അധിഷ്ഠിതമായ ഐ ആർ ഡി പിയുടെ പുതിയ രൂപമായിരുന്നല്ലോ എസ് ജി എസ് വൈ. ഗ്രൂപ്പ് സമീപനമായിരുന്നു എസ് ജി ഐ എസ് വൈയുടെ കാതൽ. ഗ്രൂപ്പുകൾ രൂപീകരിച്ച് അവയിലൂടെ ഉപജീവന സംരംഭങ്ങൾ വ്യാപിപ്പിക്കലായിരുന്നു പദ്ധതി. ആ ഒറ്റ ലക്ഷ്യം വച്ച്, ഓരോ വർഷവും ഗ്രാമവികസന വകുപ്പ് നിർണ്ണയിക്കുന്ന എണ്ണം ഗ്രൂപ്പുകൾ ഓരോ ബ്ലോക്കിലും രൂപീകരിച്ച് സംരംഭങ്ങൾ ആരംഭിക്കലായിരുന്നു സമീപനം.

ഇന്ന് തിരിഞ്ഞുനോക്കുമ്പോൾ, സംരംഭങ്ങൾ നടത്തുന്നതിനായുള്ള ഗ്രൂപ്പുകൾ എന്ന നിലയിലുള്ള സാംഗത്യമേ എസ് ജി എസ് വൈ സംഘങ്ങൾക്കുണ്ടായിരുന്നുള്ളൂ എന്ന് കാണാൻ പ്രയാസമില്ല. പിന്നീട് നബാർഡ് പ്രോത്സാഹിപ്പിച്ചതും കുടുംബശ്രീ പാട്ടകൃഷി രംഗത്ത് വലിയതോതിൽ ഏറ്റെടുത്തതുമായ ജോയിന്റ് ലയബലിറ്റി ഗ്രൂപ്പിന്റെ (ജെ എൽ ജി) ഒരു പ്രാഗ്രൂപമായോ മറ്റോ ആകും എസ് ജി എസ് വൈ സംഘങ്ങളെ കാണാൻ കഴിയുക. സംരംഭരൂപീകരണത്തിനും നടത്തിപ്പിനുമപ്പുറം അവയ്ക്ക് പ്രസക്തിയില്ല.

അതേസമയം, കുടുംബശ്രീ അയൽക്കൂട്ടങ്ങളാകട്ടെ, അതുവരെ ഉണ്ടായിവന്നിരുന്ന സ്വയം സഹായ സംഘങ്ങളിൽനിന്ന് വ്യത്യസ്തമായി പ്രാദേശിക വികസനരംഗത്ത് ഉയർന്നുവന്ന മാതൃകയുടെ വികസനാഭിമുഖ്യവുമായാണ് രംഗപ്രവേശം ചെയ്തത്. സംസ്ഥാനതല വ്യാപനത്തിനായി തയ്യാറാക്കിയ പരിശീലനസാമഗ്രികൾ സംസാരിച്ചത് ദാരിദ്ര്യത്തെപ്പറ്റിയും ദാരിദ്ര്യത്തെ മറികടക്കാനുള്ള വികസന തന്ത്രങ്ങളെക്കുറിച്ചുമെല്ലാമാണ്. 'സ്ത്രീകളിലൂടെ കുടുംബങ്ങളിലേക്ക്; കുടുംബങ്ങളിലൂടെ സമൂഹത്തിലേക്ക്' എന്നതായിരുന്നു ആ പ്രസ്ഥാനം മുന്നോട്ടു വച്ച മുദ്രാവാക്യം. സ്വയംസഹായ സംഘങ്ങളുടെ നിലനിന്ന സംഘടനാരൂപം കുടുംബശ്രീ അയൽക്കൂട്ടം സ്വീകരിച്ചതുമില്ല. അവിടെനിന്ന് മിതവ്യയ സമ്പാദ്യവുംവായ്പയും മാത്രം സ്വീകരിച്ചു. സന്ദേശം വ്യക്തമായിരുന്നു. വികേന്ദ്രീകരണത്തിലൂടെ ശക്തിപ്രാപിച്ച തദ്ദേശ സ്വയംഭരണസ്ഥാപനങ്ങൾ ജനകീയാസൂത്രണ പ്രസ്ഥാനത്തിലൂടെ ഒരുപുത്തൻ വികസന സമീപനം മുന്നോട്ടുവയ്ക്കുന്നു. ആ സമീപനത്തിന്റെ ഭാഗമായ വിവിധ പദ്ധതികളിലൂടെ ദാരിദ്ര്യ നിർമ്മാർജ്ജനം സാദ്ധ്യമാക്കുന്നതിനുള്ള സംഘടനയാണിത്. തദ്ദേശ സ്വയം ഭരണസ്ഥാപനങ്ങളുടെ വികസനപദ്ധതിയുടെ ഭാഗമായി പ്രഖ്യാപിക്കപ്പെട്ട 'വനിതാഘടകപദ്ധതി' അയൽക്കൂട്ടത്തിന് ഒരു സ്ത്രീപക്ഷ സമീപനത്തിന്റെ സാദ്ധ്യതയും തുറന്നു നല്കി.

ആലപ്പുഴ, മലപ്പുറം മാതൃകകളിൽനിന്ന് ക്ലേശഘടകങ്ങളുടെ ഉപയോഗവും മിതവ്യയ സമ്പാദ്യവായ്പാ പരിപാടിയുമൊക്കെ സ്വീകരിക്കുന്നുണ്ടെങ്കിൽത്തന്നെയും, വ്യക്തമായ പ്രാദേശിക വികസന-സ്ത്രീപക്ഷ സമീപനത്തിലൂടെ ആ മാതൃകകളെ മറികടന്നുകൊണ്ടാണ് കുടുംബശ്രീ അയൽക്കൂട്ടങ്ങൾ സംസ്ഥാനതലവ്യാപനത്തിലേക്ക് നീങ്ങിയതെന്നർത്ഥം. വ്യാപനമാകട്ടെ, ജനകീയാസൂത്രണ കാമ്പയിൻ സൃഷ്ടിച്ച പുത്തൻ വികസനാന്തരീക്ഷത്തിലും. ഒരു പ്രതിബന്ധത്തിനും തടയാനാകാത്തൊരു പ്രവേഗം തുടക്കത്തിൽത്തന്നെ കുടുംബശ്രീയുടെ സംസ്ഥാന വ്യാപനപ്രക്രിയ നേടിയെടുത്തത് ആ സാഹചര്യത്തിലാണ്.

'തദ്ദേശസ്വയംഭരണ സ്ഥാപനങ്ങളാൽ ഊട്ടിവളർത്തപ്പെടുകയും സംരംക്ഷിക്കപ്പെടുകയുംചെയ്യുന്ന പൂർണ്ണസ്വയംഭരണാവകാശമുള്ള സ്വയംസഹായ ഗ്രൂപ്പുകളാണ് അയൽക്കൂട്ടങ്ങൾ' എന്ന് കുടുംബശ്രീ പദ്ധതിരൂപീകരിച്ചുകൊണ്ടുള്ള സർക്കാർ ഉത്തരവിൽ അയൽകൂട്ടത്തെ നിർവ്വചിക്കുന്നുണ്ട്. ഉത്തരവിന്റെ അനുബന്ധത്തിൽ ഇങ്ങനെയും പറയുന്നു: 'പാവപ്പെട്ട കുടുംബങ്ങൾക്ക് ഊന്നൽ നല്കി വാർഡിൽ തദ്ദേശഭരണ സ്ഥാപനങ്ങൾ നടപ്പാക്കുന്ന ദാരിദ്രവിഭാഗങ്ങൾക്കുള്ള എല്ലാ വനിതാ ക്ഷേമ പ്രവർത്തനങ്ങളും ഇതരവികസനയത്നങ്ങളും സി ഡി എസും അവയുടെ എ ഡി എസുകളും അയൽക്കൂട്ടങ്ങളും മുഖാന്തിരമായിരിക്കും.'

രൂപീകരണ ഉത്തരവിൽ കുടുംബശ്രീ പദ്ധതിയുടെ ഉദ്ദേശ്യലക്ഷ്യങ്ങൾ ഇപ്രകാരം ചേർത്തിരിക്കുന്നു.

1. പാവപ്പെട്ട കുടുംബങ്ങളെ പദ്ധതിയിൽ വിവരിക്കുന്ന പോവർട്ടി ഇൻഡക്സ് (Poverty Index) ന്റെ അടിസ്ഥാനത്തിൽ അവരുടെ സമൂഹത്തിൽ നിന്ന് അവർ തന്നെ തെരഞ്ഞെടുക്കുക.
2. സമൂഹവികസന സൊസൈറ്റി (സി ഡി എസ്) സംഘടിപ്പിച്ച് പാവപ്പെട്ട സ്ത്രീകൾക്ക് അധികാരം നല്കുകവഴി ഉല്പാദനക്ഷമതയും കാര്യശേഷിയും പോഷിപ്പിക്കുന്നതിനായി അവരെ പ്രാപ്തരാക്കുക.
3. വായ്പയും നിക്ഷേപവും പ്രോത്സാഹിപ്പിക്കുകവഴി ഡി സി എസിനെ വളർത്തി അതിനെ സാധുക്കളുടെ ഒരു അനൗപചാരിക ബാങ്കായി പ്രവർത്തിപ്പിക്കുക.
4. സ്വയംതൊഴിൽ പദ്ധതിയിൽകൂടി അവരുടെ വരുമാനം വർദ്ധിപ്പിക്കുക.
5. എല്ലാ പാവപ്പെട്ടവർക്കും ആരോഗ്യപരിപാലന സൗകര്യങ്ങൾ ലഭ്യമാക്കുക.
6. പരിസ്ഥിതി മെച്ചപ്പെടുത്തൽ, ശുദ്ധജലം ലഭ്യമാക്കൽ, ശുചിത്വ സൗകര്യങ്ങൾ ഉണ്ടാക്കൽ, താമസസൗകര്യം മെച്ചപ്പെടുത്തൽ മുതലായ അടിസ്ഥാന സൗകര്യങ്ങൾ വർദ്ധിപ്പിക്കൽ.
7. റിസ്ക് കുടുംബങ്ങളിലെ കുട്ടികൾക്ക് വിദ്യാഭ്യാസം ഉറപ്പാക്കുക.
8. സിസിഎസ് മുഖാന്തരം പാവപ്പെട്ടവരെ അധികാര വികേന്ദ്രീകരണ പ്രക്രിയയിൽ തദ്ദേശഭരണ സ്ഥാപനങ്ങൾ വഴി പങ്കാളികളാക്കുക.

ജനകീയാസൂത്രണത്തിൽ ഏറ്റവും സജീവമായിരുന്ന ഗ്രാമപഞ്ചായത്തുകൾ തന്നെയാണ് ആദ്യഘട്ട വ്യാപനത്തിനായി തെരഞ്ഞെടുക്കപ്പെട്ടത്. ഏഴു ജില്ലകളിലായി 262 ഗ്രാമപഞ്ചായത്തുകൾ. 2000 ആഗസ്ത് 17 ന്, മലയാളവർഷം ചിങ്ങം 1 നാണ് ആദ്യഘട്ട വ്യാപനം നടന്നത്. ഒറ്റ ദിവസം കൊണ്ട് 262 ഗ്രാമപഞ്ചായത്തുകളിൽ അയൽക്കൂട്ട രൂപീകരണം നടന്നു. ആ പ്രക്രിയയും പ്രഖ്യാപനവും കുടുംബശ്രീ പ്രസ്ഥാനത്തിനു നല്കിയ ആവേഗം ചില്ലറയായിരുന്നില്ല. ആദ്യഘട്ട രൂപീകരണപ്രക്രിയയിലേക്ക് നയിച്ച ചിട്ടയായ പ്രവർത്തനങ്ങളും പരിശീലന പരിപാടിയും മുമ്പെങ്ങും കണ്ടിട്ടില്ലാത്തത്ര ചടുലവും, ഒപ്പം ഒരു പ്രസ്ഥാനത്തിന്റെ ദർശനവും സമീപനവും വിളംബരം ചെയ്യുന്നവയുമായിരുന്നു.

1998 ജനുവരി 3 നായിരുന്നു കുടുംബശ്രീ ഏഴുജില്ലകളിലേക്ക് വ്യാപിപ്പിച്ചുകൊണ്ട് സർക്കാർ ഉത്തരവിട്ടത്; ഔദ്യോഗികമായി കുടുംബശ്രീ ഉദ്ഘാടനം ചെയ്യപ്പെടുന്നതിനും അഞ്ചുമാസം മുമ്പ്, ആദ്യഘട്ട വ്യാപനം നടന്നതാകട്ടെ, ഉത്തരവിട്ട് രണ്ടരവർഷത്തിനുശേഷവും. നേരത്തെ വിവരിച്ച എസ്ജിഎസ് വൈയുമായുള്ള വഴിപിരിയലും ജനകീയാസൂത്രണ

ത്തിന്റെ അതിവേഗം സൃഷ്ടിച്ച അമ്പരപ്പും വകുപ്പുതല പരിഗണനകളിലെ പിന്നോട്ടടികളുമൊക്കെയായി വ്യാപനം നീണ്ടു പോയി. ആ സമയത്ത് കുടുംബശ്രീ സംസ്ഥാനമിഷന്റെ സംഘടനാരൂപം വികാസം പ്രാപിച്ച് സംസ്ഥാനതല വ്യാപനത്തിനാവശ്യമായ സംവിധാനമായി രൂപപ്പെട്ടിരുന്നു.

സംസ്ഥാനതലവ്യാപനം തീരുമാനിക്കുന്ന 1998 ജനുവരിയിൽ കുടുംബശ്രീയുടെ ചുമതല നഗരദാരിദ്ര്യ ലഘൂകരണസെല്ലിൽ നിക്ഷിപ്തമായിരുന്നു. കേരള മുനിസിപ്പാലിറ്റീസ് നിയമത്തിന്റെ 284-ാം വകുപ്പ് പ്രകാരം നഗരസഭകൾ അവരുടെ വാർഷിക ബഡ്ജറ്റിന്റെ രണ്ടു ശതമാനം തുക വീതം നീക്കിവച്ച് നഗരദാരിദ്ര്യലഘൂകരണനിധിയുണ്ടാക്കിയിരുന്നു 1994 ൽ. ആ നിധിയുപയോഗിച്ച് നഗരദാരിദ്ര്യ ലഘൂകരണപദ്ധതി നടപ്പാക്കലായിരുന്നു സെല്ലിന്റെ ചുമതല. ആദ്യഘട്ട സംസ്ഥാന വ്യാപനം തീരുമാനിക്കുമ്പോഴും പരിശീലന നിർവ്വഹണച്ചുമതലയൊക്കെ സെല്ലിനായിരുന്നു, സെല്ലിന്റെ പ്രാഥമിക ഉത്തരവാദിത്വമാകട്ടെ, നഗരങ്ങളുടെ ദാരിദ്ര്യത്തെ സംബന്ധിച്ചും.

1999 മേയ് മാസത്തിൽ സംസ്ഥാന ദാരിദ്ര്യനിർമ്മാർജ്ജന മിഷൻ രൂപീകൃതമായി. ആവർഷം സെപ്തംബറിൽ നഗരദാരിദ്ര്യ ലഘൂകരണ സെൽ സംസ്ഥാന മിഷനിൽ ലയിപ്പിക്കപ്പെട്ടു. സംസ്ഥാന മിഷന്റെ രൂപീകരണരേഖ പ്രകാരം തന്നെ നഗരദാരിദ്ര്യ നിർമ്മാർജ്ജനത്തിനുള്ള കേന്ദ്രാവിഷ്കൃത പദ്ധതികളുടെ ചുമതല മിഷന്റേതായിരുന്നു. സെൽ മിഷനിൽ ലയിപ്പിച്ചതോടെ കേന്ദ്രാവിഷ്കൃത പദ്ധതികളുടെ നിർവ്വഹണച്ചുമതലകൂടി സംസ്ഥാന മിഷനിൽ നിക്ഷിപ്തമായി.

ആദ്യഘട്ടത്തിൽ കുടുംബശ്രീ വ്യാപനത്തിനായുറപ്പിച്ച ഗ്രാമപഞ്ചായത്തുകളോടുള്ള ചർച്ചകൾ, പരിശീലന സാമഗ്രികൾ തയ്യാറാക്കൽ, ബൃഹത്തായ പരിശീലന പരിപാടി സംഘടിപ്പിക്കുന്നതിനുള്ള ജോലികൾ - 2000 ലെ ആദ്യമാസങ്ങൾ കുടുംബശ്രീ മിഷന് ശ്രമകരംതന്നെയായിരുന്നു. ദാരിദ്ര്യം എന്ന വിഷയത്തെ ആധാരമാക്കി പിശീലന മൊഡ്യൂളുകൾ തയ്യാറാക്കി. അറുപതുപേരുടെ ബാച്ചുകളായി 262 ഗ്രാമപഞ്ചായത്തുകളിൽ നിന്നുള്ള പ്രസിഡന്റ്, വൈസ്പ്രസിഡന്റ്, ക്ഷേമകാര്യ സ്റ്റാന്റിങ് കമ്മിറ്റിയുടെ ചെയർപേഴ്സൺമാർ, സെക്രട്ടറിമാർ, ജനകീയാസൂത്രണത്തിന്റെ കീ റിസോഴ്സ് പേഴ്സൺ എന്നിവർക്ക് തിരുവനന്തപുരത്തുവച്ച് പരിശീലനം നല്കി. മൂന്നുദിവസത്തെ പരിശീലനമാണ് നല്കിയത്. ദാരിദ്ര്യത്തെയും നിലവിലുള്ള ദാരിദ്ര്യ നിർമ്മാർജ്ജനപദ്ധതികളെയും സംബന്ധിച്ച വിശദമായ പഠനപ്രവർത്തനം കുടംബശ്രീയുടെ സങ്കല്പം മനസ്സിലാക്കുകയും അവരവരുടെ ഗ്രാമപഞ്ചായത്തുകളിൽ അയൽക്കൂട്ടങ്ങൾ സംഘടിപ്പിക്കുന്നതിനുള്ള റോഡ്മാപ്പ് തയ്യാറാക്കുകയും ചെയ്തുകൊണ്ടാണ് അവസാനിപ്പിച്ചത്.

സംസ്ഥാനതല പരിശീലനം കഴിഞ്ഞുമടങ്ങിയ ഗ്രാമപഞ്ചായത്ത് ഭാരവാഹികൾ അവരുടെ പഞ്ചായത്തുകളിൽ കൺവെൻഷനുകൾ സംഘടിപ്പിച്ചു. തുടർന്ന് വാർഡുതല കൺവെൻഷനുകൾ നടന്നു. അവി

ടെവച്ചാണ് ഒറ്റദിവസംകൊണ്ട് അയൽക്കൂട്ടങ്ങൾ രൂപീകരിക്കുന്നതിനുള്ള തീരുമാനമെടുത്തത്.

2001 ഡിസംബറിൽ നടന്ന രണ്ടാം ഘട്ട വ്യാപനത്തിൽ പുതുതായി 338 ഗ്രാമപഞ്ചായത്തുകളിൽ അയൽക്കൂട്ടങ്ങൾ രൂപീകരിക്കപ്പെട്ടു. തുടർന്ന് 2002 മാർച്ചിൽ 291 ഗ്രാമപഞ്ചായത്തുകളിലേക്ക് വ്യാപനം 2003 ഓടുകൂടി കേരളത്തിലെ എല്ലാ ഗ്രാമപഞ്ചായത്തുകളിലേക്കും കുടുംബശ്രീ എത്തി.

കുടുംബശ്രീ നാൾവഴികൾ

1998 മേയ്	മലപ്പുറത്ത് കോട്ടമൈതാനത്ത് കുടുംബശ്രീ ഉദ്ഘാടനം ചെയ്യപ്പെട്ടു.
1998 നവംബർ	സംസ്ഥാന ദാരിദ്ര്യനിർമ്മാർജ്ജനമിഷൻ എന്ന പേരിൽ കുടുംബശ്രീ ഒരു സൊസൈറ്റിയായി രജിസ്റ്റർ ചെയ്യപ്പെടുന്നു.
1999 സെപ്തംബർ	നഗര ദാരിദ്ര്യ ലഘൂകരണത്തിനുള്ള നോഡൽ ഏജൻസി എന്ന ചുമതല മിഷനിൽ നിക്ഷിപ്തമാകുന്നു.
2000 ആഗസ്ത്	262 ഗ്രാമപഞ്ചായത്തുകളിലേക്ക് കുടുംബശ്രീയുടെ വ്യാപനം
2001 ഡിസംബർ	338 ഗ്രാമപഞ്ചായത്തുകളിലേക്കുകൂടി കുടുംബശ്രീ വ്യാപിക്കുന്നു.
2002 മാർച്ച്	291 ഗ്രാമപഞ്ചായത്തുകളിലേക്ക് കുടുംബശ്രീ വ്യാപിക്കുന്നു.
2003	കുടുംബശ്രീയുടെ സംസ്ഥാനതല വ്യാപനം പൂർത്തിയാകുന്നു.
2007 ജൂലൈ	എസ് ജി എസ് വൈ - കുടുംബശ്രീ സംയോജനം
2008	സംസ്ഥാനമൊട്ടാകെ സി ഡി എസുകൾക്ക് ഏകീകൃത ബൈലോ നിലവിൽ വരുന്നു. കുടുംബശ്രീ സി ഡി എസുകൾക്ക് തെരഞ്ഞെടുക്കപ്പെട്ട നേതൃത്വം.
2012	കുടുംബശ്രീ ദേശീയ ഗ്രാമീണ ഉപജീവനമിഷന്റെ സംസ്ഥാന തല നിർവ്വഹണ ഏജൻസിയാകുന്നു.
2014	കുടുംബശ്രീ സി ഡി എസിന് പുതുക്കിയ ബൈലോ നിലവിൽ വരുന്നു.

കുടുംബശ്രീയുടെ കാമ്പയിൻരീതിയിലുള്ള വ്യാപനം നടക്കുന്ന ആദ്യഘട്ടത്തിൽ ലിങ്കേജ് വായ്പ ഒരു കീറാമുട്ടിയായി നിന്നു. സംസ്ഥാന തല ബാങ്കേഴ്സ് കമ്മിറ്റിയിൽ കുടുംബശ്രീ മിഷന്റെ നേതൃത്വം നിരന്തര മായി ആവശ്യപ്പെട്ടിട്ടും കുടുംബശ്രീ അയൽക്കൂട്ടങ്ങൾക്ക് വായ്പ നല്കാൻ ഒരു പൊതുമേഖലാ ബാങ്കും തയ്യാറായില്ല. കുടുംബശ്രീ അയൽക്കൂട്ടങ്ങളുടെ സംഘടനാ രൂപമായിരുന്നു ബാങ്കുകളുടെ പ്രശ്നം. നേരത്തേ സൂചിപ്പിച്ചതുപോലെ സ്വയം സഹായ സംഘങ്ങളിൽ നിന്ന് വ്യത്യസ്തമായിരുന്നുവല്ലോ അയൽക്കൂട്ടങ്ങൾ. അതിൽ പ്രധാന വ്യത്യാസം അംഗസംഖ്യതന്നെയായിരുന്നു. ഇരുപതിൽ കൂടുതൽ അംഗ ങ്ങളുള്ള ഗ്രൂപ്പുകൾക്ക് വായ്പ അനുവദിക്കാൻ നിലനില്ക്കുന്ന നിയമ പ്രകാരം തടസ്സമുണ്ടെന്ന് ബാങ്കുകൾ വാദിച്ചു. രൂപീകരണ ഉത്തരവു പ്രകാരം കുടുംബശ്രീ അയൽക്കൂട്ടങ്ങളുടെ അംഗബലം ഗ്രാമപ്രദേശങ്ങ ളിൽ 15 മുതൽ 30 വരെയും പട്ടണപ്രദേശങ്ങളിൽ 20 മുതൽ 40 വരെയു മായിരുന്നു. എന്നാൽ പ്രായോഗിക കാരണങ്ങളാൽ ഗ്രാമങ്ങളിലും 15 മുതൽ 40 വരെ അംഗങ്ങളുള്ള അയൽക്കൂട്ടങ്ങൾ രൂപീകരിക്കപ്പെട്ടിരുന്നു. സമാന്തരമായി എൻ ജി ഒകളുടെ നേതൃത്വത്തിൽ നേരത്തേതന്നെ നട ന്നുപോന്ന സ്വയംസഹായ സംഘങ്ങൾക്കാണ് ബാങ്ക് ലിങ്കേജ് സാദ്ധ്യ മായത്. കൂടാതെ എസ്ജിഎസ്വൈയിലെ സംഘങ്ങൾക്കും.

കമ്പനി നിയമമുൾപ്പെടെ നിലവിലുള്ള നിയമവ്യവസ്ഥയ്ക്കനുസ രിച്ച് ഇരുപതുപേരിൽ കൂടുതൽ അംഗങ്ങളായ അനൗപചാരിക ഗ്രൂപ്പു കൾ നിയമാനുസൃതമല്ലാത്ത കൂട്ടങ്ങളാണ് (Unlawful Assembly) എന്ന് ബാങ്കുകൾ വാദിച്ചു. 'അയൽ' എന്ന സങ്കല്പനത്തിൽ മുറുകെപ്പിടിക്കു ന്നതുകൊണ്ടാണ് അംഗബലത്തിൽ ആ വ്യത്യാസം നിർണ്ണായകമായി രുന്നത്. ചട്ടപ്പടി വായ്പാ വ്യവസ്ഥയുടെ പ്രണേതാക്കളായ പൊതുമേ ഖലാ ബാങ്കുകൾക്ക് അയലിന്റെ പ്രാധാന്യമൊന്നും പിടികിട്ടിയതുമില്ല. അയൽക്കൂട്ടമെന്ന സങ്കല്പനം കുടുംബശ്രീക്കാകട്ടെ, ഏറ്റവും അടി സ്ഥാനതത്ത്വവുമായിരുന്നു. ആ തർക്കം അങ്ങനെ കുറേനാൾ തുടർന്നു.

പ്രശ്നം പരിഹരിക്കാൻ ഒടുക്കം കേരളത്തിന്റെ സ്വന്തമായ ഒരു സ്ഥാപന സംവിധാനം തന്നെ വേണ്ടിവന്നു. ആലപ്പുഴയിലെ എസ് എൽ പുരം സർവ്വീസ് സഹകരണബാങ്ക് ആദ്യത്തെ അയൽക്കൂട്ടവായ്പ നല്കിക്കൊണ്ട് ആ പ്രതിസന്ധിയെ മറികടക്കാൻ കുടുംബശ്രീയെ സഹായിച്ചു. ഇന്ന് തിരിഞ്ഞുനോക്കുമ്പോൾ - അയൽക്കൂട്ടങ്ങൾക്ക് വായ്പ നല്കാൻ ഒരുബാങ്കിനും ബുദ്ധിമുട്ടില്ലാത്ത ഘട്ടത്തിൽനിന്ന് നോക്കുമ്പോൾ - ആ സഹകരണസംഘം സ്വീകരിച്ച നിലപാടിന്റെ ധീരത അവഗണിക്കാൻ സാദ്ധ്യമല്ല.

സംസ്ഥാനമൊട്ടാകെ കുടുംബശ്രീ എത്തിയിട്ടും ഏതാണ്ട് നാലു വർഷത്തോളം എസ് ജി എസ് വൈ സമാന്തരമായ പ്രവർത്തനം

തുടർന്നിരുന്നു. അത് സ്വാഭാവികമായും രണ്ടിടത്തും അംഗത്വമുള്ള ഒരു സംവിധാനം പലയിടത്തും സൃഷ്ടിച്ചു. 2007 ലാണ് അതിന് അവസാനമാകുന്നത്. ആ വർഷം എസ് ജി എസ് വൈ ഗ്രൂപ്പുകളെ കുടുംബശ്രീയിൽ ലയിപ്പിക്കാൻ സംസ്ഥാന സർക്കാർ തീരുമാനിച്ചു.

കുടുംബശ്രീയുടെ വ്യാപനത്തോടെ എൻജിഒകൾ നടത്തിവന്നിരുന്ന സ്വയംസഹായ സംഘപദ്ധതി വലിയ തിരിച്ചടി നേരിട്ടു. പല ഗ്രൂപ്പുകളും കുടുംബശ്രീയിൽ ലയിക്കുകയോ പിരിഞ്ഞുപോവുകയോ ചെയ്തു. ഇന്നും ചിലവയൊക്കെ നടന്നുവരുന്നുമുണ്ട്. എന്നാൽ കുടുംബശ്രീ സംഘടനാ സംവിധാനം സംസ്ഥാനമാകെ കേരളത്തിലെ വനിതകളുടെ മുഖ്യവേദിയായി മാറിക്കഴിഞ്ഞു.

കുടുംബശ്രീ എന്ന സംഘടന

കേരള സംസ്ഥാനത്ത് 18 വയസ്സ് പൂർത്തിയായ ഏതൊരു സ്ത്രീക്കും അംഗമാകാവുന്ന സംഘടനയാണ് കുടുംബശ്രീ അയൽക്കൂട്ടം. ഇപ്പോൾ അത് 18 വയസ്സു പൂർത്തിയായ സ്ത്രീയുടെ അവകാശമാണ്. പക്ഷേ, ഒരു നിബന്ധനയുണ്ട്. ഒരു വീട്ടിൽനിന്ന് ഒരംഗമേ പാടുള്ളൂ. ഒരു തരത്തിൽ പറഞ്ഞാൽ കുടുംബത്തിനാണ് അംഗത്വം ലഭിക്കുന്നത്. കുടുംബശ്രീയുടെ പലപ്രവർത്തനത്തിലും 'കുടുംബശ്രീ കുടുംബങ്ങൾ', 'കുടുംബശ്രീ കുടുംബാംഗങ്ങൾ' എന്നൊക്കെ പറയാറുമുണ്ട്. കുടുംബശ്രീ കുടുംബാംഗങ്ങൾക്ക് മാത്രം ലഭ്യമായ ചില സേവനങ്ങൾ പോലുമുണ്ട്.

ആദ്യകാലത്ത് 15 മുതൽ 40 വരെ വീടുകൾക്കായിരുന്നു അയൽക്കൂട്ടം. പൊതുവെ സ്വയംസഹായ സംഘങ്ങളുടെ അംഗസംഖ്യയായ 20 ൽ കൂടിയതിന്റെ പേരിൽ കുടുംബശ്രീ അയൽക്കൂട്ടങ്ങൾ നേരിട്ട പ്രശ്നങ്ങൾ അന്യഥാ പറഞ്ഞിട്ടുമുണ്ടല്ലോ. ആ പ്രശ്നങ്ങളുടെ കാലത്തൊന്നും എണ്ണം കുറയ്ക്കാൻ കുടുംബശ്രീ തയ്യാറായിരുന്നില്ല. പിന്നീട് 2008 ൽ അയൽക്കൂട്ടങ്ങളുടെ തദ്ദേശ സ്വയംഭരണ സ്ഥാപന തല ഫെഡറേഷനായ സി ഡി എസിന്റെ ബൈലോ ഏകീകരിച്ചപ്പോഴാണ് 10–20 അംഗങ്ങൾ എന്ന് അയൽക്കൂട്ടത്തിന്റെ വലുപ്പം നിർണ്ണയിച്ചത്.

നിലവിൽ തദ്ദേശ സ്വയംഭരണസ്ഥാപനത്തിന്റെ വാർഡുതലത്തിൽ, ആ വാർഡിലെ എല്ലാ അയൽക്കൂട്ടങ്ങളെയും പ്രതിനിധീകരിക്കുന്ന ഏരിയാ ഡെവലപ്മെന്റ് സൊസൈറ്റി (എ ഡി എസ്) ഉണ്ട്. അതാണ് അയൽക്കൂട്ടങ്ങളുടെ ആദ്യ ഫെഡറേഷൻ, തദ്ദേശ സ്വയംഭരണസ്ഥാപനങ്ങളുടെ തലത്തിലുള്ള ഫെഡറേഷനാണ് കമ്യൂണിറ്റി ഡെവലപ്മെന്റ് സൊസൈറ്റി (സി ഡി എസ്) രണ്ടാം തലത്തിലുള്ള ഫെഡറേഷൻ. വലിയ നഗരസഭകളിലൊക്കെ ഭരണ സൗകര്യത്തിനായി ഒന്നിലധികം

സി ഡി എസുകൾ ഉണ്ടാവാം. കുടുംബശ്രീ സംഘടനാ സംവിധാനത്തിലെ ഏറ്റവും ഉയർന്ന ഫെഡറേഷൻ ഡി സി എസാണ്.

കുടുംബശ്രീയുടെ മാതൃകയായി പരിഗണിക്കപ്പെടുന്ന മലപ്പുറം സി ഡി എസിന് ബ്ലോക്കുതലത്തിലും ജില്ലാതലത്തിലും ഫെഡറേഷനുകൾ ഉണ്ടായിരുന്നു. എന്നാൽ സംസ്ഥാനതലത്തിൽ കുടുംബശ്രീ രൂപീകരിച്ചപ്പോൾ സ്വീകരിച്ച മാതൃകയിൽ തദ്ദേശസ്വയംഭരണ സ്ഥാപനതലം വരെയുള്ള സി ഡി എസ് മാത്രമേ ഉൾപ്പെടുത്തപ്പെട്ടുള്ളൂ.

കുടുംബശ്രീക്ക് എന്തുകൊണ്ടാണ് ജില്ലാതല, സംസ്ഥാനതല സി ഡി എസുകൾ വേണ്ടെന്നുവച്ചത് എന്ന ചോദ്യം പല ദിക്കിലും ഉയർന്നു കേട്ടിട്ടുണ്ട്. പലതരത്തിലുള്ള ഉത്തരങ്ങളും പറയപ്പെടുന്നുണ്ട്. തദ്ദേശ സ്വയം ഭരണ സ്ഥാപനങ്ങളുമായുള്ള ഉറച്ച ബന്ധത്തിൽ ഊന്നിയ സംഘടനാരൂപം എന്ന ആശയമാണ് അതിന്റെ പിന്നിൽ പ്രവർത്തിച്ചതെന്നാണ് തോന്നുന്നത്. അതായത് ഗ്രാമപഞ്ചായത്തുകളും നഗരസഭകളുമൊക്കെ സ്വയംഭരണസ്ഥാപനങ്ങളാണല്ലോ. അവയ്ക്ക് അതിനുമുകളിൽ സംഘടനാ സംവിധാനം ഇല്ലാതാനും. വേറൊരു തരത്തിൽ പറഞ്ഞാൽ ഒരു ഗ്രാമപഞ്ചായത്തിന്റെ മേൽഘടകമല്ലല്ലോ ജില്ലാ പഞ്ചായത്ത്. ജില്ലാ, ബ്ലോക്ക്, ഗ്രാമപഞ്ചായത്തുകളുടെ പ്രവർത്തനം 'സബ്സിഡിയാരിറ്റി' തത്ത്വത്തെ അടിസ്ഥാനമാക്കിയുള്ളതാണ്. എന്നുവച്ചാൽ ഗ്രാമപഞ്ചായത്തിന് ചെയ്യാൻ കഴിയുന്നത് അവിടെത്തന്നെ ചെയ്യണം. ഒന്നിലധികം ഗ്രാമപഞ്ചായത്തുകൾ ഉൾപ്പെടുന്ന കാര്യങ്ങളാണ് ബ്ലോക്കുപഞ്ചായത്തുകൾ ചെയ്യേണ്ടത്; അല്ലെങ്കിൽ ഗ്രാമപഞ്ചായത്ത് തലത്തിൽ ചെയ്യാൻ കഴിയാത്ത കാര്യങ്ങൾ. അതിനു മുകളിലേക്കും അങ്ങനെതന്നെ. ഒരു ഗ്രാമപഞ്ചായത്തിനോ ബ്ലോക്കു പഞ്ചായത്തിനോ ചെയ്യാൻ സാധിക്കാത്ത അഥവാ അവയുടെ പരിധിക്കപ്പുറമുള്ള കാര്യങ്ങളാണ് ജില്ലാ പഞ്ചായത്തുകൾ കൈകാര്യം ചെയ്യേണ്ടത്.

തദ്ദേശസ്വയംഭരണത്തിന്റെ ഈയൊരു യുക്തിതന്നെയായിരിക്കണം ആ തലത്തിൽതന്നെ സി ഡി എസ് വിഭാവനം ചെയ്യപ്പെടാൻ കാരണം. അതിനുമുകളിൽ സംഘടനാതലം വേണ്ടെന്നു തീരുമാനിച്ചതിനു പിന്നിൽ മറ്റൊരു കാരണം കൂടി കുടുംബശ്രീയുടെ ആദ്യകാല പ്രണേതാക്കൾ പറഞ്ഞുകേട്ടിട്ടുണ്ട്. ജില്ലാ, സംസ്ഥാന തലത്തിലൊക്കെ സമിതികളും സ്ഥാനങ്ങളും വരുമ്പോൾ അവയ്ക്കു കിട്ടുന്ന പ്രാധാന്യവും അതുകൊണ്ടുതന്നെ അവ രാഷ്ട്രീയപ്പാർട്ടികളുടെയും മുന്നണികളുടെയും നിയന്ത്രണത്തിന് വിധേയമായി മാറാനുള്ള സാദ്ധ്യതയുമാണത്.

10–20 അംഗങ്ങളുള്ള ഓരോ അയൽക്കൂട്ടവും അത് പ്രവർത്തിക്കുന്ന സ്ഥലത്തെ സി ഡി എസിൽ അഫിലിയേറ്റു ചെയ്യണം. അതിനൊരു നിശ്ചിത തുക അഫിലിയേഷൻ ഫീസായി സി ഡി എസിൽ അടച്ച് ബൈലോ പ്രകാരമുള്ള രജിസ്ട്രേഷൻ ഫോറം പൂരിപ്പിച്ച് നല്കണം. കൂടാതെ ഓരോ അയൽക്കൂട്ടവും ഒരു വാർഷിക വരിസംഖ്യയും അടയ്ക്കേണ്ടതുണ്ട്. അഫിലിയേഷൻ ഓരോ വർഷവും പുതുക്കേണ്ടതു

കൊണ്ട് അഫിലിയേഷൻ ഫീസിനൊപ്പമാണ് വാർഷിക വരിസംഖ്യയും അടയ്ക്കേണ്ടത്.

കുടുംബശ്രീ അയൽക്കൂട്ടത്തിലേക്ക് പുതുതായി ചേരാൻ ആഗ്രഹിക്കുന്നവർ തൊട്ടടുത്ത അയൽക്കൂട്ടത്തെ സമീപിച്ചാൽ മതി. ദാരിദ്ര്യക്ലേശഘടകങ്ങളെ അടിസ്ഥാനപ്പെടുത്തി അംഗത്വത്തിനുള്ള അർഹത തീരുമാനിക്കുന്ന രീതി 2008 ൽ ഉപേക്ഷിക്കുകയും കുടുംബശ്രീ അംഗത്വം സ്ത്രീയുടെ അവകാശം എന്ന് തീരുമാനിക്കുകയും ചെയ്തതിനാൽ 18 വയസ്സ് പൂർത്തിയായ ഏതു സ്ത്രീക്കും അയൽക്കൂട്ടത്തെ സമീപിച്ച് അംഗത്വം ആവശ്യപ്പെടാവുന്നതാണ്. കൂടുതൽ സ്ത്രീകൾ ആ പ്രദേശത്ത് അംഗത്വം വേണ്ടവരായുണ്ടെങ്കിൽ പുതിയ അയൽക്കൂട്ടം തുടങ്ങുന്നതിനു തടസ്സമില്ല. ഒരു വീട്ടിൽ നിന്ന് ഒരംഗം മാത്രമേ പാടുള്ളൂ എന്ന നിബന്ധന മാത്രമേ പാലിക്കേണ്ടതായുള്ളൂ.

ഓരോ അയൽക്കൂട്ടത്തിനും അഞ്ച് ഭാരവാഹികളുണ്ട്. അത് പ്രസിഡന്റ്, സെക്രട്ടറി, മറ്റു മൂന്നു വോളണ്ടിയർമാർ എന്നിവരാണ്. ആരോഗ്യവിദ്യാഭ്യാസ വോളണ്ടിയർ, അടിസ്ഥാന സൗകര്യ വോളണ്ടിയർ, വരുമാനദായക വോളണ്ടിയർ എന്നിങ്ങനെയാണ് മൂന്നുപേർ. പേര് സൂചിപ്പിക്കുന്ന മേഖലകളിലെ ചുമതലകളാണ് പ്രാഥമികമായും അവർ വഹിക്കേണ്ടത്. അത്തരത്തിൽ അഞ്ച് ഭാരവാഹികളുള്ളതാണ് ഭരണസമിതിയെങ്കിലും അയൽക്കൂട്ടത്തിന്റെ എല്ലാ യോഗവും 'പൊതുസഭ'യാണ്. അതായത്, ഭരണസമിതിക്ക് പ്രത്യേകമായി യോഗം ചേർന്ന് തീരുമാനങ്ങൾ കൈക്കൊള്ളാൻ കഴിയില്ലെന്നർത്ഥം. എല്ലാവരും ചേർന്നുമാത്രമേ തീരുമാനമെടുക്കാൻ കഴിയുകയുള്ളൂ. ഭൂരിപക്ഷ തീരുമാനമാവാം; ഭരണസമിതിയുടെ ചുമതല, അയൽക്കൂട്ടത്തിന്റെ കൂട്ടായ തീരുമാനങ്ങൾ നടപ്പാക്കലാണ്.

അയൽക്കൂട്ടം പ്രവർത്തനം ആരംഭിക്കുമ്പോൾത്തന്നെ മിതവ്യയസമ്പാദ്യപരിപാടിയും തുടങ്ങാവുന്നതാണ്. മൂന്നുമാസം വരെ കൃത്യമായി യോഗം ചേരുകയും സമ്പാദ്യം നടത്തുകയും മിനിറ്റ്സും അക്കൗണ്ട്സും അടക്കമുള്ള വിവരങ്ങൾ എഴുതി സൂക്ഷിക്കുകയും ചെയ്താൽ നാലാം മാസം മുതൽ സമ്പാദ്യത്തിൽ നിന്ന് അംഗങ്ങൾക്ക് ചെറിയ വായ്പ അനുവദിച്ചു തുടങ്ങാം. ചിട്ടയായ പ്രവർത്തനം ആറുമാസം പൂർത്തിയാക്കുമ്പോൾ നിശ്ചിത മാനദണ്ഡങ്ങളെ അടിസ്ഥാനമാക്കിയുള്ള ഗ്രേഡിങ്ങിന് അയൽക്കൂട്ടത്തിന് വിധേയമാകാവുന്നതാണ്. ഗ്രേഡിങ്ങിൽ വിജയിച്ചാൽ ബാങ്ക് ലോൺ എടുക്കുന്നതിന് അർഹതയായി.

പലതുള്ളി പെരുവെള്ളം എന്നു പറയുമ്പോലെ, കുടുംബശ്രീ അംഗങ്ങൾ ചെലവുചുരുക്കിയും സ്വരൂപിച്ചുവച്ചും അക്ഷരാർത്ഥത്തിൽ 'മിതവ്യയ'ത്തിലൂടെ 2022 മാർച്ചുമാസം വരെ സമ്പാദിച്ചത് 5787 കോടി രൂപയാണ് അതിൽ നിന്ന് 'ആന്തരികവായ്പയായി 23852 കോടി രൂപ അംഗങ്ങൾക്ക് ലഭിച്ചിട്ടുണ്ട്. 2022 മാർച്ചുമാസം വരെ ആകെ 25,855 കോടി രൂപയാണ് ബാങ്ക് ലോണായി അയൽക്കൂട്ടങ്ങൾക്ക് ലഭിച്ചിട്ടുള്ളത്. നില

വിൽ 2.05 ലക്ഷം അയൽക്കൂട്ടങ്ങൾ ചേർന്ന് 7134 കോടി രൂപയുടെ ബാങ്ക് വായ്പയെടുത്തിട്ടുണ്ട്. കുടുംബശ്രീ അയൽക്കൂട്ടങ്ങൾക്ക് വായ്പ നല്കുന്നത് ഇന്ന് എല്ലാത്തരം ബാങ്കുകൾക്കും പൊതുവേ വലിയ താല്പര്യമുള്ള കാര്യമാണ്. തുടക്കത്തിൽ പക്ഷേ, അതായിരുന്നില്ല സ്ഥിതി. സംസ്ഥാനതലത്തിലേക്ക് കുടുംബശ്രീ വ്യാപിപ്പിക്കുമ്പോൾ വായ്പ നല്കാൻ ബാങ്കുകൾ തയ്യാറായിരുന്നില്ല. സംസ്ഥാനതല ബാങ്കേഴ്സ് കമ്മിറ്റി എന്ന ബാങ്കുകളുടെ ഫോറത്തിൽ നിരന്തരയുദ്ധം തന്നെ നടത്തേണ്ടിവന്നതായി അന്നത്തെ കുടുംബശ്രീ പ്രോഗ്രാം ഓഫീസർ ശ്രീ കേശവൻ നായർ ഓർത്തെടുക്കുന്നുണ്ട്. സ്ഥിരോത്സാഹിയും യുവാവുമായ ടി കെ ജോസ് എന്ന ഐ എ എസ് ഓഫീസറായിരുന്നു അന്ന് കുടുംബശ്രീയുടെ എക്സിക്യൂട്ടീവ് ഡയറക്ടർ. ബാങ്കേഴ്സ് സമിതി യോഗങ്ങളിൽ നിരന്തരം പങ്കെടുത്ത് അദ്ദേഹം നടത്തിയ വിശദീകരണങ്ങളും ശ്രമങ്ങളുമൊന്നും ദേശീയ ബാങ്കുകളെ കാര്യം ബോദ്ധ്യപ്പെടുത്താൻ മതിയായില്ല.

ഒടുക്കം, നേരത്തേ സൂചിപ്പിച്ചതുപോലെ നിരന്തരം ശ്രമത്തിനനവസാനം, പല പ്രതിസന്ധിഘട്ടത്തിലും സംസ്ഥാനത്തിനു തുണയായിനിന്ന സഹകരണ മേഖലയിൽ നിന്നാണ് ആദ്യത്തെ തീരുമാനം അക്കാര്യത്തിലും ഉണ്ടായത്. ആലപ്പുഴയിലെ എസ് എൽ പുരം സർവ്വീസ് സഹകരണബാങ്ക് ഒരു അയൽക്കൂട്ടത്തിന് വായ്പ നല്കാൻ തയ്യാറായി. തുടർന്ന് നിരവധി സഹകരണബാങ്കുകൾ അതേ തീരുമാനവുമായി മുന്നോട്ടുവന്നു.

എന്നിട്ടും കാര്യങ്ങൾ എളുപ്പമായിരുന്നില്ല. അന്ന് സംസ്ഥാന ആസൂത്രണ ബോർഡ് അംഗമായിരുന്ന ഡോ. ടി എം തോമസ് ഐസക് പല വഴികളും ശ്രമിച്ചു നോക്കുന്നതിന് നേതൃത്വം നല്കി. 'കാട്ടിലെ തടിയല്ല ബാങ്കിലെ പണം' എന്നൊക്കെയായിരുന്നു പരിഹാസത്തിന്റെ സ്വഭാവം.

ബാങ്കുകളോട് വായ്പ ചോദിച്ച രാജ്യത്തെ ആദ്യ വനിതാ സംഘടനയൊന്നുമായിരുന്നില്ല കുടുംബശ്രീ. സെൽഫ് ഹെൽപ്പ് ഗ്രൂപ്പ്-ബാങ്ക് ലിങ്കേജ് പദ്ധതി നബാർഡിന്റെ നേതൃത്വത്തിൽ തെക്കേയിന്ത്യയിൽത്തന്നെ പലപ്രദേശങ്ങളിലും - കേരളത്തിലടക്കം - വ്യാപിച്ചതിനു ശേഷമാണ് കുടുംബശ്രീ ബാങ്കുകളോട് വായ്പ ചോദിച്ചത്. എന്നിട്ടും വായ്പ നല്കേണ്ട എന്നു തീരുമാനിക്കാൻ ബാങ്കുകൾ എന്തുകൊണ്ട് തയ്യാറായി എന്നത് പ്രസക്തമാണ്. സുരക്ഷിതമായ ഒരു വായ്പാ പരിപാടിയാണെന്ന് തെളിയിക്കപ്പെട്ടു കഴിഞ്ഞിട്ടും ബാങ്കുകൾ എന്തുകൊണ്ട് പിന്നോക്കം മാറി? കുടുംബശ്രീയുടെ രൂപീകരണം മുതൽ ഒപ്പമുള്ള നബാർഡും അവിടെ എന്തേ സഹായിക്കാൻ തുനിഞ്ഞില്ല?

മറ്റുപ്രദേശങ്ങളിൽ വ്യാപിച്ചിരുന്ന സ്വയം സഹായ സംഘപ്രസ്ഥാനത്തിൽനിന്ന് കുടുംബശ്രീ മാതൃകയ്ക്കുണ്ടായിരുന്ന വ്യത്യാസങ്ങൾതന്നെയാണ് ബാങ്കുകളുടെ അത്തരം സമീപനത്തിനു പിന്നിൽ പ്രവർത്തിച്ചത്. പരമാവധി ഇരുപത് അംഗങ്ങളുള്ള സ്വയംസഹായ സംഘ

ങ്ങൾക്കാണ് ബാങ്ക് ലിങ്കേജ് പദ്ധതിവഴി വായ്പ നല്കപ്പെട്ടത്. കുടുംബശ്രീയുടേതാകട്ടെ, അയൽക്കൂട്ടങ്ങളായിരുന്നു, അംഗങ്ങൾ പരമാവധി 40 വരെയാകാമായിരുന്നു. റിസർവ്വ് ബാങ്ക് വായ്പ നല്കാനായി തെരഞ്ഞെടുത്ത അനൗപചാരിക ഗ്രൂപ്പുകളും 20 അംഗങ്ങൾ വരെയുള്ള സ്വയം സഹായ സംഘങ്ങളായിരുന്നു. റിസർവ്വ് ബാങ്ക് അംഗീകാരത്തിനുപുറമെ ബാങ്കുകൾ 'നിയമവിരുദ്ധമായ സംഘം ചേരൽ (Unlawful assembly) എന്ന പ്രശ്നവും ഉന്നയിച്ചു. ഒന്നുകിൽ അയൽക്കൂട്ടങ്ങളെ പൊതു സ്വയം സഹായസംഘ മാതൃകയിലാക്കുക; അല്ലെങ്കിൽ ബാങ്കുവായ്പ വേണ്ടെന്നു തീരുമാനിക്കുക. ഈ രണ്ടു മാർഗ്ഗങ്ങളാണ് കുടുംബശ്രീയുടെ മുന്നിൽ ഉണ്ടായിരുന്നത്.

സഹകരണ ബാങ്കുകളിലൂടെ മൂന്നാമത്തെ ഒരു മാർഗ്ഗം തുറന്ന്, ബാങ്ക് വായ്പ ലഭ്യമാക്കിക്കൊണ്ടാണ് കുടുംബശ്രീ അതിനെ നേരിട്ടത്. അതായത്, സംഘടനയുടെ സ്വഭാവം മാറ്റിയിട്ടേ നിങ്ങൾ വായ്പ തരികയുള്ളൂ എന്നാണെങ്കിൽ ഞങ്ങൾക്കു വേറെ വഴിയുണ്ട് എന്ന നിലപാട്. ഇത്തരം സ്വതന്ത്രവും ശക്തവുമായ നിലപാടുകൾ പല രംഗത്തും പുതിയ വഴികൾ വെട്ടിത്തുറക്കാൻ സഹായകരമായ പല സന്ദർഭങ്ങളുമുണ്ട് കുടുംബശ്രീയുടെ 20 വർഷത്തെ ചരിത്രത്തിൽ. പിന്നീട് വർഷങ്ങൾക്കുശേഷം 2008 ൽ അയൽക്കൂട്ടത്തിന്റെ വലുപ്പം 10 മുതൽ 20 വരെയാക്കാൻ കുടുംബശ്രീ തീരുമാനിച്ചത് തികച്ചും വ്യത്യസ്തമായ കാരണങ്ങളാലാണ്. അപ്പോഴേയ്ക്കും വായ്പ നല്കാൻ ഏതു ബാങ്കും തയ്യാറാകുന്ന നിലയിലേക്ക് പ്രസ്ഥാനം വളരുകയും ചെയ്തിരുന്നു.

നേരത്തേ പറഞ്ഞതുപോലെ 10 മുതൽ 20 അംഗങ്ങളുള്ള ഒരു അയൽക്കൂട്ടത്തിന് അഞ്ച് ഭാരവാഹികളുണ്ട്. അത്തരത്തിൽ തദ്ദേശസ്വയംഭരണസ്ഥാപനത്തിന്റെ ഒരു വാർഡിലുള്ള എല്ലാ അയൽക്കൂട്ടങ്ങളിലും അഞ്ച് ഭാരവാഹികൾ വീതം ഉണ്ടാകുമല്ലോ. ആ അയൽക്കൂട്ടങ്ങളിലെല്ലാം അഞ്ചു ഭാരവാഹികൾ വീതം ചേർന്നതാണ് വാർഡുതല ഫെഡറേഷനായ ഏരിയാ ഡെവലപ്മെന്റ് സൊസൈറ്റി (എഡിഎസ്)യുടെ പൊതുസഭ (General Body).

എ ഡി എസിന്റെ കമ്മിറ്റി മേൽപ്പറഞ്ഞ പൊതുസഭയിൽ നിന്ന് തെരഞ്ഞെടുക്കപ്പെട്ട ഏഴ് അംഗങ്ങളടങ്ങുന്നതാണ്. ചെയർപേഴ്സൺ, വൈസ് ചെയർപേഴ്സൺ, സെക്രട്ടറി എന്നിവരെ കൂടാതെ എ ഡി എസിന് നാല് വോളണ്ടിയർമാർ കൂടി അംഗങ്ങളായുണ്ട്.

- ആരോഗ്യ വിദ്യാഭ്യാസ വോളണ്ടിയർ
- അടിസ്ഥാന സൗകര്യ വോളണ്ടിയർ
- വരുമാനദായക വോളണ്ടിയർ
- സാമൂഹ്യ വികസന വോളണ്ടിയർ

എ ഡി എസിലെ എല്ലാ അംഗങ്ങളും തദ്ദേശസ്വയംഭരണ സ്ഥാപന തലത്തിലെ അയൽക്കൂട്ടങ്ങളുടെ ഫെഡറേഷനായ ഏരിയാ ഡെവലപ്മെന്റ് സൊസൈറ്റിയിലെ (സി ഡി എസ്) അംഗങ്ങളാണ്. ഒരു തദ്ദേശ

സ്വയംഭരണ സ്ഥാപനത്തിന്റെ പരിധിയിലുള്ള എല്ലാ വാർഡുതല സി ഡി എസുകളിലെയും ഏഴംഗങ്ങൾ വീതമടങ്ങുന്നതാണ് സി ഡി എസിന്റെ പൊതുസഭ (General Body).

സി ഡി എസിന്റെ കമ്മിറ്റിയിലെ അംഗങ്ങളുടെ എണ്ണം എ ഡി എസിന്റെ എണ്ണത്തെ ആശ്രയിച്ചിരിക്കുന്നു. ഓരോ എ ഡി എസിനും ഒരുപ്രതിനിധി വീതം സി ഡി എസിന്റെ ഉണ്ടാകും. സി ഡി എസിന് ചെയർപേഴ്ണനും വൈസ് ചെയർപേഴ്സണുമുണ്ട്. സി ഡി എസിന് മെമ്പർ സെക്രട്ടറിയുമുണ്ട്. ഇപ്പോൾ ഗ്രാമപഞ്ചായത്തുകളിൽ അസിസ്റ്റന്റ് സെക്രട്ടറിയാണ് സി ഡി എസിന്റെ മെമ്പർ സെക്രട്ടറി.

സി ഡി എസിന് അഞ്ച് ഉപസമിതികളുണ്ട്.

1. മൈക്രോ ഫിനാൻസ് (Micro finance)
2. സംരംഭങ്ങൾ, ഉപജീവനം
3. സാമൂഹ്യ വികസനം (Social Developement)
4. തൊഴിലുറപ്പും കേന്ദ്രാവിഷ്കൃതപദ്ധതികളും
5. അടിസ്ഥാന സൗകര്യം

ഓരോ ഉപസമിതിക്കും തെരഞ്ഞെടുക്കപ്പെട്ട കൺവീനറുണ്ട്. സമിതിയിലെ അംഗങ്ങൾ വിവിധ ഉപസമിതികളിൽ അംഗങ്ങളായിരിക്കും.

2001 ലെ കുടുംബശ്രീ തെരഞ്ഞെടുപ്പിനു മുമ്പായി സി ഡി എസ് നിയമാവലി പരിഷ്ക്കരിച്ച് ത്രിതല സംഘടനാ സംവിധാനത്തിലെ ഉപസമിതികളെ ഏകീകരിച്ചു. അതുപ്രകാരം സി ഡി എസിന്റെ അഞ്ച് ഉപസമിതികൾ താഴെ പറയുന്നവയാണ്.

1. തൊഴിലുറപ്പ്, ഗ്രാമസഭ
2. മൈക്രോഫിനാൻസ്
3. ഉപജീവനവികസനം
4. സാമൂഹ്യവികസനം
5. അടിസ്ഥാന സൗകര്യം

ഉപസമിതികൾക്ക് കൺവീനർമാരുണ്ട്. ഇതേ ഉപസമിതികളാണ് എ ഡി എസിലും ഉള്ളത്. അവിടെ മൈക്രോഫിനാൻസ് ഉപസമിതിയുടെ കൺവീനർ എ ഡി എസിന്റെ വൈസ് ചെയർപേഴ്സനാണ്.

പുതിയ നിയമാവലി പ്രകാരം അയൽക്കൂട്ടത്തിലെ പ്രസിഡന്റ്, സെക്രട്ടറി, മൂന്ന് വോളണ്ടിയർമാർ എന്ന സംവിധാനത്തിനുപകരം അവിടെയും അഞ്ച് ഉപസമിതികളായി. സി ഡി എസിലും എ ഡി എസിലുമുള്ള അതേ ഉപസമിതികൾ തന്നെയാണ് അയൽക്കൂട്ടത്തിലുമുള്ളത്. തൊഴിലുറപ്പ്, ഗ്രാമസഭ ഉപസമിതിയുടെ കൺവീനർ അയൽക്കൂട്ടത്തിന്റെ പ്രസിഡന്റുതന്നെയാണ്; മൈക്രോഫിനാൻസ് ഉപസമിതിയുടെ കൺവീനർ അയൽക്കൂട്ടത്തിന്റെ സെക്രട്ടറിയും. മറ്റു ഉപസമിതികൾക്ക് കൺവീനർമാരായി അംഗങ്ങളെ ചുമതലപ്പെടുത്തുന്നു.

അയൽക്കൂട്ട 'സംഘടനാ സംവിധാനത്തിൽ നിയമപരമായി രജിസ്റ്റർ ചെയ്യപ്പെട്ടിട്ടുള്ളത് സി ഡി എസാണ്. കേരളത്തിൽ നിലവിലുള്ള

ചാരിറ്റബിൾ സൊസൈറ്റീസ് നിയമങ്ങൾ പ്രകാരമാണ് സി ഡി എസുകൾ രജിസറ്റർ ചെയ്തിട്ടുള്ളത്. അയൽക്കൂട്ടങ്ങളും എ ഡി എസുകളും ബന്ധപ്പെട്ട ഡി സി എസിൽ 'അഫിലിയേറ്റ്' ചെയ്തിരിക്കണം. അഫിലിയേഷൻ ഓരോ വർഷവും പുതുക്കേണ്ടതുണ്ട്. 2008 നുമുമ്പ് സി ഡി എസ് സമിതിയിൽ ഒമ്പത് അംഗങ്ങളായിരുന്നു ഉണ്ടായിരുന്നത്. എ ഡി എസുകൾക്കെല്ലാം പ്രാതിനിദ്ധ്യം നല്കിക്കൊണ്ടുള്ള സി ഡി എസ് നിലവിൽ വന്നത് 2008 ലാണ്; ഏകീകൃത ബൈലോയിലൂടെ ഒമ്പത് അംഗങ്ങളുള്ള കാലത്ത് സി ഡി എസ് സമിതിയുടെ രക്ഷാധികാരി തദ്ദേശ സ്വയംഭരണ സ്ഥാപനങ്ങളുടെ അദ്ധ്യക്ഷനോ അദ്ധ്യക്ഷയോ ആയിരുന്നു. ഒപ്പം, തദ്ദേശസ്വയംഭരണസ്ഥാപനത്തിലെ വനിതാ അംഗങ്ങൾ സമിതിയിൽ അംഗങ്ങളായിരുന്നു. ചുരുക്കത്തിൽ പല സി ഡി എസിലും കുടുംബശ്രീ അംഗങ്ങളോടൊപ്പം തന്നെയോ അതിലേറെയോ എക്സ് ഒഫിഷ്യോ അംഗങ്ങൾ ഉണ്ടാകുന്ന സ്ഥിതി നിലനിന്നിരുന്നു.

രക്ഷാധികാരി എന്ന നിലയിൽ തദ്ദേശ സ്വയംഭരണസ്ഥാപനത്തിന്റെ അദ്ധ്യക്ഷൻ/അദ്ധ്യക്ഷ സി ഡി എസ് യോഗത്തിൽ പങ്കെടുക്കുന്നത് അക്കാലത്ത് സമിതിക്ക് ഒരു ഗൗരവസ്വഭാവം നല്കാൻ ഉപകരിച്ചിരിക്കണം. പക്ഷേ, അതോടൊപ്പം അവരുടെ സാന്നിദ്ധ്യം പലപ്പോഴും സി ഡി എസ് യോഗത്തിൽ കുടുംബശ്രീ പ്രതിനിധികളായ സമിതിയംഗങ്ങളുടെ തുറന്ന ചർച്ചയ്ക്ക് തടസ്സമായി വന്നു. അത് സ്വാഭാവികമായിരന്നുതാനും. ജനകീയാസൂത്രണം തുറന്നിട്ട പുത്തൻ തദ്ദേശഭരണ ഭൂമികയിലേക്ക് കടന്നുവന്നവരും ചുമതലകളേറ്റവരുമൊക്കെ പലയിടത്തും രാഷ്ട്രീയ ഭരണരംഗങ്ങളിൽ വ്യക്തിമുദ്ര പതിപ്പിച്ച നേതാക്കളായിരുന്നു. നിയമസഭാംഗമോ പാർലമെന്റംഗമോ സംസ്ഥാനത്തിലെ മന്ത്രിയോ ഒക്കെയാകാൻ ശേഷിയും പാടവവുമുള്ള ധാരാളം പേർ അവർക്കിടയിൽ ഉണ്ടായിരുന്നത് സ്വാഭാവികം.

അത്തരം മുതിർന്ന നേതാക്കൾ പങ്കെടുക്കുമ്പോൾ യോഗം തന്നെ അവരുടെ സൗകര്യത്തിനനുസരിച്ച് കൂടേണ്ടിവരും. അവർ ഇരിക്കുന്ന യോഗങ്ങളിൽ തുറന്ന് അഭിപ്രായം പറയാനും വിയോജിപ്പുകളടക്കമുള്ള ആശയവിനിമയം നടത്താനും സ്ത്രീകൾക്ക് പലപ്പോഴും ബുദ്ധിമുട്ടായിരുന്നു. അതുപോലെതന്നെ, എല്ലാ എ ഡി എസിന്റെയും പ്രതിനിധികൾ സി ഡി എസ് സമിതിയിലില്ല എന്ന പരിമിതിയും ഉണ്ടായിരുന്നു. ഈയൊരു പശ്ചാത്തലത്തിലാണ് ഏകീകൃത ബൈലോയിലേക്കു വരുമ്പോൾ സി ഡി എസ് യോഗത്തിൽ എല്ലാ എഡി എസുകൾക്കും പ്രാധാന്യം എന്ന ആശയം മുന്നോട്ടുവയ്ക്കപ്പെട്ടത്. അതോടൊപ്പം സി ഡി എസ് സമിതി കുടുംബശ്രീ അംഗങ്ങളും മെമ്പർ സെക്രട്ടറിയും മാത്ര മടങ്ങുന്നതായി. കുടുംബശ്രീയും തദ്ദേശ സ്വയംഭരണസ്ഥാപനവും തമ്മിലുള്ള ഏകോപനം ഉറപ്പുവരുത്തുന്നതിന് തദ്ദേശ സ്വയംഭരണസ്ഥാപനത്തിന്റെ അദ്ധ്യക്ഷൻ/അദ്ധ്യക്ഷയുടെ നേതൃത്വത്തിൽ വിലയിരുത്തൽ സമിതി നിലവിൽ വരികയും ചെയ്തു. തദ്ദേശ സ്വയംഭരണസ്ഥാപന

ത്തിലെ ഓരോ വാർഡിലെയും മെമ്പർ/കൗൺസിലർ അതാത് എ ഡി എസിന്റെ രക്ഷാധികാരിയായി തുടരുന്നു, അതിൽ മാറ്റം വരുത്തിയില്ല.

ജനാധിപത്യപരമായി തെരഞ്ഞെടുക്കപ്പെട്ടതാണ് കുടുംബശ്രീ നേതൃത്വം. പട്ടികജാതി, പട്ടികവർഗ്ഗ പ്രാതിനിധ്യം സംബന്ധിച്ച മാർഗ്ഗ നിർദ്ദേശങ്ങൾ സർക്കാർ ഒരു ഉത്തരവിലൂടെ പുറപ്പെടുവിക്കുന്നു. ഓരോ തദ്ദേശസ്വയംഭരണസ്ഥാപനത്തിലേക്കും ഒരു റിട്ടേർണിങ് ഓഫീസറെ വീതം ജില്ലാ കളക്ടർ നിയമിക്കുന്നു. മൂന്നുവർഷത്തെ കാലാവധിയാണ് സി ഡി എസ് ഭരണസമിതിക്കുള്ളത്.

2008 നുമുമ്പ് സി ഡി എസ് ചെയർപേഴ്സണെ തദ്ദേശസ്വയംഭരണ സ്ഥാപനത്തിന്റെ ഭരണസമിതി നിർദ്ദേശിക്കുകയാണ് ചെയ്തിരുന്നത്. തെരഞ്ഞെടുപ്പിനുള്ള പൂർണ്ണമായ അവകാശം കുടുംബശ്രീ അംഗ ങ്ങൾക്ക് ലഭിക്കുന്നത് 2008 ലെ ബൈലോയിലൂടെയാണ്. തെരഞ്ഞെ ടുപ്പ് പക്ഷേ, ഏകകണ്ഠമായി, ചർച്ചയിലൂടെ ഏകാഭിപ്രായത്തിലെത്തി, വേണമെന്നായിരുന്നു നിയമം. അഭിപ്രായ ഐക്യത്തിലെത്താൻ സാധി ക്കുന്നില്ലെങ്കിൽ രഹസ്യബാലറ്റ് വരെ അനുവദിച്ചുകൊണ്ടുള്ള ഭേദഗതി വന്നത് 2014 ലാണ്.

ഒരുപാട് രാഷ്ട്രീയ-താത്വിക വിശകലനങ്ങൾക്കും ചർച്ചകൾക്കും വഴി വച്ചതാണ് കുടുംബശ്രീയിലെ തെരഞ്ഞെടുപ്പ്. തെരഞ്ഞെടുപ്പ് അഭിപ്രായ സ്വരൂപീകരണത്തിലൂടെ വേണമെന്നും തുറന്നവേദിയിൽ എല്ലാ അംഗ ങ്ങളും അഭിപ്രായം പരസ്യമായി പ്രകടിപ്പിച്ചുകൊണ്ടാവണമെന്നും നിഷ്കർഷിച്ചിരുന്നവർ മത്സരാധിഷ്ഠിതമായ തെരഞ്ഞെടുപ്പിനെ എതിർത്തു. കേരളത്തിലെ പൊതുരാഷ്ട്രീയ രീതിയനുസരിച്ച് മുന്നണി കളിലും രാഷ്ട്രീയ പാർട്ടികളിലുമായി വനിതാ നേതൃത്വം ഭിന്നിക്കപ്പെടു കയും അത് സംഘടനയെ ബാധിക്കുകയും ചെയ്യുമെന്നതാണ് അവർ മുന്നോട്ടുവച്ച വാദം. മറുപക്ഷം ഉയർത്തിയത് മത്സരാധിഷ്ഠിത തെര ഞ്ഞെടുപ്പിലും അഭിപ്രായ സമന്വയം പ്രോത്സാഹിപ്പിക്കണം; എന്നാൽ ഏതു രീതിയിലും തെരഞ്ഞെടുക്കാനുള്ള അവകാശം കുടുംബശ്രീ അംഗ ങ്ങൾക്കു ലഭിക്കുന്നത് സംഘടനയുടെ കാലികമായ വികാസത്തിൽ സ്വാഭാവികമായി സംഭവിക്കുന്ന ഒരു കാര്യം എന്ന നിലയ്ക്കാണ്. അതി നുമുമ്പ് തദ്ദേശ സ്വയം ഭരണസ്ഥാപനം സി ഡി എസ് ചെയർപേഴ്സണെ നിർദ്ദേശിക്കുന്ന രീതി മാറിയപ്പോൾ വലിയ എതിർപ്പുണ്ടായിരുന്നു. തദ്ദേശ സ്വയം ഭരണസ്ഥാപനത്തിന്റെ നിയന്ത്രണം ഇല്ലാതാകും എന്നതായി രുന്നു പ്രധാന വിമർശനം. പ്രാദേശിക തലത്തിൽ സി സി എസ് തദ്ദേശ സ്വയംഭരണസ്ഥാപനത്തിന് സമാന്തരമായ സംവിധാനമാകുമെന്നും അത് ഗുണകരമല്ലെന്നും വാദിച്ചവരിൽ പ്രാദേശികനേതാക്കൾ മുതൽ സംസ്ഥാന തല നേതാക്കൾ വരെ ഉണ്ടായിരുന്നു.

പലപ്പോഴും സി ഡി എസ് നേതൃത്വത്തെ തീരുമാനിക്കുന്നത് തദ്ദേ ശസ്വയംഭരണ സ്ഥാപനത്തിന്റെ അദ്ധ്യക്ഷന്റെ ഇഷ്ടാനിഷ്ടങ്ങൾക്കനു സരിച്ചാകുന്നു; അത് സ്ത്രീ സംഘടനയുടേത് ഗുണകരമല്ല എന്നതായി

രുന്നു മറുവാദം. കുടുംബശ്രീ തദ്ദേശസ്വയംഭരണ സ്ഥാപനത്തിനു കീഴിലല്ല, മറിച്ച് തുല്യനിലയിൽത്തന്നെ തദ്ദേശസ്വയംഭരണസ്ഥാപനത്തോട് സഹകരിച്ച് പ്രവർത്തിക്കുകയാണ് വേണ്ടതെന്ന നേരത്തേതന്നെയുള്ള കാഴ്ചപ്പാട് ആ വാദത്തിന് ശക്തി നല്കി.

തിരിഞ്ഞു നോക്കുമ്പോൾ, സ്വന്തം നേതൃത്വത്തെ തെരഞ്ഞെടുക്കാൻ സ്ത്രീസംഘടനയിലെ അംഗങ്ങൾക്കു ലഭിച്ച അവകാശം ഗുണകരമായി എന്നു തന്നെയാണ് മനസ്സിലാക്കുന്നത്. തദ്ദേശ സ്വയംഭരണ സ്ഥാപനവും സി ഡി എസും തമ്മിൽ യോജിച്ചു പ്രവർത്തിക്കുന്നതിന് ആ തീരുമാനം കൊണ്ട് പ്രത്യേകിച്ച് തടസ്സമൊന്നുമുണ്ടായതായി കാണുന്നില്ല. മത്സരാധിഷ്ഠിത തെരഞ്ഞെടുപ്പും അതിൽ രഹസ്യ ബാലറ്റ് വരെയാകാമെന്ന നിലയും വന്നതോടെ ഫലത്തിൽ രാഷ്ട്രീയ പാർട്ടി അടിസ്ഥാനത്തിൽത്തന്നെ തെരഞ്ഞെടുപ്പു നടക്കുന്ന ഒരു സ്ഥിതിയിലേക്ക് പക്ഷേ, കാര്യങ്ങൾ നീങ്ങിയിട്ടുണ്ട്. അത് വനിതകളുടെ 'ഏജൻസി' എന്ന നിലയിൽ കുടുംബശ്രീയുടെ നിലപാടുകളെ ദോഷകരമായി ബാധിക്കുമെന്ന വിമർശനം നിലനില്ക്കുന്നുണ്ട്.

കേരളത്തിൽ മാത്രമല്ല, ഇന്ത്യയിലാകെത്തന്നെ രാഷ്ട്രീയപ്പാർട്ടികളിലെ സ്ത്രീപങ്കാളിത്തം ആശാവഹമായ നിലയിലല്ല കാണപ്പെടുന്നത്. രാഷ്ട്രീയ നേതൃത്വത്തിലേക്ക് കടന്നുവരുന്ന സ്ത്രീകളുടെ എണ്ണം പരിതാപകരമാം വിധം കുറവു തന്നെയാണ്. പൊതുവേ, രാഷ്ട്രീയപ്പാർട്ടികളുടെ പ്രവർത്തനശൈലിയും സംഘടനാ സംവധാനങ്ങളും സ്ത്രീകളെ നേതൃത്വത്തിലേക്കു വരാൻ പ്രോത്സാഹിപ്പക്കുന്നവയല്ല.

കേരളത്തിലെ അധികാര വികേന്ദ്രീകരണത്തിന്റെയും ജനകീയാസൂത്രണത്തിന്റെയും പ്രധാനപ്പെട്ട ഒരുഫലം സംസ്ഥാനത്തെ രാഷ്ട്രീയ ഭരണമേഖലകളിലെ വർദ്ധിച്ച സ്ത്രീപങ്കാളിത്തമായിരുന്നു. ആദ്യത്തെ 33% വനിതാ സംവരണമെന്നത് പിന്നീട് 50% ത്തിലേക്കുയർത്തി. സ്വാഭാവികമായും പകുതിയിൽ കൂടുതൽ വനിതാ അംഗങ്ങൾ എന്ന നിലയിലേക്ക് തദ്ദേശ സ്വയംഭരണ സ്ഥാപനങ്ങൾ മാറി. ഈ വസ്തുതയും കുടുംബശ്രീയുടെ വ്യാപനവും ചേർന്ന് സംസ്ഥാനമൊട്ടാകെ അഭൂതപൂർവ്വമായ സ്ത്രീപങ്കാളിത്തം രാഷ്ട്രീയ-ഭരണരംഗങ്ങളിൽ ഉണ്ടാകുന്നതിലേക്ക് വഴിതെളിച്ചു.

മേൽപറഞ്ഞമാറ്റം പക്ഷേ, രാഷ്ട്രീയ പാർട്ടികളുടെ അടിസ്ഥാനഘടനയിലും സ്ത്രീപങ്കാളിത്തത്തിലും കാര്യമായ ചലനമുണ്ടാക്കിയില്ല എന്നതാണ് യാഥാർത്ഥ്യം. പിതൃമേധാവിത്തപരവും ആൺകോയ്മയിൽ അധിഷ്ഠിതവുമായ ഘടനയും പ്രവർത്തനശൈലികളുമാണ് നിലനില്ക്കുന്നത്. സ്ത്രീപക്ഷ സമീപനത്തിന്റെയും ചിന്തയുടെയും ചില സ്വാധീനങ്ങൾ പ്രമുഖരാഷ്ട്രീയപാർട്ടികളുടെ പ്രവർത്തനരീതികളിൽ കാണാൻ തുടങ്ങിയിട്ടുണ്ടെങ്കിലും അടിസ്ഥാനപരമായി അവ ഇനിയും ഏറെ മാറേണ്ടതായാണിരിക്കുന്നത്.

വസ്തുത ഇതായിരിക്കെ, മത്സരാധിഷ്ഠിത തെരഞ്ഞെടുപ്പും അവ

യിൽ പ്രമുഖ, രാഷ്ട്രീയപ്പാർട്ടികളുടെ ഇടപടെലും ചേരുമ്പോൾ സി ഡി എസ് നേതൃത്വം ഫലത്തിൽ മുമ്പ് തദ്ദേശസ്വയംഭരണ സ്ഥാപനത്തിന്റെ അദ്ധ്യക്ഷൻ നിർദ്ദേശിച്ചിരുന്ന കാലത്തിലേക്ക് തിരിച്ചുപോകുന്നുണ്ടോ? തെരഞ്ഞെടുപ്പിനുള്ള അവകാശം ലഭിച്ചുവെങ്കിലും അതിലെ യഥാർത്ഥ തെരഞ്ഞെടുപ്പുകൾ ആൺകോയ്മയിലധിഷ്ഠിതമായ പരിഗണനകളാലാണോ തീരുമാനിക്കപ്പെടുന്നത്? അങ്ങനെയൊരു പ്രവണത ഉണ്ടെങ്കിൽ അത് തെരഞ്ഞെടുപ്പിനപ്പുറം സ്ത്രീകളുടെ ഏജൻസി എന്ന നിലയിൽ കുടുംബശ്രീയുടെ പ്രവർത്തനത്തെ പരിമിതപ്പെടുത്തുന്നുണ്ടോ? രാഷ്ട്രീയപ്പാർട്ടികളുടെ നിലപാടുകൾക്കതീതമായി നില്ക്കുന്ന ഒരു സ്ത്രീപക്ഷ നിലപാട് സ്വീകരിക്കുന്നതിൽ നിന്ന് അത് കുടുംബശ്രീയെ പ്രായോഗികതലത്തിൽ തടയുന്നുണ്ടോ?

മേല്പറഞ്ഞ ചോദ്യങ്ങളുൾപ്പെടെ, സ്ത്രീകളുടെ 'ഏജൻസി' എന്ന നിലയിൽ കുടുംബശ്രീ പ്രവർത്തകർ സ്വയം ചോദിക്കുകയും ചർച്ചയിലൂടെ ആശയവ്യക്തതയിലേക്ക് എത്തുകയും ചെയ്യേണ്ട നിരവധി വിഷയങ്ങൾ ഇന്ന് കുടുംബശ്രീ അഭിമുഖീകരിക്കുന്നുണ്ട്.

വിതച്ചും കൊയ്തും കുടുംബശ്രീ

അശമണ്ണൂർ, എറണാകുളം ജില്ലയിലെ കുന്നത്തനാട് താലൂക്കിൽപെട്ട ഗ്രാമം. വർഷം 2000, ഒരുപാട് അതിരുകൾ തെളിച്ചും പുതിയ അതിരുകൾ നിർമ്മിച്ചും ശ്രദ്ധേയമായ വർഷം. അഞ്ചാം വാർഡിലെ അക്ഷര അയൽക്കൂട്ടത്തിന്റെ യോഗം നടക്കുകയാണ്. ഇരുപത്തേഴു പേരുണ്ട് അംഗങ്ങളായി; ഇരുപതിന്റെ അതിരൊക്കെ വരുന്നതിനു മുമ്പത്തെ അയൽക്കൂട്ടമാണ്. ആ യോഗത്തിൽവച്ച് അശമണ്ണൂർ ഒരു ചരിത്രം രചിക്കുകയായിരുന്നു. അതുപക്ഷേ, ആ ചരിത്രത്തിന്റെ സൃഷ്ടാക്കളായി മാറിയ കുടുംബശ്രീയംഗങ്ങൾ സ്വാഭാവികമായും അറിഞ്ഞിരുന്നില്ല.

നെല്ല്, കൂർക്ക, വാഴ, കപ്പ എന്നിങ്ങനെ വിളകൾ ധാരാളമുള്ള നാടായിരുന്നു അശമണ്ണൂർ. അതോടൊപ്പം കൃഷി മതിയാക്കിയ ചെറുകിട കർഷകർ തരിശിട്ട നിലങ്ങളും നിറയെയുണ്ടായിരുന്നു ആ ഗ്രാമത്തിൽ. ഗ്രാമത്തിന്റെ സ്വാഭാവിക ജലസമ്പത്തിനെ പുഷ്ടിപ്പെടുത്തിക്കൊണ്ട് കടന്നുപോയ പെരിയാർവാലി ജലസേചന കനാലിനും പിടികൊടുക്കാതെ കിടന്നിരുന്നു തരിശിട്ട വയലുകൾ.

കനാലിന്റെ ഓരത്തുനടന്ന യോഗത്തിൽ സ്ത്രീകൾ ആലോചിച്ചത് കൃഷിയെപ്പറ്റിയാണ്. നഷ്ടപ്പെട്ടുപോകുന്ന കാർഷിക സംസ്കാരത്തെ തിരിച്ചുപിടിക്കാനുള്ള വാശിയൊന്നുമായിരുന്നില്ല അവരെ നയിച്ചത്. പിന്നെയോ? ജീവിതം ക്ലേശകരമായൊരു യാഥാർത്ഥ്യമായി മുന്നിൽ ചുരുളഴിയുമ്പോൾ അതിന്റെ ആഴമേറിയ ചുഴികളിൽ നഷ്ടപ്പെട്ടുപോകാതിരിക്കാൻ ഒരു പിടിവള്ളി. എന്തെങ്കിലും ഒരു വരുമാനം. അത് കൃഷിയെങ്കിൽ അങ്ങനെ.

എട്ടുവർഷങ്ങൾക്കുശേഷം 2008 ൽ അശമണ്ണൂർ സി ഡി എസിന്റെ ചെയർപേഴ്സണായ ശോഭന ആ യോഗത്തിലുണ്ടായിരുന്നു. ഏതാണ്ട് പതിനഞ്ചോളം സ്ത്രീകൾക്ക് എന്തെങ്കിലും വരുമാനമാർഗ്ഗം ഉണ്ടായാലേ കഴിയൂ. അഞ്ചാറാളാകട്ടെ, അതിനുവേണ്ടി എന്ത് വെല്ലുവിളി ഏറ്റെടുക്കാനും തയ്യാർ.

ദാ, ഈ കാണുന്ന കൃഷിയിടം പാട്ടത്തിനെടുത്താലോ? നെൽകൃഷി ചെയ്താലോ? ആലോചനകളും ചർച്ചകളും അവിടേയ്ക്കാണെത്തിയത്. ഒരുപാട് ശ്രമങ്ങൾക്കൊടുവിൽ ഒരു ഭൂവുടമ രണ്ടേക്കർ നിലം വിട്ടു നല്കാൻ തയ്യാറായി. ഏതാണ്ട് സൗജന്യമായെന്നുതന്നെ പറയാം. പക്ഷേ, എങ്ങനെ കൃഷിയിറക്കും? പ്രവർത്തനമൂലധനത്തിനും സാങ്കേതിക സഹായത്തിനുമായി ശ്രമം തുടങ്ങി സ്ത്രീകൾ. കാര്യമായ സഹായമൊന്നും കിട്ടാതെതന്നെ കൃഷിയിറക്കേണ്ടിയും വന്നു.

പ്രതിസന്ധികളോട് സന്ധിയില്ലാതെ മല്ലിട്ട പെൺകൂട്ടായ്മകൾ അസൂയാർഹമായ വിജയം കൊണ്ട് അടയാളപ്പെടുത്തിയ അദ്ധ്യായങ്ങൾ ഏറെയുണ്ട് കുടുംബശ്രീയുടെ രണ്ടു പതിറ്റാണ്ടുകാലത്തെ ചരിത്രത്തിൽ. അശമണ്ണൂർ അതിൽ തുടക്കം കുറിച്ച ഒരു കഥയായി മാറി. ഉണക്കലരി വിറ്റ് സ്ത്രീകൾ കാശുണ്ടാക്കി; വിളവ് നന്നായിരുന്നു. അവരവരുടെ ആവശ്യത്തിനായി ഇടിച്ചെടുത്ത അവിൽ എറണാകുളം ജില്ലാതല പരിപാടികളിൽ നന്നായി വിറ്റുപോയി. ആദ്യകൃഷിയിൽ സ്ത്രീകൾക്ക് മിച്ചംപിടിക്കാനായത് 48,000 രൂപ. തുടർന്ന് കൃഷിയിൽ ശ്രദ്ധ കേന്ദ്രീകരിച്ച അവർ മൂന്നു പൂ കൃഷി കൊണ്ട് 35 സെന്റ് സ്ഥലം അവരുടെ സ്വന്തം 'അപ്സര' അയൽക്കൂട്ടത്തിന്റെ പേരിൽ വാങ്ങി.

അശമണ്ണൂരിലെ പെൺവിജയത്തിന്റെ പശ്ചാത്തലം ഒന്നോർത്താൽ. അവരുടെ അദ്ധ്വാനത്തിന്റെയും അവരേറ്റെടുത്ത വെല്ലുവിളിയുടെയും വലുപ്പം നമുക്ക് കൂടുതൽ മനസ്സിലാവുകയാണ് ചെയ്യുക.

1998 ൽ ഉദ്ഘാടനം ചെയ്യപ്പെട്ട കുടുംബശ്രീ സംസ്ഥാനതലവ്യാപനത്തിന്റെ ആദ്യ ചുവടുവച്ച വർഷമാണ് 2000. ജനകീയാസൂത്രണ പ്രസ്ഥാനം ആരംഭിച്ചിട്ട് നാലാം വർഷം. നാടാകെ ഗ്രാമപഞ്ചായത്തുകളുടെ നേതൃത്വത്തിൽ കൃഷിയെ തിരിച്ചുപിടക്കാനുള്ള ശ്രമങ്ങൾ നടക്കുന്നു. തിരിച്ചുപിടിക്കാൻ ശ്രമപ്പെടേണ്ടതരത്തിൽ കൃഷി പ്രതിസന്ധിയിലായിരുന്നുവെന്ന് വ്യക്തം. ആ പ്രതിസന്ധിയുടെ കഥ ഒന്നു വേറെ തന്നെയാണ് താനും.

1957 ൽ കേരളത്തിൽ അധികാരത്തിലെത്തിയ കമ്യൂണിസ്റ്റ് പാർട്ടിക്ക് ഏറ്റവും പ്രധാനപ്പെട്ട അജണ്ടയായിരുന്നല്ലോ ഭൂപരിഷ്കരണം. ആദ്യ വർഷംതന്നെ സർക്കാർ ഓർഡിനൻസിറക്കി. പാട്ടസമ്പ്രദായം നിരോധിച്ചുകൊണ്ടും കുടിയാന്മാർക്ക് ഭൂമി സ്വന്തമായി നല്ക്കാൻ വ്യവസ്ഥ ചെയ്തുകൊണ്ടുമുള്ള നിയമം 1958ൽ ത്തന്നെ നിയമസഭയിൽ അവതരിപ്പിച്ചു. ഭൂപരിഷ്കരണ നിയമത്തിനും വിദ്യാഭ്യാസബില്ലിനും എതിരായ സമരം സർക്കാരിനെ പുറത്താക്കാന്നതിലാണ് അവസാനിച്ചത്. പിന്നീട്

1969 ലാണ് നിയമം നിയമസഭയുടെ പരിഗണനയിലെത്തുന്നത്. പാസാ യത് 1970 ലും.

കേരളത്തിന്റെ കാർഷിക സമ്പദ്‌വ്യവസ്ഥയെ ആഴത്തിൽ പഠിച്ചിട്ടുള്ള വിദഗ്ദ്ധർ ചൂണ്ടിക്കാട്ടിയ ഒരു കാര്യമുണ്ട്. 1962-63 മുതൽ 1974-75 വരെ തുടർന്നുപോന്ന കാർഷിക വളർച്ച 1975-76 ഓടെ അവസാനിച്ചു എന്നതാണത്. 1976 മുതൽ 1986 വരെയുള്ള പത്തുവർഷക്കാലം കാർഷി കമുരടിപ്പിന്റെ ദശാബ്ദമായിരുന്നു. കൃഷിഭൂമിയുടെ വിസ്തീർണ്ണം

കുറഞ്ഞു; തരിശുഭൂമി വർദ്ധിച്ചു. 1980 കളാകുമ്പോഴേക്കും എല്ലാ അർത്ഥത്തിലും കാർഷികരംഗം മുരടിപ്പിലേക്ക് ആഴ്ന്നുപോയിരുന്നു.

കാർഷികമുരടിപ്പിനെ മുറിച്ചു കടക്കാനുള്ള ഗൗരവതരമായ ശ്രമമായിരുന്നു 1987 ൽ അധികാരത്തിലെത്തിയെ ഇടതുപക്ഷജനാധിപത്യ സർക്കാർ ആരംഭിച്ച സംഘകൃഷി. എന്നാൽ ആകെ കൃഷിയിറക്കുന്ന ഭൂമി ലഭ്യമായ ഭൂമിയുടെ പകുതിയിൽ അല്പം ഏറെയായി, വലിയ ഏറ്റക്കുറച്ചിലില്ലാതെ തുടരുകയാണ് ചെയ്തത്. തരിശുഭൂമിയുടെ അളവിലും ചെറിയ ഏറ്റക്കുറച്ചിലുകളുണ്ടായതല്ലാതെ കാര്യമായ മാറ്റം ഉണ്ടായില്ല.

സംഘകൃഷിക്കുശേഷം 1996 ൽ ജനകീയാസൂത്രണ പ്രസ്ഥാനമാണ് കാർഷികമേഖലയിലെ മുരടിപ്പിനെ അഭിസംബോധന ചെയ്യാൻ ശ്രമിച്ചത്. ഗ്രാമപഞ്ചായത്തിന്റെ പദ്ധതികളിൽ കാർഷിക രംഗത്തിന് ഊന്നൽ നല്കാനും പ്രാദേശിക കൃഷിയാസൂത്രണത്തിൽ നീർത്തടാധിഷ്ഠിത സമീപനവും വിഭവാധിഷ്ഠിത സമീപനവും കൊണ്ടുവരാനും ശ്രമമുണ്ടായി. തരിശിട്ടു പോകുന്ന ഭൂമി എന്നിട്ടും കീറാമുട്ടിയായിത്തുടർന്നു. അതിന് ചില കാരണങ്ങളുണ്ടായിരുന്നു.

കൃഷിലാഭകരമല്ലാതായതുകൊണ്ടും, ഇതര വരുമാനസ്രോതസ്സുകൾ ലഭ്യമായതുകൊണ്ടും, കുടിയേറ്റം കൊണ്ടുമെല്ലാം കൃഷിഭൂമി തരിശിടപ്പെട്ടു. അത് വ്യാപകമായ ഒരു പ്രവണതയായി മാറി. അതേസമയം പാട്ടത്തിന് ഭൂമിയെടുക്കുന്നത് നിയമവിരുദ്ധമായി തുടരുകയുമായിരുന്നു. ഒരുഭാഗത്ത് കാർഷികേതര ഉപയോഗങ്ങൾക്കായി വലിയ തോതിൽ കൃഷിഭൂമി ഉപയോഗിക്കപ്പെടുമ്പോൾ, മറുഭാഗത്ത് കൃഷിക്ക് ലഭ്യമായതും കൃഷി സാദ്ധ്യമായതുമായ ഭൂമി തരിശിടുന്ന പ്രവണത തുടർന്നു. കേരളത്തിന്റെ സാഹചര്യത്തിൽ മൂന്നുതരത്തിലുള്ള തരിശുഭൂമികളെ പരിഗണിക്കാറുണ്ട്.

1. നടപ്പുവർഷം മാത്രം തരിശുകിടക്കുന്ന ഭൂമി.
2. ഒരു വർഷം മുതൽ അഞ്ചുവർഷംവരെ തരിശു കിടക്കുന്ന കൃഷിഭൂമി.
3. അഞ്ചുവർഷത്തിലേറെയായി തരിശുകിടക്കുന്ന കൃഷിഭൂമി.

1999–2000 സമയത്ത് മേൽപറഞ്ഞ മൂന്നു വിഭാഗങ്ങളിലായി 165,058 ഹെക്ടർ ഭൂമിയാണ് തരിശായി കിടന്നിരുന്നത്. ഭക്ഷ്യോല്പാദനത്തിൽ പിന്നാക്കാവസ്ഥയനുഭവിക്കുകയും വലിയ തോതിൽ മറ്റു സംസ്ഥാനങ്ങളെ ആശ്രയിക്കുകയും ചെയ്യുന്ന കേരളത്തിൽ ഇത്രയേറെ തരിശുഭൂമി ഉണ്ടാകുന്നത് തികച്ചും ആശങ്കാജനകം തന്നെയായിരുന്നു.

ഈ സാഹചര്യത്തിൽ അശമന്നൂരിലെ സ്ത്രീകൾ ഏറ്റെടുത്ത പ്രവർത്തനം കേരളത്തിന്റെ കാർഷികരംഗത്ത് പുതിയൊരു സാദ്ധ്യത തുറന്നിടുകയാണ് ചെയ്തത്. കുടുംബശ്രീയുടെ സാമൂഹിക സ്വീകാര്യതയുപയോഗിച്ച് അനൗപചാരികമായി സ്ത്രീകളുടെ ഗ്രൂപ്പുകൾക്ക് കൃഷി ചെയ്യാനായി തരിശുകിടന്ന കൃഷിഭൂമി വിട്ടുനല്കാൻ ചെറുകിട ഭൂവുടമകൾ തയ്യാറായതോടെ അശമന്നൂരിൽ വിവിധ വാർഡുകളിലേക്ക് കൃഷി

വ്യാപിച്ചു. തുടർന്ന് മറ്റു ഗ്രാമപഞ്ചായത്തുകളിലേക്കും തുടർന്ന് വിവിധ ജില്ലകളിലേക്കും വ്യാപനമുണ്ടായി. ഗ്രൂപ്പുകൾ ക്രമേണ നബാർഡ് സ്ക്രീം പ്രകാരമുള്ള ജോയിന്റ് ലയബിലിറ്റി ഗ്രൂപ്പുകളായി മാറി. ദേശീയ ഗ്രാമവികസന വകുപ്പിന്റെ മഹിളാ കിസാൻ ശശാക്തീകരണ പദ്ധതി (Mahila Kisan Sashaktikaran Pariyojana (MKSP)) യുടെ നിർവ്വഹണ ച്ചുമതല കടുംബശ്രീ ഏറ്റെടുത്തതോടു കൂടി പാട്ടകൃഷിയായും സംഘ കൃഷിയായും സ്ത്രീകളുടെ കൃഷിയുദ്യമങ്ങൾ സംസ്ഥാനമാകെ പടർന്നു.

പത്താം പഞ്ചവത്സരപദ്ധതിക്ക് (2002-2007) സംസ്ഥാന ആസൂത്ര ണബോർഡ് 2004 ൽ പുറപ്പെടുവിച്ച മാർഗ്ഗനിർദ്ദേശങ്ങളിൽ നെൽകൃ ഷിക്കും തരിശുഭൂമിയിൽ കൃഷി വ്യാപിപ്പിക്കുന്നതിനും കുടുംബശ്രീ അയൽക്കൂട്ടങ്ങൾ വഴി ശ്രമിക്കണമെന്ന് പറഞ്ഞിരുന്നു.

കോവിഡ് 19 ന്റെ പശ്ചാത്തലത്തിൽ രാജ്യമാകെ ലോക്ഡൗൺ പ്രഖ്യാപിച്ചപ്പോൾ സംസ്ഥാനത്ത് തദ്ദേശസ്വയംഭരണ സ്ഥാപനങ്ങളുടെ നേതൃത്വത്തിൽ 1100 ലേറെ കമ്യൂണിറ്റി കിച്ചനുകൾ ഒരുക്കിയിരുന്നു. അതിൽ ഭൂരിപക്ഷം കിച്ചനുകളും കുടുംബശ്രീയുടെ സജീവ പങ്കാളി ത്തത്തോടെയാണ് പ്രവർത്തിച്ചത്. പെട്ടെന്ന് ലോക്ഡൗൺ പ്രഖ്യാപിച്ച പ്പോൾ സംസ്ഥാനത്തിനകത്തും ഇതര സംസ്ഥാനങ്ങളിൽനിന്ന് സംസ്ഥാ നത്തേക്കുള്ളതുമായ ചരക്കു ഗതാഗതം വിഷമത്തിലായി. ആ സമയത്ത് കമ്യൂണിറ്റി കിച്ചനുകൾക്ക് ആശ്രയമായത് കുടുംബശ്രീ ഗ്രൂപ്പുകൾ നല്കിയ പച്ചക്കറിയും മറ്റു കൃഷി ഉല്പന്നങ്ങളുമായിരുന്നു. ലോക്ഡൗൺ കാലത്ത് 16,268 ജോയിന്റ് ലയബലിറ്റി ഗ്രൂപ്പുകളിൽനിന്ന് 116 ടണ്ണോളം കാർഷികോല്പന്നങ്ങളാണ് കമ്യൂണിറ്റി കിച്ചനുകൾക്ക് ലഭിച്ചത്.

2020 ആകുമ്പോഴേക്കും സംസ്ഥാനമൊട്ടാകെ, 71,572 ജോയിന്റ് ലയബിലിറ്റി ഗ്രൂപ്പുകളിലായി 3.54 ലക്ഷം സ്ത്രീകർഷകർ 50,000 ലേറെ ഹെക്ടർ സ്ഥലത്ത് കൃഷിചെയ്യുന്നതായാണ് കണക്ക്. അതിൽ നെല്ല്, വാഴ, പച്ചക്കറി, കിഴങ്ങുവർഗ്ഗങ്ങൾ എന്നിവയെല്ലാം വനിതാഗ്രൂപ്പുകൾ കൃഷി ചെയ്യുന്നുണ്ട്. 2016-17 ലെ കണക്കുപ്രകാരം സംസ്ഥാനത്താകെ നടപ്പുവർഷം തരിശുകിടന്ന ഭൂമി മാത്രം 72,008 ഹെക്ടറായിരുന്നു; ഒന്നു മുതൽ അഞ്ചുവർഷം വരെ തരിശു കിടന്ന ഭൂമി 55,530 ഹെക്ടറും, അഞ്ചിലേറെ വർഷം തരിശു കിടന്ന ഭൂമി 1,01,379 ഹെക്ടറുമായിരുന്നു. ചുരുക്കത്തിൽ മൂന്നു വിഭാഗങ്ങളിലായി രണ്ടേകാൽ ലക്ഷം ഹെക്ടർ ഭൂമി തരിശുകിടക്കുന്ന സംസ്ഥാനത്ത് 50,000ലേറെ ഹെക്ടർ ഭൂമി വനിതാ ഗ്രൂപ്പുകൾ ഏറ്റെടുത്ത് കൃഷിചെയ്യുന്നുവെന്നത് പ്രധാനം തന്നെയാണ്.

തൊഴിലുറപ്പ് പദ്ധതി നടപ്പിലായപ്പോൾ അതിന്റെ നിർവ്വഹണത്തിൽ കുടുംബശ്രീക്ക് ലഭിച്ച ഉത്തരവാദിത്വം സംഘകൃഷിക്ക് ഗുണകരമായ രീതിയിൽ യോജിച്ചുള്ള പ്രവർത്തനത്തിന് വഴിതെളിച്ചു. സംഘകൃഷിക്ക്

കുടുംബശ്രീ സ്ത്രീകൾ തൊഴിലുറപ്പിൽ

ഡോ. കെ പി കണ്ണനും എൻ ജഗജീവനും ചേർന്നു നടത്തിയ ഒരുപഠനമുണ്ട്, തൊഴിലുറപ്പിലെ കുടുംബശ്രീയുടെ പങ്കിനെപ്പറ്റി. തിരുവനന്തപുരം ജില്ലയിലെ ആര്യനാട് ഗ്രാമപഞ്ചായത്തിലെ 30 അയൽക്കൂട്ടങ്ങളിൽനിന്നുള്ള 513 സ്ത്രീകളോട് ചോദിച്ച് അവരുടെ പ്രതികരണം ക്രോഡീകരിച്ച് ചേർത്തിട്ടുണ്ട് പഠനത്തിൽ. ചോദ്യം ഇതായിരുന്നു. തൊഴിലുറപ്പ് നിങ്ങളുടെ വ്യക്തിത്വത്തിൽ എന്ത് മാറ്റമാണുണ്ടാക്കിയത്.?

തൊഴിൽ ചെയ്യാൻ പഠിച്ചതും, നൈപുണ്യവർദ്ധനവും, സാമ്പത്തികമായ സ്വാശ്രയത്വവും, ജനങ്ങളുമായി ഇടപഴകാനുള്ള ധൈര്യവുമാണ് ഏറ്റവും കൂടുതൽ പേർ പറഞ്ഞ മാറ്റങ്ങൾ. ജോലി ചെയ്ത് കാശുണ്ടാക്കണമെന്ന ഒരാഗ്രഹം ചിന്തകളിലുണ്ടായി എന്നതും ഒട്ടധികം സ്ത്രീകൾ പറയുകയുണ്ടായി.

കുടുംബശ്രീ പ്രവർത്തനത്തിലൂടെ പൊതുവിലും തൊഴിലുറപ്പിലൂടെ വിശേഷിച്ചും സ്ത്രീകളിൽ പ്രകൃതി വിഭവങ്ങളെക്കുറിച്ചും പ്രാദേശിക സമ്പദ് ഘടനയിൽ അവയ്ക്കുള്ള പ്രാധാന്യത്തെപ്പറ്റിയും സ്ത്രീകളിലുണ്ടായ അവബോധത്തെപ്പറ്റി പഠനകർത്താക്കൾ പറയുന്നുണ്ട്. തരിശുനിലമൊക്കെ കൃഷിസ്ഥലങ്ങളാക്കി മാറ്റാൻ സാധിച്ചതിനെ തങ്ങളുടെ നേട്ടമായി അവർ ഉയർത്തിക്കാട്ടിയതായും പഠനത്തിൽ പറയുന്നു.

പുതിയൊരു മാനം തന്നെ നല്കാൻ തൊഴിലുറപ്പുമായുള്ള സംയോജനം സഹായിച്ചു.

ഏതാണ്ട് 20 വർഷത്തിനുശേഷം തിരിഞ്ഞു നോക്കുമ്പോൾ, സംഘടനാ സംവിധാനത്തിന്റെ ഭാഗമായ കുടുംബശ്രീയംഗങ്ങളിൽ ഏറ്റവും സാരമായ മാറ്റങ്ങൾ വരുത്തിയ പരിപാടിയാണ് സംഘകൃഷി. തരിശിട്ടുപോയ കൃഷിയിടങ്ങളെ അദ്ധ്വാനശേഷിയും കൂട്ടായ്മയുടെ ശക്തിയും ഉപയോഗിച്ച് തിരിച്ചുപിടിക്കുമ്പോൾ കുടുംബശ്രീ സ്ത്രീകൾ നിരവധി പുത്തൻ മാതൃകകൾ മുന്നോട്ടുവച്ചു. അനൗപചാരിക ഉടമ്പടിയിലൂടെ കൃഷി വ്യാപിപ്പിക്കാനുള്ള മുൻകൈ തന്നെയാണ് അവയിൽ ആദ്യത്തേത്. അനൗപചാരിക സംഘങ്ങളിൽനിന്ന് ജോയിന്റ് ലയബിലിറ്റി ഗ്രൂപ്പുകളായി മാറി ബാങ്ക് ലോൺ സ്വീകരിച്ചുകൊണ്ട് കൃഷിനടത്തിയും അവർ മാതൃക സൃഷ്ടിച്ചു. ദേശീയ പദ്ധതിയായ മഹിളാ കിസാൻ ശശാക്തീകരൺ പരിയോജനയെ തങ്ങളുടെ കൃഷിയെ ശക്തിപ്പെടുത്താൻ അവർ ഉപയോഗിച്ചു. തൊഴിലുറപ്പ് പദ്ധതിയുമായുള്ള സംയോജനത്തിലൂടെ സംഘകൃഷിയെ കൂടുതൽ ശക്തിപ്പെടുത്താനും സ്ത്രീകൾക്ക് സാധിച്ചു.

ഏറ്റവും അടിസ്ഥാനപരമായ മാറ്റം പക്ഷേ, 'സ്ത്രീകർഷകർ' എന്ന നിലയിലേക്കുള്ള വളർച്ചയാണ്. അശമണ്ണൂരിൽ ആരംഭിച്ച ആ പരിവർത്തനം സംഘകൃഷിയുടെ വ്യാപനത്തിലൂടെ വിവിധ പ്രദേശങ്ങളിലേക്ക് വ്യാപിച്ചു. അശമണ്ണൂരിൽ കൃഷി തുടങ്ങിയത് മറ്റുള്ളവരുടെ കൃഷിയിടങ്ങളിൽ പണിചെയ്തുപോന്ന തൊഴിലാളി സ്ത്രീകളാണ്. കൃഷിയുടെ തകർച്ചയും തരിശുവല്ക്കരണവും നേരിട്ടു ബാധിച്ച ആ സ്ത്രീകൾ ആ അവസ്ഥയെ മുറിച്ചുകടക്കാൻ സ്വയം കർഷകരായി മാറുകയാണ് ചെയ്തത്.

അനിശ്ചിതമായ തൊഴിലവസരവും ചുരുങ്ങിയ വരുമാനവുമെന്ന നിലയിൽനിന്ന് കർഷകഗ്രൂപ്പുകളായി മാറുമ്പോൾ സ്ത്രീകൾ പുത്തൻ പ്രവർത്തന മേഖലകളിലേക്ക് കടന്നു ചെല്ലുകയാണ്. വേലയ്ക്ക് കൂലി എന്ന നിലയിൽനിന്ന് കൃഷിസ്ഥലം കണ്ടെത്തൽ, ഗ്രൂപ്പിനായി അത് ലഭ്യമാക്കൽ, മൂലധനം-ബാങ്ക് വായ്പ ഉൾപ്പെടെ സ്വരൂപിക്കൽ, കൃഷിയിറക്കവും വിളപരിപാലനവും കാർഷികോല്പന്നങ്ങൾ വിറ്റഴിക്കൽ, കാർഷികോല്പന്നങ്ങളുടെ മൂല്യവർദ്ധനവും വിപണനവും എന്നിങ്ങനെയുള്ള മേഖലകളിൽ ഉത്തരവാദിത്വങ്ങൾ ഏറ്റെടുക്കുന്നതിലൂടെ പുതിയ ഒരു കർഷക സമൂഹമായി വികസിക്കുകയാണ് ആ സ്ത്രീകൾ ചെയ്തത്.

ആശ്രയ

വികസനമെന്നാൽ കേവലം സാമ്പത്തിക വളർച്ചയല്ല; അത് ചിര സ്ഥായിയും നീതിപൂർവ്വകവുമായിരിക്കണം എന്നത് ജനകീയാസൂത്രണ പ്രസ്ഥാനം മുന്നോട്ടുവച്ച സമീപനമാണ്. അക്കാലത്ത് ഗ്രാമസഭാ യോഗ ങ്ങളിലെമ്പാടും ആവർത്തിച്ച ആമുഖ പ്രസ്താവനയായിരുന്നു അത്. ദ്രുതഗതിയിലുള്ള സാമ്പത്തിക വളർച്ചയോടൊപ്പം കൈവരിക്കേണ്ട മൂന്നു സാമൂഹിക ലക്ഷ്യങ്ങൾ ആ സമീപനം ഊന്നിപ്പറഞ്ഞിരുന്നു.

വികസനപ്രക്രിയയുടെ മുഖ്യധാരയിൽനിന്ന് ഒറ്റപ്പെട്ടുകിടക്കുന്ന 'ദാരിദ്ര്യത്തിന്റെ തുരുത്തുകളിൽ' ജീവിക്കുന്ന മനുഷ്യർക്ക് അടിസ്ഥാ നാവശ്യങ്ങൾ ഉറപ്പാക്കുകയും അവരുടെ സാമ്പത്തിക സാമൂഹിക നില മെച്ചപ്പെടുത്തുകയും ചെയ്യുകയായിരുന്നു ഒന്നാമത്തെ ലക്ഷ്യം. സാമ്പ ത്തിക വളർച്ചയിൽ ബോധപൂർവ്വമുള്ള സ്ത്രീപദവി പരിഗണന ഉറപ്പുവ രുത്തുകയെന്നതായിരുന്നു രണ്ടാമത്തേത്. മൂന്നാമത്തേത് വികസന ത്തിന്റെ ചിരസ്ഥായിത്വം എന്ന കാഴ്ചപ്പാടിൽനിന്ന് വിഭവശേഷണ ത്തെയും പാരിസ്ഥിതിക തകർച്ചയെയും നേരിടുക എന്നതായിരുന്നു.

ആദിവാസികൾ, പട്ടികജാതി പട്ടികവർഗ്ഗ വിഭാഗങ്ങൾ, മത്സ്യത്തൊ ഴിലാളികൾ എന്നീ വിഭാഗങ്ങളെ മുഖ്യധാരയിൽനിന്ന് ഒറ്റപ്പെട്ടുകിടക്കുന്ന വിഭാഗങ്ങളിൽ എടുത്തുപറഞ്ഞിരുന്നു, ജനകീയാസൂത്രണം സംബന്ധിച്ച രേഖകളിൽ. ദാരിദ്ര്യനിർമ്മാർജ്ജനം എന്നത് വികസന സമീപനത്തിന്റെ കേന്ദ്രത്തിൽത്തന്നെയുണ്ടായിരുന്നുവെന്ന് ജനകീയാസൂത്രണ പ്രസ്ഥാ നവുമായി ബന്ധപ്പെട്ട പ്രസിദ്ധീകരണങ്ങൾ വ്യക്തമാക്കുന്നുണ്ട്. കുടും ബശ്രീയുടെ രൂപീകരണവും സംസ്ഥാനതലവ്യാപനവും ലക്ഷ്യമിട്ടതും ദാരിദ്ര്യനിർമ്മാർജ്ജനമായിരുന്നല്ലോ. സംസ്ഥാന ദാരിദ്ര്യനിർമ്മാർജ്ജന മിഷൻ (State Poverty Eradication Mission - SPEM) എന്നുതന്നെ

യാണ് കുടുംബശ്രീയെ നാമകരണം ചെയ്തതും. ദാരിദ്ര്യനിർമ്മാർജ്ജനം ഭരണഘടനാപരമായ ചുമതലയായുള്ള തദ്ദേശസ്വയംഭരണ സ്ഥാപനങ്ങൾ; അവയ്ക്ക് പ്രാദേശിക തലത്തിൽ ആസൂത്രണം ചെയ്ത് നടപ്പാക്കാവുന്ന പദ്ധതികളിലൂടെ ദാരിദ്ര്യത്തെ നേരിടാനുള്ള സമ്പത്തും വിഭവങ്ങളും. ദാരിദ്ര്യലഘൂകരണ നിർമ്മാർജ്ജന പ്രവർത്തനങ്ങൾ നടപ്പിലാക്കുന്നതിനുള്ള സംഘടനാ സംവിധാനമായി കുടുംബശ്രീ. ദാരിദ്ര്യലഘൂകരണപദ്ധതികൾക്കു മാത്രമായി തദ്ദേശ സ്വയംഭരണസ്ഥാപനത്തിന്റെ അദ്ധ്യക്ഷൻ/അദ്ധ്യക്ഷയുടെ നേതൃത്വത്തിൽ വർക്കിങ് ഗ്രൂപ്പ്; വർക്കിങ് ഗ്രൂപ്പിന്റെ കൺവീനർ കുടുംബശ്രീ സി ഡി എസിന്റെ മെംബർ സെക്രട്ടറിയും. പട്ടികജാതി പട്ടികവർഗ്ഗ വികസന വകുപ്പിന്റെയും സാമൂഹിക ക്ഷേമ വകുപ്പിന്റെയും ഉദ്യോഗസ്ഥർ വർക്കിങ് ഗ്രൂപ്പിലെ അംഗങ്ങളായി. ബ്ലോക്കുതല വർക്കിങ് ഗ്രൂപ്പിലാകട്ടെ ബ്ലോക്കിന്റെ പരിധിയിലുള്ള എല്ലാ സി ഡി എസുകളുടെയും അദ്ധ്യക്ഷമാർ അംഗങ്ങളായി. ജില്ലാ പഞ്ചായത്തിന്റെ വർക്കിങ് ഗ്രൂപ്പിൽ ഓരോ ബ്ലോക്കിനെയും പ്രതിനിധീകരിച്ച് ഒരു സി ഡി എസിന്റെ അദ്ധ്യക്ഷവീതം അംഗമായി.

ദാരിദ്ര്യത്തെക്കുറിച്ച് പഠിക്കുകയും പദ്ധതി തയ്യാറാക്കുകയും ചെയ്യേണ്ട ചുമതല സി ഡി എസുകൾക്കായിരുന്നു. അതിനായി പ്രത്യേക പരിശീലനങ്ങൾ നടത്തി. ദരിദ്രരെ സംബന്ധിച്ച വിവരശേഖരണം നടത്തിയത് കുടുംബശ്രീ അയൽക്കൂട്ടങ്ങളാണ്. ശേഖരിച്ച വിവരങ്ങളെ അടിസ്ഥാനമാക്കി അവസ്ഥാവിശകലനം നടത്തി, ദാരിദ്ര്യത്തെ മറികടക്കാൻ എന്തൊക്കെ വേണമെന്ന് കണ്ടെത്തേണ്ട ചുമതലയും അയൽക്കൂട്ടങ്ങൾക്കായിരുന്നു. അവസ്ഥാവിശകലനം നടത്തുമ്പോൾ അടിസ്ഥാനമാക്കേണ്ട മാനദണ്ഡങ്ങൾ നിർവ്വചിച്ചിരുന്നു. വീടുണ്ടോ, വീട്ടിൽ കക്കൂസുണ്ടോ, കുടിവെള്ളമുണ്ടോ തുടങ്ങി അഗതിയാണോ എന്നുവരെയുള്ള മാനദണ്ഡങ്ങൾ.

അവസ്ഥാ വിശകലനത്തിലൂടെ ലഭ്യമായ വിവരങ്ങളിൽ നിന്നാണ് 'അഗതികൾ' എന്ന വിഭാഗം ദരിദ്രരുടെയിടയിൽ ഏറെയുണ്ടെന്ന കണ്ടെത്തൽ ഉണ്ടാകുന്നത്. ദാരിദ്ര്യ ലഘൂകരണത്തിനുള്ള പദ്ധതി തയ്യാറാക്കാനുള്ള ശ്രമത്തിൽനിന്ന് അങ്ങനെ പരമദരിദ്രരും നിസ്സഹായരുമായ അഗതികൾ എന്ന വിഭാഗം സവിശേഷ പരിഗണനയിലേക്കുവന്നു. കുടുംബശ്രീയുടെ തന്നെ ഭാഷയിൽ 'നിരാലംബരും നിരാശ്രയരും ആശയറ്റവരും അടിസ്ഥാന ജീവിതസൗകര്യങ്ങൾ നിഷേധിക്കപ്പെട്ടവരും സാമൂഹ്യമായി ബഹിഷ്കൃതരും പാർശ്വവല്ക്കരിക്കപ്പെട്ടവരും യാതൊരു കണക്കെടുപ്പിലും പെടാത്തവരുമാണ് അഗതികൾ'

തദ്ദേശ സ്വയംഭരണ സ്ഥാപനങ്ങളുടെ വാർഷിക പദ്ധതിയിൽ അയൽക്കൂട്ടങ്ങൾ തയ്യാറാക്കി സി ഡി എസ് തലത്തിൽ ക്രോഡീകരിച്ചെടുക്കുന്ന പ്ലാൻ 'ദാരിദ്ര്യ ലഘൂകരണ ഉപപദ്ധതി' എന്ന നിലയിൽ ഉൾപ്പെടുത്തണമെന്നതായിരുന്നു ജനകീയാസൂത്രണത്തിലെ ഒരു ആശയം. രണ്ടു പതിറ്റാണ്ടുകൾക്കിപ്പുറം 2019-20 ൽ കേന്ദ്രസർക്കാരിന്റെ

ഗ്രാമവികസനവകുപ്പ് പ്രഖ്യാപിച്ച 'ജനകീയാസൂത്രണപ്രസ്ഥാനം' എന്നു തന്നെ പേരുള്ള പദ്ധതിയിൽ ചെയ്യുന്നതും സമാനമായ പ്രവർത്തനം തന്നെ. ഇപ്പോൾ രാജ്യത്ത് ഏതാണ്ട് എല്ലായിടവും വ്യാപിച്ചിരിക്കുന്ന സ്വയംസഹായ സംഘങ്ങൾ തയ്യാറാക്കി തദ്ദേശ സ്വയംഭരണ സ്ഥാപന തലത്തിൽ ക്രോഡീകരിച്ചെടുക്കുന്ന 'ഗ്രാമദാരിദ്ര്യലഘൂകരണ പദ്ധതി' (Village Poverty Reduction Plan) ഗ്രാമപഞ്ചായത്തുകളുടെ വാർഷിക പദ്ധതി (Gram Panchayat Development Plan) യുമായി കൂട്ടിയിണക്കുന്ന പരിപാടിക്കാണ് 'ജനകീയാസൂത്രണ പ്രസ്ഥാനം' (People's plan campaign) എന്നു പേര് നല്കിയിരിക്കുന്നത്. എല്ലാ സംസ്ഥാനങ്ങളിലും അത് നടപ്പാക്കാനുപയോഗിക്കുന്നത് കുടുംബശ്രീ വികസിപ്പിച്ചെടുത്ത രീതി ശാസ്ത്രംതന്നെ. സംസ്ഥാനങ്ങൾക്ക് പരിശീലനം നല്കുന്നതിനുള്ള പ്രധാന ഏജൻസിയും കുടുംബശ്രീയാണ്.

ദാരിദ്ര്യനിർമ്മാർജ്ജനത്തിൽ വലിയൊരു പങ്കുവഹിക്കാനുള്ള സാദ്ധ്യത മേൽപറഞ്ഞ ജനകീയാസൂത്രണപ്രസ്ഥാനത്തിനുണ്ട്. പ്രത്യേകിച്ച് പതിനഞ്ചാം ധനകാര്യ കമ്മീഷന്റെ നിർദ്ദേശപ്രകാരം പഞ്ചായത്തുകൾക്ക് ലഭിക്കുന്ന തുകയും തൊഴിലുറപ്പുവഴി പ്രാപ്യമാക്കാവുന്ന തുകയും കൂടി ഉപയോഗിക്കാനുള്ള സാദ്ധ്യത നിലനില്ക്കുമ്പോൾ. പ്രസ്ഥാനം നേരിടുന്ന പ്രധാന വെല്ലുവിളി പക്ഷേ, അധികാരവികേന്ദ്രീകരണത്തിലെ പരിമിതികൾ തന്നെയാണ്. പല സംസ്ഥാനങ്ങളിലും പഞ്ചായത്തുകൾ നാമമാത്രമായേ ഉള്ളൂ. അവയ്ക്ക് കാര്യമായ അധികാരങ്ങളോ സമ്പത്തോ ജീവനക്കാരോ ഇല്ല; വരുമാനവുമില്ല. പലയിടത്തും വനിതാഗ്രൂപ്പുകളുടെ ഫെഡറേഷനെക്കാൾ ദുർബ്ബലമാണ് പഞ്ചായത്തുകൾ. അതേസമയം ആൺകോയ്മയുടെയും ജാതിയുടെയുമൊക്കെ കേന്ദ്രങ്ങളുമാണ്. എങ്കിൽപ്പോലും ഏതാനും സംസ്ഥാനങ്ങളിൽ ചലനമുണ്ടാക്കാൻ പ്രസ്ഥാനത്തിന് കഴിയുമെന്നാണ് പ്രതീക്ഷ.

ദാരിദ്ര്യ നിർമ്മാർജ്ജന ഉപപദ്ധതിക്കുള്ളിൽ അഗതികൾക്കായി പ്രത്യേകപദ്ധതി എന്ന ആശയം കുടുംബശ്രീ സംഘടന ആവേശത്തോടെ തന്നെ ഏറ്റെടുത്തു 2000 ൽ. ദരിദ്ര കുടുംബങ്ങളെ തിരിച്ചറിയാൻ അന്ന് കുടുംബശ്രീ ഉപയോഗിച്ചിരുന്ന ഒമ്പത് ക്ലേശഘടകങ്ങളോടൊപ്പം അഗതികളെ കണ്ടെത്താൻ പുതുതായി എട്ട് ക്ലേശഘടകങ്ങൾ കൂടി നിർദ്ദേശിക്കപ്പെട്ടു.

ആലപ്പുഴയിലെ പോഷകാഹാര പദ്ധതിക്കാലത്തുതന്നെ ദരിദ്ര കുടുംബങ്ങളെ കണ്ടെത്താനുപയോഗിച്ചുതുടങ്ങിയിരുന്നവയാണ് ഒമ്പത് ക്ലേശഘടകങ്ങൾ. വാർഷിക വരുമാനം, ദാരിദ്ര്യരേഖ എന്നൊക്കെയുള്ള മാനദണ്ഡങ്ങളിൽ നിന്ന് തികച്ചും വ്യത്യസ്തമായി ഒരു കുടുംബത്തിന്റെ ദാരിദ്ര്യാവസ്ഥയുടെ ഏതാണ്ട് സമഗ്രമായൊരുചിത്രം നല്കാൻ ക്ലേശഘടകങ്ങൾ പര്യാപ്തമായിരുന്നു.

ഒമ്പത് ക്ലേശഘടകങ്ങൾ ഇവയായിരുന്നു:

(i) താമസിക്കുന്ന വീടിന്റെ അവസ്ഥ - കുടിൽ (Kutcha House)
(ii) ശുദ്ധമായ കുടിവെള്ളം ലഭ്യമല്ലാത്ത അവസ്ഥ.
(iii) സുരക്ഷിതമായ കക്കൂസ് ഇല്ലാത്ത അവസ്ഥ
(iv) പ്രായപൂർത്തിയായ കുടുംബാംഗങ്ങളിൽ ഒരാളെങ്കിലും നിരക്ഷര/നിരക്ഷരൻ
(v) വരുമാനമുള്ള ഒന്നിലധികം അംഗങ്ങളില്ലാത്ത കുടുംബങ്ങൾ.
(vi) പരമാവധി രണ്ടുനേരം മാത്രം ഭക്ഷണം കഴിക്കാനുള്ള കുടുംബങ്ങൾ
(vii) അഞ്ചിൽ താഴെ വയസ്സ് പ്രായമുള്ള കുട്ടികളുള്ള കുടുംബങ്ങൾ
(viii) മദ്യപാനിയോ ലഹരിപദാർത്ഥങ്ങൾക്ക് അടിമയോ ആയ വ്യക്തിയുള്ള കുടുംബം.
(ix) പട്ടികജാതി/പട്ടികവർഗ്ഗ കുടുംബം.

ഇവയിൽ ഏതെങ്കിലും ഏഴു മാനദണ്ഡങ്ങൾ ബാധകമായവയെ ദരിദ്രകുടുംബങ്ങളായി കണക്കാക്കുന്നു. ദരിദ്ര കുടുംബങ്ങൾക്കായി തുടർന്ന്, ആശ്രയ പദ്ധതിയിലേക്ക് അഗതിയായി പരിഗണിക്കപ്പെടുന്നതിന് താഴെ പറയുന്ന എട്ടിൽ, കുറഞ്ഞത് ഒരു മാനദണ്ഡം കൂടി ബാധകമായിരിക്കണം.

(i) തീരാവ്യാധികൾ പിടിപെട്ട അംഗങ്ങളുള്ള കുടുംബം.
(ii) പുറമ്പോക്കുകളിൽ താമസിക്കുന്നവർ; കടത്തിണ്ണകളിലും പൊതുസ്ഥലങ്ങളിലും അന്തിയുറങ്ങുന്നവർ.
(iii) ഭിക്ഷ യാചിച്ചു കഴിയുന്നവർ.
(iv) അവിവാഹിതയായ അമ്മ; താല്ക്കാലിക വിവാഹബന്ധത്തിനുശേഷം ഭർത്താവിനാൽ ഉപേക്ഷിക്കപ്പെട്ടവർ.
(v) നല്ല പാർപ്പിട സൗകര്യമില്ലാത്ത, ഭൗതികജീവിത സാഹചര്യങ്ങൾ നിഷേധിക്കപ്പെട്ട, അകാലത്തിൽ വിധവകളാകേണ്ടിവന്ന സ്ത്രീകളും വിവാഹപ്രായം കഴിഞ്ഞിട്ടും അവിവാഹിതരായി തുടരാൻ നിർബ്ബന്ധിതരുമായ സ്ത്രീകൾ.
(vi) ശാരീരികവും മാനസികവുമായ വൈകല്യങ്ങളുള്ളവരും ചികിത്സയ്ക്കോ പുനരധിവാസത്തിനോ പറ്റിയ ജീവിത സാഹചര്യമില്ലാത്തതുമായ കുടുംബം.
(vii) പ്രായപൂർത്തിയായ ആരോഗ്യമുള്ള ഒരു വ്യക്തിയുമില്ലാത്ത കുടുംബം.
(viii) അതിക്രമങ്ങൾക്ക് ഇരയായ സ്ത്രീകൾ ഉള്ള കുടുംബം.

പാവപ്പെട്ട കുടുംബങ്ങളെ കണ്ടെത്താൻ ഇവിടെയുപയോഗിച്ച ഒമ്പത് മാനദണ്ഡങ്ങൾ 1991-92 ലെ ആലപ്പുഴ പദ്ധതിയിൽ ആദ്യം പ്രയോഗിക്കപ്പെട്ടതാണെന്നു പറഞ്ഞല്ലോ. കുടുംബശ്രീയുടെ സംസ്ഥാന വ്യാപനത്തിന്റെ സമയത്ത് ചില വ്യത്യാസങ്ങളോടെ ആ ഒമ്പത് മാനദണ്ഡങ്ങൾ

സ്വീകരിക്കപ്പെട്ടു. 'ആശ്രയ'യ്ക്കുവേണ്ടിയാണ് അഗതികളെ കണ്ടെത്താൻ പിന്നീട് എട്ടു മാനദണ്ഡങ്ങൾ നിർദ്ദേശിക്കപ്പെട്ടത്. തുടർന്ന് നഗര സാഹചര്യങ്ങളിലെ അഗതികളെ കണ്ടെത്തുന്നതിന് പ്രത്യേക മാനദണ്ഡങ്ങൾ രൂപീകരിക്കപ്പെട്ടു.

പ്രാദേശികാസൂത്രണത്തിന്റെ പശ്ചാത്തലത്തിൽ മാത്രം സങ്കല്പിക്കാൻ കഴിയുന്നതാണ് ദാരിദ്ര്യത്തിനും പരമദാരിദ്ര്യത്തിനും അഗതിത്വത്തിനുമൊക്കെയുള്ള ഇത്തരം മാനദണ്ഡങ്ങൾ. അവ കേന്ദ്രീകൃതമായി ആവിഷ്കരിക്കപ്പെടുന്ന വികസന പദ്ധതികളിൽ ഉപയോഗിക്കുന്നതിന് പരിമിതികളുമുണ്ട്. ആശ്രയ പദ്ധതിക്കായി രൂപീകരിക്കപ്പെട്ട മാനദണ്ഡങ്ങളിൽ കേരളത്തിലെ സവിശേഷമായ സാഹചര്യങ്ങളും ഇവിടത്തെ ദാരിദ്ര്യത്തിന്റെ പ്രത്യേകതകളും പരിഗണിച്ചിട്ടുണ്ടെന്നത് വ്യക്തമാണ്.

ദാരിദ്ര്യ നിർമ്മാർജ്ജനം ഒരു പരിപാടിയായി ഇന്ത്യാ ഗവൺമെന്റ് അംഗീകരിച്ച കാലം മുതൽ ദാരിദ്ര്യം എങ്ങനെ അളക്കുമെന്നതും ദരിദ്രരെ എങ്ങനെ കണ്ടെത്തുമെന്നതും പ്രശ്നവല്ക്കരിക്കപ്പെട്ടിരുന്നു. രാജ്യത്തെ പ്രമുഖ സാമ്പത്തിക വിദഗ്ദ്ധരും സാമൂഹ്യചിന്തകരും അടങ്ങിയ വർക്കിങ് ഗ്രൂപ്പ് 1962 ൽ 'ദാരിദ്ര്യരേഖ' എന്ന ആശയം മുന്നോട്ടു വച്ചു. 1958 ൽ ഇന്ത്യൻ കൗൺസിൽ ഓഫ് മെഡിക്കൽ റിസർച്ച് മുന്നോട്ടു വച്ച 'സമീകൃതാഹാര'ത്തെക്കുറിച്ചുള്ള നിർദ്ദേശങ്ങളെ അടിസ്ഥാനമാക്കി അഞ്ചംഗങ്ങളുള്ള ഒരു കുടുംബത്തിന് ഒരു മാസം സമീകൃതാഹാരം ഉറപ്പുവരുത്തുന്നതിനുള്ള കുറഞ്ഞ തുക എന്നതായിരുന്നു വർക്കിങ് ഗ്രൂപ്പ് ദാരിദ്ര്യരേഖയ്ക്ക് നല്കിയ നിർവ്വചനം. ആ തുക പ്രതിമാസ വരുമാനമില്ലാത്ത കുടുംബങ്ങൾ ദരിദ്രരായി കണക്കാക്കപ്പെടണം എന്നതായിരുന്നു നിർദ്ദേശം. നഗരവാസികളുടെ കാര്യത്തിൽ വാടകയിനത്തിൽ ഒരു ചെറിയ തുകകൂടി ചേർത്തിരുന്നു.

ആരോഗ്യപരിചരണത്തിന്റെയും വിദ്യാഭ്യാസത്തിന്റെയും ചെലവുകൾ വർക്കിങ് ഗ്രൂപ്പ് ദാരിദ്ര്യരേഖയുടെ നിർവ്വചനത്തിന് പരിഗണിച്ചില്ല. ഇവ രണ്ടും സർക്കാർ സൗജന്യമായി നല്കുമെന്നായിരുന്നുവല്ലോ അന്നത്തെ സങ്കല്പം. ദാരിദ്ര്യരേഖയുടെ നിർവ്വചനത്തിൽ വിപ്ലവകരമായ മാറ്റം വന്നത് വി എം ദാണ്ഡേക്കറും നീൽകണ്ഠരഥും ചേർന്ന് 1971 ൽ പ്രസിദ്ധീകരിച്ച ഗവേഷണ ഫലങ്ങളോടെയാണ്. പ്രതിശീർഷ കലോറിയുപയോഗത്തിന്റെയടിസ്ഥാനത്തിൽ ദാരിദ്ര്യരേഖ നിർണ്ണയിക്കുകയെന്നത് അവരുടെ നിർദ്ദേശമായിരുന്നു. തുടർന്ന് ആ മേഖലയിൽ പല പഠനങ്ങളും എഴുപതുകളിൽ നടന്നു. 1979 ൽ ദാരിദ്ര്യരേഖയ്ക്ക് പ്രതിശീർഷകലോറിയുപയോഗം അടിസ്ഥാനമായി സ്വീകരിക്കപ്പെട്ടു.

പ്രതിശീർഷ കലോറിയുപയോഗം അടിസ്ഥാനമാക്കിക്കൊണ്ടുതന്നെ 1993 ലെയും 2009 ലെയും വിദഗ്ദ്ധ സമിതികൾ ദാരിദ്ര്യരേഖയുടെ രീതിശാസ്ത്രത്തിൽ ചില മാറ്റങ്ങൾ വരുത്തി. അടിസ്ഥാന പ്രമാണങ്ങളിൽ ചില വ്യത്യാസങ്ങൾ ഉപയോഗിക്കേണ്ട വിവരശേഖരമേതെന്ന കാര്യത്തിലടക്കം വരുത്തിക്കൊണ്ട് 2014 ൽ സി രംഗരാജന്റെ നേതൃത്വത്തിലുള്ള വിദഗ്ദ്ധസമിതി പുനഃനിർവ്വചിച്ച ദാരിദ്ര്യരേഖയാണ് ഇന്ന് ഉപയോഗത്തിലുള്ളത്.

കേന്ദ്രാവിഷ്കൃതപദ്ധതികൾക്കും ദേശീയ-സംസ്ഥാനതലങ്ങളിൽ പദ്ധതികൾ തയ്യാറാക്കുന്നതിനാവശ്യമായ പരിഗണനകൾക്കുമൊക്കെ ഒരു പൊതു അടിസ്ഥാനം എന്ന നിലയ്ക്കേ ദാരിദ്ര്യരേഖ എന്ന മാനദണ്ഡത്തിന് പ്രസക്തിയുള്ളൂ. അതിലേറെ ഉപയോഗിക്കുമ്പോൾത്തന്നെ ആ മാനദണ്ഡത്തിലടങ്ങിയ ഗൗരവതരമായ പ്രശ്നങ്ങൾ ഓരോ വിദഗ്ദ്ധ സമിതിയും ചൂണ്ടിക്കാണിച്ചിട്ടുണ്ട്. നിരവധി സാമ്പത്തിക വിദഗ്ദ്ധരും സാമൂഹ്യ ചിന്തകരും ദാരിദ്ര്യരേഖയുടെ പരിമിതിയെ സംബന്ധിച്ച് ചർച്ച ചെയ്തിട്ടും എഴുതിയിട്ടുമുണ്ട്.

ദാരിദ്ര്യരേഖയുടെ പരിമിതികളെയെല്ലാം മുറിച്ചുകടക്കുക മാത്രമല്ല, ദരിദ്രരെയും അഗതികളെയും കണ്ടെത്തുന്നതിന് പ്രാദേശികാസൂത്രണത്തിന്റെ സാദ്ധ്യതകളെ പരമാവധി ഉപയോഗിക്കുന്നുവെന്നതാണ് ആശ്രയ പദ്ധതിക്കായി തയ്യാറാക്കപ്പെട്ട മാനദണ്ഡങ്ങളുടെ സവിശേഷത.

മാനദണ്ഡങ്ങളുടെയടിസ്ഥാനത്തിൽ ഓരോ കുടുംബശ്രീ അയൽക്കൂട്ടവും അഗതികളെ കണ്ടെത്തുന്നു. അങ്ങനെ കണ്ടെത്തുന്നവർ അയൽക്കൂട്ടാംഗമായിരിക്കണമെന്നില്ല. അയൽക്കൂട്ടത്തിലെ അംഗത്വം പോലും പ്രാപ്തരാകാത്തത്ര നിസ്സഹായരാവാം അഗതികൾ എന്നു തന്നെയായിരുന്നു ധാരണ. ഓരോ അയൽക്കൂട്ടവും അവരുടെ പ്രവർത്തന മേഖലയിൽ വരുന്ന അഗതികളെയോ അഗതി കുടംബങ്ങളെയോ കണ്ടെത്തി എ ഡി എസ്, സി ഡി എസ് എന്നിവ മുഖേന പഞ്ചായത്ത് സമിതിക്ക് ലഭ്യമാക്കുകയാണ് ചെയ്യുക. അയൽക്കൂട്ടങ്ങൾ തയ്യാറാക്കുന്ന ലിസ്റ്റ് പരിശോധിച്ച് കൂട്ടിച്ചേർക്കലുകളോ ഒഴിവാക്കലുകളോ ആവശ്യമെന്നു കണ്ടാൽ നടത്തി സി ഡി എസിന് നല്കേണ്ടത് എ ഡി എസാണ്. തദ്ദേശ

സ്വയംഭരണ സ്ഥാപനത്തിന് ലിസ്റ്റ് ലഭിച്ചുകഴിഞ്ഞാൽ ബന്ധപ്പെട്ട വർക്കിങ് ഗ്രൂപ്പിന്റെ സബ് ഗ്രൂപ്പ് ഓരോ അഗതികുടുംബത്തെയും സന്ദർശിച്ച് വിലയിരുത്തി റിപ്പോർട്ട് നല്കണം. ഓരോ വാർഡിലെയും ലിസ്റ്റ് ഗ്രാമസഭ അംഗീകരിക്കുകയും വേണം. അങ്ങനെ അംഗീകരിച്ച ലിസ്റ്റിൽപ്പെട്ട അഗതികൾക്കായി അതാത് തദ്ദേശസ്വയംഭരണ സ്ഥാപനം പുനരധിവാസപദ്ധതി തയ്യാറാകണം.

അഗതികളെ കണ്ടെത്തിക്കഴിഞ്ഞാലോ, വെറുതെയൊരു പുനരധിവാസ പദ്ധതിയുണ്ടാക്കുകയല്ല. മറിച്ച്, ദാരിദ്ര്യ നിർമ്മാർജ്ജന സാമൂഹ്യസുരക്ഷാ പരിപാടികൾക്കുവേണ്ടി തദ്ദേശ സ്വയംഭരണ സ്ഥാപനത്തിലുള്ള വർക്കിങ് ഗ്രൂപ്പിൽ രൂപീകരിക്കുന്ന സബ് ഗ്രൂപ്പിന്റെ നേതൃത്വത്തിൽ അഗതികുടുംബങ്ങളുടെ ജീവിതസാഹചര്യം നേരിട്ട് കണ്ട് പഠിക്കണം. അതിൽ കുടുംബശ്രീ അയൽക്കൂട്ടം സജീവമായി പങ്കെടുക്കുകയും ഓരോ അഗതി കുടുംബത്തിന്റെയും വിശദാംശങ്ങൾ ഉൾപ്പെടുത്തി ഒരു പശ്ചാത്തലരേഖ തയ്യാറാക്കുകയും വേണം. ഓരോ അഗതി കുടുംബവും നേരിടുന്ന പ്രശ്നങ്ങൾ-അവ സാമൂഹികമോ സാമ്പത്തികമോ ആകാം, ഭൗതികസാഹചര്യങ്ങളെ സംബന്ധിച്ചാവാം - കുടുംബാംഗങ്ങളുടെ പങ്കാളിത്തത്തോടെ വിശദമായി അപഗ്രഥിക്കണം. ഓരോ പ്രശ്നത്തിന്റെയും പരിഹാര നിർദ്ദേശങ്ങൾ വർക്കിങ് ഗ്രൂപ്പന്റെ സബ് ഗ്രൂപ്പിന് കണ്ടെത്താൻ കഴിയണം.

നേരത്തേ സൂചിപ്പിച്ചതുപോലെ മാനദണ്ഡങ്ങൾ തയ്യാറാക്കുന്നതിലെ രീതിശാസ്ത്രം ആശ്രയയുടെ പ്രധാന സവിശേഷതയാണ്; അതാകട്ടെ അധികാരവികേന്ദ്രീകരണത്തിന്റെയും ജനകീയാസൂത്രണത്തിന്റെയും അവയിൽ തദ്ദേശ സ്വയംഭരണസ്ഥാപനവും കുടംബശ്രീയും ചേർന്നു പ്രവർത്തിക്കാനുള്ള സാദ്ധ്യതകളെയും അനിതരസാധാരണമാംവിധം ഉപയോഗിക്കുന്നു. തങ്ങളുടെ പ്രദേശത്ത് അഗതികളായി കഴിയുന്ന കുടുംബങ്ങളുടെയും വ്യക്തികളുടെയും ജീവിതത്തിൽ ഇടപെട്ട് അവരുടെ സമഗ്രമായ പുനരധിവാസത്തിന് കുടുംബശ്രീ അയൽക്കൂട്ടങ്ങൾക്ക് ആശ്രയ പദ്ധതി അവസരമൊരുക്കി. അയൽക്കൂട്ടാംഗങ്ങൾക്ക് നിരവധി ചുമതലകളാണ് ആശ്രയയിൽ ഉണ്ടായിരുന്നത്. അഗതികളെ കണ്ടെത്താൻ, ആവശ്യങ്ങൾ സംബന്ധിച്ച പഠനം നടത്തൽ, ആവശ്യങ്ങളുടെ മുൻഗണന തീരുമാനിക്കൽ തുടങ്ങി നിർവ്വഹണത്തിന്റെ വിവിധഘട്ടങ്ങളിലുള്ള വ്യത്യസ്ത ചുമതലകൾ അതിൽപ്പെട്ടിരുന്നു.

ജനകീയാസൂത്രണ പ്രസ്ഥാനം മുന്നോട്ടുവച്ച വികസന സമീപനത്തിന്റെ സത്തയുൾക്കൊള്ളുന്ന ഒരു സാമൂഹ്യക്ഷേമപരിപാടി എന്ന നിലയിൽ ആശ്രയ പദ്ധതിയുടെ പ്രാധാന്യം ഏറെ ചർച്ച ചെയ്യപ്പെട്ടിട്ടില്ല. കൂടുതൽ ചർച്ച ചെയ്യപ്പെട്ടത് സ്വാഭാവികമായും അഗതികളെ കണ്ടെത്തുന്നതിലും അവരുടെ പുനരധിവാസത്തിലും പദ്ധതിയുടെ - ഫലപ്രാപ്തിയാണ്. സാധാരണ സർക്കാർ പദ്ധതികളുടെ സേവനം ലഭ്യമാക്കാൻ ജനങ്ങൾ അപേക്ഷ കൊടുക്കുകയും അർഹത തെളിയിക്കുകയുമൊക്കെ

വേണമല്ലോ. ആ സ്ഥാനത്താണ് സാമൂഹ്യ ക്ഷേമപദ്ധതികളുടെ പൊതു സമീപനത്തെ തലകീഴായ് പിടിച്ചുകൊണ്ട് ആശ്രയ രംഗപ്രവേശം ചെയ്തത്. ആശ്രയയിലേക്ക് ജനങ്ങൾ അപേക്ഷ കൊടുക്കുന്നില്ല; പദ്ധതി അവരെ കണ്ടെത്തി അവരിലേക്കെത്തുകയാണ്. ആ നിലയ്ക്ക് ജനകീയാസൂത്രണ പ്രസ്ഥാനം മുന്നോട്ടുവച്ച വികസന സമീപനത്തിന്റെ - വ്യക്തമായ ഒരുദാഹരണമായിത്തന്നെയാണ് ആശ്രയ ഉരുത്തിരിഞ്ഞത്.

ജനകീയാസൂത്രണ പ്രസ്ഥാനത്തിന്റെ ആശ്രയം പ്രാവർത്തികമായതിന്റെ രണ്ടാമത്തെ ഉദാഹരണമാണ് ആശ്രയയിലെ ഗുണഭോക്താക്കളെ, അതാത് അഗതികളെ കണ്ടെത്തുന്നതിനുപയോഗിച്ച മാനദണ്ഡങ്ങൾ. സാമൂഹികമായി അംഗീകാരം കിട്ടാവുന്ന തരത്തിൽ വസ്തുനിഷ്ഠമായും സുതാര്യമായും നടത്തുന്നതാണ് കണ്ടെത്തൽ പ്രക്രിയ. ആർക്കുമത് പരിശോധിക്കാം. തർക്കമുണ്ടെങ്കിൽ ഉന്നയിക്കാം. ദാരിദ്ര്യരേഖയുടെ പരിമിതികളെ മറികടക്കാനുള്ള ശ്രമം എന്നതിനപ്പുറം സുതാര്യവും ജനങ്ങൾക്ക് നേരിട്ടുകണ്ട് മനസ്സിലാക്കാവുന്നതുമായ ഗുണഭോക്തൃ തെരഞ്ഞെടുപ്പ് എന്നത് ആശ്രയയുടെ ഏറ്റവും വലിയ ശക്തി തന്നെയായിരുന്നു.

ഈ തെരഞ്ഞെടുപ്പിന് ഏകീകൃത മാനദണ്ഡം ഉപയോഗിച്ചതും, ആ മാനദണ്ഡം പാലിക്കാഞ്ഞാൽ അതിന് പരിഹാരമുണ്ടാക്കാനായി നിഷ്കർഷിച്ച നിബന്ധനകളും അത്തരത്തിൽ ശരിയായ അഗതികളെ കണ്ടെത്താൻ നടന്ന ശ്രമങ്ങളും എല്ലാം ചേർന്ന പ്രവർത്തനങ്ങൾ ജനകീയാസൂത്രണത്തിന്റെ മറ്റൊരു സത്തയെ വെളിവാക്കുന്നുണ്ട്. ആസൂത്രണം താഴെത്തട്ടിൽ നടക്കുമ്പോൾത്തന്നെ, എല്ലാ കാര്യങ്ങളും സമൂഹത്തിലെ ചില പ്രമുഖരുടെ ഇഷ്ടപ്രകാരം നടന്നുപോകാൻ ജനകീയാസൂത്രണത്തിൽ സാദ്ധ്യമായിരുന്നില്ല. അതിനായ പല കാര്യങ്ങളിലും സംസ്ഥാനത്തിന്നൊട്ടാകെ ബാധകമായ മാനദണ്ഡങ്ങൾ നിഷ്കർഷിച്ചിരുന്നു. താഴെനിന്ന് മുകളിലേക്കുള്ള പ്രക്രിയയുടെ പ്രാധാന്യം പോലെ തന്നെ മുകളിൽനിന്ന് താഴേക്കുള്ള പ്രക്രിയകളും ആസൂത്രണ സമീപനത്തിൽ അടങ്ങിയിരുന്നു. ആശ്രയപദ്ധതി ദുരുപയോഗം ചെയ്യപ്പെടാൻ അവസരമൊരുങ്ങിയ പല വേളയിലും അത്തരത്തിലുള്ള നിയന്ത്രണവും കരുതലും സംസ്ഥാനതലത്തിൽ നിന്നുതന്നെ ഉണ്ടായതിന്റെ നിരവധി ഉദാഹരണങ്ങൾ ആശ്രയയെ സംബന്ധിക്കുന്ന നിർദ്ദേശങ്ങളിലും ഉത്തരവുകളിലും വ്യക്തമായി കാണാം.

ചെലവാക്കുന്ന ഓരോ രൂപയും അതിലേറെയായി ജനങ്ങളിലെത്തണമെന്ന ജനകീയാസൂത്രണ മുദ്രാവാക്യം പൊതുധനം ചെലവഴിക്കുന്നതിനെ സംബന്ധിച്ച് നിലനിന്നിരുന്ന ധാരണകളുടെ പൊളിച്ചെഴുത്തു തന്നെയായിരുന്നു. ആശ്രയയിൽ ഓരോ കുടുംബത്തിനുമുള്ള പുനരധിവാസ പ്ലാൻ തയ്യാറാക്കുമ്പോൾ ഗ്രാമപഞ്ചായത്തിന് കണ്ടെത്താൻ കഴിയുന്നതിനപ്പുറമുള്ള പണം 'ചലഞ്ച് ഫണ്ട്' എന്ന നിലയിൽ കുടുംബശ്രീ നല്കുന്നുണ്ട്. അതിനും പുറമേ, കുടുംബശ്രീ മുഖേന നടക്കുന്ന നിർവ്വ

ഹണത്തിൽ സന്നദ്ധ പ്രവർത്തനവും സംഭാവനകളുമൊക്കെയായി നല്ലൊരു തുകയ്ക്കു തുല്യമായ മൂല്യം പദ്ധതിയിലേക്ക് കൊണ്ടുവരാൻ ശ്രമം നടക്കുന്നു. അത് ചെലവഴിക്കപ്പെടുന്ന പൊതുധനം ലഭ്യമായ തുകയേക്കാൾ കൂടുതലായി ഗുണഭോക്താക്കളിലേക്കെത്തുന്നതിന് വഴിതെളിക്കുന്നു.

ഏറ്റവും താഴത്തെ തലത്തിൽ വ്യത്യസ്ത പദ്ധതികളുടെ സംയോജനം ജനകീയാസൂത്രണം മുന്നോട്ടുവച്ച സമീപനത്തിലെ പ്രധാന ഘടകമായിരുന്നു. വിവിധ വകുപ്പുകൾ തന്നിഷ്ടപ്രകാരം നടത്തിപ്പോന്ന പദ്ധതികൾ തദ്ദേശസ്വയംഭരണസ്ഥാപനത്തിന്റെ തലത്തിൽ ഏകോപിപ്പിക്കുന്നതിലൂടെ ഫലപ്രാപ്തി ഉറപ്പിക്കുകയും കാര്യക്ഷമത വർദ്ധിപ്പിക്കുകയും ഇരട്ടിപ്പ് ഒഴിവാക്കുകയും ചെയ്യാൻ സാധിക്കുമല്ലോ. ആ സമീപനത്തിന്റെ നല്ല ഉദാഹരണമാണ് ആശ്രയ. വീടിനു സ്ഥലമില്ലാത്തവർക്ക് സ്ഥലം വാങ്ങാൻ പഞ്ചായത്ത് ഫണ്ട്; സ്ഥലം സൗജന്യമായി ലഭിച്ചവയുമുണ്ട്. വീടുവയ്ക്കാൻ ആ സമയത്ത് നിലവിലുള്ള സർക്കാർ ഭവന പദ്ധതി. ചികിത്സ ഉറപ്പാക്കാൻ പ്രാഥമികാരോഗ്യ കേന്ദ്രം വഴി സർക്കാർ ആരോഗ്യ സംവിധാനത്തിൽ ലഭ്യമായ സൗകര്യങ്ങൾ. അങ്ങനെ ഓരോ അഗതി ഗൃഹത്തിന്റെയും പുനരധിവാസ പ്ലാൻ അടങ്ങിയ വ്യത്യസ്ത ഘടകങ്ങൾ നിലവിലുള്ള പദ്ധതികളുമായുള്ള സംയോജനത്തിലൂടെ ചെയ്യുക എന്നതായിരുന്നു ആശ്രയയുടെ സമീപനം.

ചില ഉദാഹരണങ്ങൾ മാത്രമാണിവിടെ സൂചിപ്പിച്ചത്. സമീപനത്തിലും ഘടനയിലും രീതിശാസ്ത്രത്തിലും നിർവ്വഹണത്തിലുമെല്ലാം തന്നെ ജനകീയാസൂത്രണ പ്രസ്ഥാനം മുന്നോട്ടുവച്ച ആശയങ്ങളെ സാർത്ഥകമാക്കിക്കൊണ്ട് കുടുംബശ്രീ മുന്നോട്ടുവച്ച ഒരു പദ്ധതി എന്ന നിലയ്ക്ക് ആശ്രയ വളരെ ശ്രദ്ധേയമായ ഒരു മുൻകൈ തന്നെയായിരുന്നു എന്ന് നിസ്സംശയം പറയാം.

പെണ്ണെന്ന് കാണലും പെണ്ണായി കാണലും

വലിയതോതിൽ സംസ്ഥാനമാകെ ചലനം സൃഷ്ടിക്കുന്ന ജനകീയ കാമ്പയിനുകളും ആയിരക്കണക്കിനുപേർ പങ്കെടുക്കുന്ന പരിശീലന പരിപാടികളുമൊക്കെ ജനകീയാസൂത്രണ പ്രസ്ഥാനത്തിന്റെ സവിശേഷതകളിൽ പെടും. കുടുംബശ്രീയുടെ ഇന്നോളമുള്ള യാത്രയിൽ അത്തരം നിരവധി കാമ്പയിനുകളും പരിശീലന പരിപാടികളും ഉണ്ടായിട്ടുണ്ട്. പക്ഷേ, അവയിൽനിന്നൊക്കെ ഉള്ളടക്കത്തിലും സമീപനത്തിലും രീതിശാസ്ത്രത്തിലും വ്യത്യസ്തവും അഭൂതപൂർവ്വവുമായിരുന്നു. സ്ത്രീപദവി സ്വയംപഠനം. 2007 ൽ പരീക്ഷണാടിസ്ഥാനത്തിൽ തുടങ്ങി 2009 ൽ സംസ്ഥാന വ്യാപകമായി ആരംഭിച്ച ആ കാമ്പയിൻ കുടുംബശ്രീയുടെ ചരിത്രത്തിൽ പലരീതിയിലും ഒരു പുതിയ തുടക്കമായിരുന്നുവെന്ന് നിസ്സംശയം പറയാം. അതുവരെയുള്ള കുടുംബശ്രീയിൽ നിന്ന് ഒരർത്ഥത്തിൽ ഒരു കുതറിമാറലും ഇനിയൊരർത്ഥത്തിൽ തുടർച്ചയുറപ്പിക്കലുമായിരുന്നു സ്ത്രീപദവി സ്വയംപഠനം.

1998 ൽ സംസ്ഥാനതലവ്യാപനത്തിന് തുടക്കം കുറിച്ച കുടുംബശ്രീ പ്രസ്ഥാനം രണ്ടായിരത്തിമൂന്നോടുകൂടി സംസ്ഥാനമൊട്ടാകെ എത്തിയിരുന്നുവല്ലോ. അയൽക്കൂട്ടങ്ങൾ നിരന്തരം യോഗം ചേരാനും സമ്പാദ്യ-വായ്പാ പ്രവർത്തനങ്ങളിൽ ഏർപ്പെടാനും തുടങ്ങി. ഒപ്പം സംസ്ഥാന മിഷന്റെ ആഭിമുഖ്യത്തിൽ സ്ത്രീകൾക്ക് വരുമാനദായകമായ പ്രവർത്തനങ്ങൾക്കായുള്ള അന്വേഷണങ്ങളും പരീക്ഷണങ്ങളും നടന്നുപോന്നു. ക്രമേണ സംസ്ഥാനത്തൊട്ടാകെ നിരവധി സൂക്ഷ്മ സംരംഭങ്ങൾ കുടുംബശ്രീ പ്രവർത്തകരുടേതായി ഉയർന്നുവന്നു. സ്ത്രീകളുടെ സാമ്പത്തിക ശാക്തീകരണമെന്ന ലക്ഷ്യത്തിലേക്ക് പ്രസ്തുത പ്രവർത്തനങ്ങൾ വലിയ ചുവടുവയ്പുകൾ തന്നെയായിരുന്നു.

സാമൂഹ്യശാക്തീകരണരംഗത്തും കുടുംബശ്രീയുടെ പ്രവർത്തനം പരീക്ഷണാടിസ്ഥാനത്തിൽ തുടങ്ങിയിരുന്നു. അഗതി കുടുംബങ്ങളെ കണ്ടെത്താനുള്ള സർവ്വേ 2000-2001 ൽ നടന്നു. അടുത്തവർഷം തന്നെ അഗതിപുനരധിവാസത്തിനുള്ള പൈലറ്റ് പദ്ധതിയായി. 'ആശ്രയ' തുടങ്ങി. 2006 ൽ മാനസിക വെല്ലുവിളി നേരിടുന്ന കുട്ടികൾക്കായുള്ള ബഡ്ഡ് സ്കൂൾ സ്ഥാപിക്കുന്നതിനുള്ള സാമ്പത്തിക സഹായവും പ്രഖ്യാപിക്കപ്പെട്ടു. അടുത്തവർഷത്തോടെ നാല് ബഡ്ഡ് സ്കൂളുകൾ പ്രവർത്തനം ആരംഭിക്കുകയും ചെയ്തു.

കേരളത്തിൽ രാഷ്ട്രീയമാറ്റങ്ങളും സംഭവിക്കുന്നുണ്ടായിരുന്നു. കുടുംബശ്രീ തുടങ്ങിവച്ച ഇടതുപക്ഷ സർക്കാർ 2001 ൽ പോയി പകരം ഐക്യമുന്നണി സർക്കാർ ശ്രീ. എ കെ ആന്റണിയുടെ നേതൃത്വത്തിൽ അധികാരത്തിലെത്തി. മാർക്സിസ്റ്റ് സംഘടനയാണ്, അവസാനിപ്പിക്കണം എന്നൊക്കെ ചില കേന്ദ്രങ്ങൾ ശക്തമായി ആവശ്യപ്പെടുന്നുണ്ടായിരുന്നു. എന്തായാലും രാഷ്ട്രീയ വിവേകവും മര്യാദയും ജയിച്ചു; കുടുംബശ്രീ തകർക്കപ്പെട്ടില്ല. ആശ്രയയും ബഡ്ഡ് സ്കൂളുകളുമടക്കമുള്ള പദ്ധതികൾക്ക് തുടക്കമിടുകയും ചെയ്തു. 2004 ലെ പാർലമെന്റ് തെരഞ്ഞെടുപ്പിലെ വൻപരാജയത്തെത്തുടർന്ന് എ കെ ആന്റണി രാജി വച്ചു. ശ്രീ. ഉമ്മൻ ചാണ്ടിയുടെ നേതൃത്വത്തിൽ ഐക്യമുന്നണിയുടെ പുതിയ സർക്കാർ വന്നു. മന്ത്രിമാർ മിക്കവരും മാറി. വീണ്ടും കുടുംബശ്രീ വിരുദ്ധർ ഇളകി. പക്ഷേ, ആ സർക്കാരും പദ്ധതികൾ മുന്നോട്ടുകൊണ്ടുപോകാൻ തന്നെയാണ് ഇടവരുത്തിയത്. 2006 ലെ തിരഞ്ഞെടുപ്പിൽ ശ്രീ. വി എസ് അച്യുതാനന്ദന്റെ നേതൃത്വത്തിൽ ഇടതുപക്ഷ ജനാധിപത്യ മുന്നണി സർക്കാർ അധികാരത്തിലെത്തി.

ഈ പശ്ചാത്തലത്തിലാണ് സ്ത്രീപദവി സ്വയംപഠനം പരീക്ഷണാടിസ്ഥാനത്തിൽ ആരംഭിക്കുന്നത്. ദേശീയതലത്തിൽ വാജ്പേയ് സർക്കാരിനുശേഷം 2004 ൽ ഇടതുപക്ഷത്തിന്റെ പിന്തുണയോടെ ഡോ. മൻമോഹൻ സിങ്ങിന്റെ നേതൃത്വത്തിലുള്ള ഐക്യമുന്നണി സർക്കാർ അധികാരത്തിൽ വന്നിരുന്നു. തൊഴിലവകാശ നിയമവും വിവരാവകാശ നിയമവുമൊക്കെ രൂപീകരിക്കപ്പെടുന്ന സമയം സോണിയാഗാന്ധിയുടെ നേതൃത്വത്തിൽ നാഷണൽ അഡ്വൈസറി കൗൺസിൽ നിലവിൽ വരികയും അതിൽ അരുണാറോയിയും ജീൻഡ്രീസുമൊക്കെ അംഗങ്ങളാവുകയും ചെയ്തിരുന്നു.

കേരളത്തിൽ അധികാര വികേന്ദ്രീകരണം തുടങ്ങുന്ന സമയത്ത് 1995 ൽ ഐക്യരാഷ്ട്രസംഘടനയുടെ സ്ത്രീകളെ സംബന്ധിച്ച നാലാമത് സമ്മേളനം ബീജിങ്ങിൽ നടന്നു. 'ബീജിങ് പ്രഖ്യാപനം' എന്നു പേരെടുത്ത വിളംബരത്തിൽ സ്ത്രീകൾക്കെതിരായ എല്ലാ വിവേചനങ്ങളും അക്രമവും അവസാനിപ്പിക്കുന്നതിന് ആ സമ്മേളനം ആഹ്വാനം ചെയ്തു. 1975 ൽ മെക്സിക്കോ നഗരത്തിലും തുടർന്ന് 1980 ൽ കോപ്പൻഹേഗനിലും 1985 ലും നൈറോബിയിലും നടന്ന സ്ത്രീകളെപ്പറ്റിയുള്ള ഐക്യരാഷ്ട്ര

സമ്മേളനങ്ങളുടെ സത്തയാകെ ഉൾക്കൊണ്ടും അതിന് കൂടുതൽ പ്രായോഗികമായ മാനം നല്കിക്കൊണ്ടുമാണ് ബീജിങ് പ്രഖ്യാപനം നടന്നത്. സ്ത്രീകൾക്കെതിരെയുള്ള വിവേചനവും അക്രമവും അവസാനിപ്പിക്കുന്നതിന് സമ്മേളനം മുന്നോട്ടുവച്ച പന്ത്രണ്ടിന പരിപാടിയിലെ പുരോഗതി വിലയിരുത്തുന്നതിനും തിരുത്തലുകൾ വരുത്തുന്നതിനുമായി 2000 ലും 2005 ലും ഐക്യരാഷ്ട്രസഭയുടെ തലത്തിൽ മുൻകൈകൾ ഉണ്ടായിരുന്നു.

2000 ൽ പ്രഖ്യാപിക്കപ്പെട്ട മില്ലേനിയം ഡെവലപ്മെന്റ് ഗോളുകളിൽ അഞ്ചാമത്തേത് സ്ത്രീസമത്വവും ശാക്തീകരണവും പ്രോത്സാഹിപ്പിക്കുന്നതിനെപ്പറ്റിയായിരുന്നു. ബീജിങ് സമ്മേളനത്തിന്റെ തൊട്ടടുത്ത വർഷം, 1996 ൽ ജനകീയാസൂത്രണപ്രസ്ഥാനം ഉടലെടുക്കുമ്പോൾ തദ്ദേശ സ്വയംഭരണ സ്ഥാപനങ്ങൾ അവരുടെ പ്ലാൻഫണ്ടിന്റെ 10% വനിതാ ഘടകപദ്ധതിക്കായി മാറ്റിവയ്ക്കണമെന്ന് നിഷ്കർഷിച്ചിരുന്നു. 2000 ലെ തെരഞ്ഞെടുപ്പിൽത്തന്നെ തദ്ദേശ സ്വയംഭരണ സ്ഥാപനങ്ങളിൽ 50% സത്രീ സംവരണവും നിലവിൽ വന്നു.

2005-06 കാലമാകുമ്പോഴേക്കും കുടുംബശ്രീയെ ഒരു വനിതാ പ്രസ്ഥാനമെന്ന നിലയ്ക്ക് നിശിതമായി പരിശോധിക്കുകയും വിമർശനാത്മകമായി വിലയിരുത്തുകയും ചെയ്യുന്ന അക്കാദമിക് പേപ്പറുകളും പ്രസിദ്ധീകരിക്കപ്പെട്ടിരുന്നു. ജെ ദേവികയും ബിനിതാ തമ്പിയും ചേർന്നു നടത്തിയ പഠനങ്ങളും അതിന്റെ തുടർച്ചയായി അവർ എഴുതിയ അക്കാദമിക് ലേഖനങ്ങളും കുടുംബശ്രീ അംഗങ്ങളായ വനിതകൾ കടന്നുപോകുന്ന പാതകളെ വിമർശനാത്മകമായി വിലയിരുത്തി. മൈക്രോ ക്രെഡിറ്റിലൂടെയും സൂക്ഷ്മ സംരംഭങ്ങളിലൂടെയും സ്ത്രീകൾ നേടിയെടുക്കുന്ന സാമ്പത്തിക ശാക്തീകരണം നിലനില്ക്കുന്ന വ്യവസ്ഥിതിയിലെ പുരുഷമേധാവിത്തത്തെ നേരിടാൻ അവരെ പ്രാപ്തരാക്കില്ല എന്ന വിമർശനം അവർ ഉയർത്തി.

കുടുംബശ്രീ അയൽക്കൂട്ടങ്ങളും അടിസ്ഥാനമാക്കി സ്വയംസഹായ സംഘം (എസ് എച്ച് ജി) എന്ന നിയോലിബറൽ സംഘടനാരൂപത്തിന്റെ സ്വാഭാവികമാർജ്ജിക്കുകയാണോയെന്ന ചോദ്യം അക്കാദമിക് വൃത്തങ്ങളിൽനിന്നു മാത്രമല്ല ഉയർന്നത്. രാഷ്ട്രീയനിരീക്ഷകരും സാമൂഹ്യ പ്രവർത്തകരുമൊക്കെ അത്തരമൊരു സംശയം ഉയർത്തിയവരിൽ ഉൾപ്പെട്ടിരുന്നു. കടമെടുത്തും സംരംഭം നടത്തിയും വരുമാനമുണ്ടാക്കി, ആ വരുമാനമുപയോഗിച്ച് കുടുംബത്തിലെയും സമൂഹത്തിലെയും പുരുഷാധിപത്യവ്യവസ്ഥയിലെ തന്റെ സ്ഥാനമുറപ്പിക്കാനാണോ കുടുംബശ്രീ സ്ത്രീകൾ ശ്രമിക്കുന്നത്? അഗതിപരിപാലനവും മാനസിക വെല്ലുവിളി നേരിടുന്ന കുട്ടികളുടെ പരിചരണകേന്ദ്രങ്ങളും നടത്തുന്നതിലൂടെ സാമൂഹ്യ സേവന സുരക്ഷാ മേഖലകളിൽനിന്നു സർക്കാരിന്റെ പിന്മാറ്റത്തിന് പിന്തുണ കൊടുക്കലാണോ കുടുംബശ്രീയംഗങ്ങളുടെ പണി?

ചുരുക്കത്തിൽ അയൽക്കൂട്ട സംഘാടനവും സാമ്പത്തിക ശാക്തീ

കരണവും സ്ത്രീകളുടെ സർവ്വതോമുഖമായ ശാക്തീകരണത്തിലേക്ക് നയിക്കുമെന്ന കാഴ്ചപ്പാട് ചോദ്യം ചെയ്യപ്പെടുന്നുണ്ട് മേൽപ്പറഞ്ഞ വർഷങ്ങളിൽ. ഈയൊരു പശ്ചാത്തലം ഇവിടെ വിവരിക്കാൻ ഒരു കാരണമുണ്ട്. കുടുംബശ്രീ എന്ന ഒരു വനിതാ സംഘടന സ്ത്രീ പദവി സ്വയം പഠനപ്രക്രിയ എന്നൊരു പദ്ധതിയിലേക്ക് തിരിയുന്നത് ഒറ്റപ്പെട്ടൊരു സംഭവമായിക്കാണുന്നത് ശരിയാവില്ല എന്നതാണ് അതിന്റെ കാരണം. ആ പശ്ചാത്തലത്തിലാണ്, 2002 ൽ ഡോ. ടി എം തോമസ് ഐസക് ഉൾപ്പെടുന്ന ലേഖകർ ഒരു അക്കാദമിക് ലേഖനത്തിൽ താഴെ പറയുന്ന പരാമർശം നടത്തിയത്.

'സ്ത്രീകളുടെ അയൽക്കൂട്ടങ്ങളെ സ്ത്രീശാക്തീകരണത്തിനുള്ള യഥാർത്ഥ ഉപകരണങ്ങളായിമാറ്റേണ്ട പ്രശ്നം നമ്മൾ പരിഗണിക്കേണ്ടതുണ്ട്... കേവലം ചെറുകിട വായ്പയോ സൂക്ഷ്മസംരംഭങ്ങളോ സ്ത്രീശാക്തീകരണത്തിലേക്ക് നയിക്കണമെന്നില്ല. യഥാർത്ഥ സ്ത്രീശാക്തീകരണത്തിന് ബോധപൂർവ്വമായ ഇടപെടൽ കൂടിയേ കഴിയൂ; വരുമാനദായക പ്രവർത്തനങ്ങൾക്ക് അവിടെ സഹായകരമായ ഒരു പങ്കു മാത്രമേ വഹിക്കാനാവൂ. അവരുടെ ദൈനംദിന ജീവിതവുമായി ബന്ധമുള്ള ജെൻഡർ ബോധവല്ക്കരണ പരിപാടികൾ - സ്ത്രീകൾക്കും പുരുഷന്മാർക്കും വികസിപ്പിച്ചെടുക്കലാണ് നമ്മുടെ മുന്നിലുള്ള വെല്ലുവിളി.'

സാമ്പത്തിക പ്രവർത്തനങ്ങളുടെ പരിമിതി തിരിച്ചറിഞ്ഞ് അതിനെ കടന്നുപോകുന്ന ഒരു സ്ത്രീപക്ഷ സമീപനം കുടുംബശ്രീയുടെ ആവശ്യമാണെന്ന തിരിച്ചറിവ് വ്യാപകമായിരുന്നു. പെട്ടെന്ന് അത്തരമൊരു പരിപാടിക്ക് രൂപം കൊടുക്കേണ്ട ആവശ്യകത വ്യക്തമാക്കിയതും പദ്ധതിക്ക് ഒരു പ്രധാന നിമിത്തമായി മാറിയതും പക്ഷേ, കുടുംബശ്രീയെ ശ്രദ്ധാപൂർവ്വം വീക്ഷിച്ചിരുന്ന ചിലർ മുന്നറിയിപ്പ് നല്കിയിരുന്ന ഉദ്യോഗസ്ഥ ഭരണത്തിന്റെ പ്രശ്നങ്ങളായിരുന്നു. സംസ്ഥാന സർക്കാർ രൂപം കൊടുത്ത് തദ്ദേശഭരണ സ്വയംഭരണ സ്ഥാപനങ്ങളുടെ നേതൃത്വത്തിൽ രൂപീകൃതമായ വനിതാ സംഘടനയ്ക്ക് സ്വാഭാവികമായും ഉദ്യോഗസ്ഥ ഭരണത്തിന്റെ കെട്ടുകളിൽനിന്ന് പുറത്തുകടക്കുക ശ്രമകരമായിരിക്കുമല്ലോ. രൂപീകരണത്തിനും വ്യാപനത്തിനുമായി ഒരു ദൗത്യസേനയെപ്പോലെ പ്രവർത്തിക്കുന്ന ഒരുദ്യോഗസ്ഥ സംവിധാനം ആ ഒരു ബന്ധനത്തെ ഊട്ടിയുറപ്പിക്കാൻ തന്നെയാണ് സാദ്ധ്യത. അക്കാദമിക് പഠനങ്ങളിൽ ചൂണ്ടിക്കാണപ്പെട്ടപോലെ ഇത്തരം 'ദൗത്യ'ങ്ങൾക്കായി രൂപീകരിക്കപ്പെടുന്ന ഉദ്യോഗസ്ഥസംവിധാനത്തിന്റെ പ്രതിഭയെയും ക്രിയാത്മകതയെയും ഒക്കെ ആശ്രയിച്ചുതന്നെയാണ് സംഘടനാ സംവിധാനവും രൂപപ്പെട്ടു വരിക.

ഉദ്യോഗസ്ഥ സംവിധാനത്തിനും ഗ്രാമപഞ്ചായത്തുകൾക്കും പ്രാദേശിക രാഷ്ട്രീയ നേതൃത്വത്തിനും കുടുംബവ്യവസ്ഥയ്ക്കും ഇടയിലുള്ള ഒരു സുരക്ഷിത ഇടത്തിലേക്കു തന്നെയാണ് കുടുംബശ്രീ അംഗങ്ങളായ സ്ത്രീകൾ സംഘടിപ്പിക്കപ്പെട്ടതെന്ന വിമർശനം അസ്ഥാനത്തല്ല. അവിടെ

'സുരക്ഷിതം' എന്നതുകൊണ്ടുദ്ദേശിക്കുന്നത് സ്ത്രീകളുടെ സുരക്ഷയല്ല താനും; മറിച്ച് ആൺകോയ്മയിലും പിതൃമേധാവിത്തത്തിലും ഊന്നിനില്ക്കുന്ന ഒരു സാമൂഹ്യവ്യവസ്ഥയുടെ സുരക്ഷിതത്വം തന്നെയാണ്. സ്ത്രീവിരുദ്ധമായ ആ സാമൂഹ്യവ്യവസ്ഥയുടെ ആഴത്തിലോടുന്ന വേരുകളെ സ്പർശിക്കാതെ സംഘടിക്കലാണ് അവിടെ ലഭ്യമായ സാദ്ധ്യത. ചെറുകിട വായ്പയും സൂക്ഷ്മസംരംഭങ്ങളുമൊക്കെ ആ സുരക്ഷിതയിടത്തിന്റെയുള്ളിലെ പരിമിത ശാക്തീകരണമാർഗ്ഗങ്ങളാണ്. ഒപ്പം, പ്രാദേശികമായ സാമൂഹ്യ പ്രവർത്തനത്തിലൂടെ കൂടുതൽ 'സ്വീകാര്യത' നേടിക്കൊണ്ട് സ്ത്രീ ഉപരിപ്ലവമായ വിമോചന ചിത്രങ്ങളുടെ വാഹകയാവുന്നു. ആൺകോയ്മകളുടെ സാമൂഹ്യ നിർമ്മിതികളെ ഏറെയൊന്നും അസ്വസ്ഥമാക്കാതെ ചില ശേഷികൾ നേടിയെടുക്കുകയും ചെയ്യുന്നു.

തിരുവനന്തപുരത്തിന്റെ പ്രാന്തപ്രദേശത്തുള്ള ഒരു ഗ്രാമ പഞ്ചായത്തിലെ ഒരു മുറിയിൽ യോഗത്തിൽ പങ്കെടുത്തുകൊണ്ടിരുന്ന സംസ്ഥാന മിഷനിലെ ചില ഉദ്യോഗസ്ഥർക്ക് തികച്ചും അസ്വസ്ഥകരമായ ഒരനുഭവമുണ്ടായി. തൊട്ടപ്പുറത്തെ ഹാളിൽ നടക്കുന്ന കുടുംബശ്രീയുടെ ഒരു ചെറിയ യോഗത്തിൽവച്ച് ജില്ലാമിഷനിലെ ഒരുദ്യോഗസ്ഥൻ കുടുംബശ്രീ സി ഡി എസ് നേതാക്കളോട് കയർത്തു സംസാരിക്കുകയും പരുക്ഷമായ ഭാഷയിൽ ഭീഷണിപ്പെടുത്തുകയും ചെയ്യുന്നത് അവർ കേട്ടു. അത് 2006ലായിരുന്നു. ഒരേ ഉദ്യോഗസ്ഥ വ്യവസ്ഥയുടെ ഭാഗമായിട്ടും ജില്ലാതല ഉദ്യോഗസ്ഥന്റെ സമീപനവും ഭാഷയും അവരെ ചിന്തിപ്പിക്കുകതന്നെ ചെയ്തു. അത് സംസ്ഥാനമിഷനിൽ സ്ത്രീസംഘടനയും ഉദ്യോഗസ്ഥ സംവിധാനവും തമ്മിലുള്ള ബന്ധത്തെപ്പറ്റി ഗൗരവതരമായ ചർച്ചയ്ക്ക് വഴിതെളിച്ചുവെന്ന് അന്നത്തെ ഒരു പ്രമുഖ ഉദ്യോഗസ്ഥൻ ഓർത്തെടുക്കുന്നുണ്ട്. ആ സംഭവവും തുടർന്നുനടന്ന സജീവ ചർച്ചകളും സ്ത്രീശാക്തീകരണത്തിലേക്കുള്ള പുത്തൻ പാതകൾ അന്വേഷിക്കേണ്ട ആവശ്യകത വെളിപ്പെടുത്തുന്നവയായിരുന്നു.

അങ്ങനെയാണ് സ്ത്രീകളായ അംഗങ്ങളോട് സ്ത്രീകളെന്ന നിലയിൽ തന്നിലേക്കും പുറത്തേക്കും നോക്കാൻ കുടുംബശ്രീ ആവശ്യപ്പെടുന്നത്. 'സ്വന്തം അവസ്ഥ സ്വയം തിരിച്ചറിയാനുതകുന്ന വ്യത്യസ്തമായ പഠനരീതിയിലൂടെ സമത്വത്തിന്റെ പാതയിലേക്ക് അയൽക്കൂട്ട സഹോദരിമാരെ നയിക്കുകയാണ് ലക്ഷ്യം' എന്നാണ് കുടുംബശ്രീയുടെ അന്നത്തെ എക്സിക്യൂട്ടീവ് ഡയറക്ടർ ശാരദാമുരളീധരൻ 'സ്ത്രീപദവി സ്വയം പഠന പ്രക്രിയ എന്ത്? എങ്ങനെ?' എന്ന പരിശീലന കൈപ്പുസ്തകത്തിന്റെ ആമുഖത്തിൽ പറഞ്ഞത്. ആലുവ നഗര സഭയിലും നെടുമങ്ങാട്, കഞ്ഞിക്കുഴി, കൊടകര, കാഞ്ഞങ്ങാട് ബ്ലോക്ക് പഞ്ചായത്തുകളിലും പരീക്ഷണാടിസ്ഥാനത്തിൽ നടപ്പാക്കിയശേഷമാണ് സംസ്ഥാനതല പരിപാടി പ്രഖ്യാപിച്ചത്. 'സ്ത്രീശാക്തീകരണ പ്രവർത്തനങ്ങൾക്ക് പുത്തൻ ദിശാബോധം നല്കുമെന്ന പ്രതീക്ഷയോടെയാണ് സ്ത്രീപദവി സ്വയം പഠന പ്രക്രിയ സംസ്ഥാനമാകെ നടപ്പാക്കാൻ തീരുമാനിച്ചത്.

സാമ്പത്തിക ശാക്തീകരണത്തോടൊപ്പം അയൽക്കൂട്ട സഹോദരിമാർ സ്വന്തം സ്വത്വം തിരിച്ചറിയുന്നതിനും സമൂഹത്തിൽ സ്ത്രീ എന്ന നിലയിൽ ഉണ്ടാകേണ്ട 'ന്യായമായ ഇടം' നേടിയെടുക്കുന്നതിനും പ്രാപ്തരാക്കുന്നതിനും സ്ത്രീപദവി സ്വയം പഠന പ്രക്രിയ സഹായിക്കുമെന്ന ഉറപ്പും പ്രസ്തുത പുസ്തകത്തിന്റെ ആമുഖത്തിൽ എക്സിക്യൂട്ടീവ് ഡയറക്ടർ പങ്കുവയ്ക്കുന്നുണ്ട്.

'ന്യായമായ ഇടം' എന്നുതന്നെയാണ് പറഞ്ഞിരിക്കുന്നത്. ലഭ്യമായ ഇടങ്ങളുടെ പരിമിതിയിലെ 'അന്യായം' തിരിച്ചറിഞ്ഞുകൊണ്ടുതന്നെയാണ് പുത്തൻ ഇടങ്ങൾ നേടിയെടുക്കേണ്ടതിന്റെ ആവശ്യകത ആമുഖം എടുത്തു പറയുന്നത്. ശക്തമായ ഉദ്യോഗസ്ഥ സംവിധാനം ഒരു വശത്തും ശാക്തീകരിക്കപ്പെട്ട തദ്ദേശ സ്വയംഭരണ സ്ഥാപനങ്ങളും സജീവ രാഷ്ട്രീയ നേതൃത്വങ്ങളും അലംഘനീയമായ കുടുംബവ്യവസ്ഥിതിയും മറുവശത്തുമായി അനുവദിച്ച 'ഇടം' മതിയാവില്ല എന്ന തിരിച്ചറിവിൽ നിന്നുതന്നെയാണ് സ്ത്രീപദവി സ്വയം പഠനപ്രക്രിയ ആരംഭിച്ചതെന്നർത്ഥം.

കുടുംബശ്രീ സൗഹൃദങ്ങൾ

എറണാകുളം ജില്ലയിലെ ശ്രീമൂലനഗരം കുടുംബശ്രീ സിഡി എസിന്റെ ആദ്യത്തെ ചെയർപേഴ്സണായിരിക്കെ, ഭർത്താവിന്റെ അകാല മരണമേല്പിച്ച ആഘാതത്തിനു മുന്നിൽ പറക്കമുറ്റാത്ത രണ്ടു കുട്ടികളുമായി പകച്ചുനിന്ന ചെറുപ്പക്കാരിയിൽനിന്ന് ഇന്ത്യയിലെ നിരവധി സംസ്ഥാനങ്ങളിൽ സംരംഭകത്വ വികസന പദ്ധതികളിലെ മെന്ററായി പ്രവർത്തിച്ച് കുടുംബശ്രീ പ്രവർത്തനങ്ങളുടെ നേതൃനിരയിലേക്കുയർന്ന ബീനാ മഹേശനിലേക്കുള്ള ദൂരം നിരവധി വെല്ലുവിളികൾ നിറഞ്ഞതായിരുന്നു.

പുരോഗമനസ്വഭാവമുള്ള ജനതയെന്നു കേഴ്വികേട്ട കേരളത്തിൽ അജ്ഞതയുടെയും അന്ധവിശ്വാസത്തിന്റെയും തുരുത്തുകൾ ധാരാളമാണ്. ഭർത്താവിന്റെ അകാലമരണത്തിലേക്കു നയിച്ചത് ബീനയുടെ കുടുംബശ്രീ പ്രവർത്തനമാണെന്നുവരെ പറയാൻ ആളുണ്ടായി. ഭർത്തൃഗൃഹത്തിൽ തുടർന്നു താമസിക്കാൻ വയ്യാത്ത സാഹചര്യത്തിൽ ഒരു താല്ക്കാലിക ജോലിയുടെ ബലത്തിൽ വാടകവീടെടുത്ത് കുട്ടികളുമായി മാറിത്താമസിക്കേണ്ടി വന്നു.

ഓരോ പ്രതിസന്ധിഘട്ടത്തിലും കുടുംബശ്രീ തന്നെയാണ് ബീനയ്ക്ക് കരുത്തുപകർന്നത്. കുടുംബശ്രീ എന്റെ ദോഷമല്ല, പ്രതീക്ഷയാണെന്നു പറയും ബീന. അത്തരത്തിൽ പ്രതിസന്ധിയിൽ നിന്നു കരകയറാനുള്ള വാതിലുകളെല്ലാമടയുന്നുവെന്നു

തോന്നിച്ചുകൊണ്ട് താല്ക്കാലിക ജോലികൂടി നഷ്ടമാകുന്ന ഘട്ടത്തിലാണ് ജിബി വർഗ്ഗീസുമായുള്ള ബീനയുടെ സൗഹൃദം ദൃഢമാകുന്നത്.

എറണാകുളം ജില്ലയിലെ തന്നെ ഉദയംപേരൂർ സി ഡി എസിന്റെ ആദ്യ ചെയർപേഴ്സണായിരുന്നു ജിബി. ഏതാനും ചില പരിശീലനപരിപാടികളിലൊക്കെ വച്ചു കണ്ട പരിചയമേ ബീനയുമായി ഉണ്ടായിരുന്നുള്ളൂ. ജില്ലയിലെ എല്ലാ സി ഡി എസ് ചെയർപേഴ്സൺമാർക്കുമായി നടത്തിയ പരിശീലനത്തിൽവച്ചാണ് സുഹൃത്തുക്കളായത്. രണ്ടുപേരും ജില്ലാതല റിസോഴ്സ് പേഴ്സൺമാരായി തെരഞ്ഞെടുക്കപ്പെട്ടതിനുശേഷമുള്ള പരിശീലനത്തിൽവച്ച് ബീനയും ജിബിയും കുറേക്കൂടി അടുത്തു.

ബീനയും കുഞ്ഞുങ്ങളും വാടകവീട്ടിലേക്കു മാറിയതോടെ സൗഹൃദം രണ്ടുപേരുടെയും കുടുംബങ്ങളിലേക്കു നീണ്ടു. കുട്ടികൾ സുഹൃത്തുക്കളായി; അമ്മമാരുടെ പ്രവർത്തനത്തിലെ സമാനതകളും അതാവശ്യപ്പെടുന്ന സമയവുമൊക്കെ കുട്ടികളെ കൂടുതൽ അടുപ്പിച്ചു.

2012 ൽ കുടുംബശ്രീ ഒരു നാഷണൽ റിസോഴ്സ് ഓർഗനൈസേഷനായതു മുതൽ രണ്ടാളും വിവിധ സംസ്ഥാനങ്ങളിൽ പ്രവർത്തിച്ചു. "എല്ലാ ദിവസവും സംസാരിക്കും; എവിടെയാണെങ്കിലും!" ജിബി പറയുന്നു സംസാരിക്കുന്നതോ, കൂടുതലും കുടുംബശ്രീയെ സംബന്ധിക്കുന്ന കാര്യങ്ങളും. എന്നാൽ ഏതൊരാവശ്യത്തിലും പരസ്പരം സഹായിച്ചും പിന്തുണച്ചുമാണ് ഇരുവരും ഇന്നോളം മുന്നോട്ടുപോയത്."

ജിബി യോടുള്ള സൗഹൃദമില്ലായിരുന്നെങ്കിൽ ജീവിതത്തിൽ പല സുപ്രധാനമായ തീരുമാനങ്ങളും എടുക്കാൻ വിഷമിച്ചുപോയേനെയെന്ന് ബീന മഹേശൻ പറയുന്നു. ജിബി വർഗ്ഗീസിനെ സംബന്ധിച്ചിടത്തോളം തന്റെ കമ്മ്യൂണിറ്റി പ്രൊഫഷണൽ ജീവിതത്തിലെ മുഖ്യവഴികാട്ടിയാണ് ബീന.

കുടുംബശ്രീ ശൃംഖലയിലൂടെ രൂപപ്പെട്ട ആയിരമായിരം സൗഹൃദങ്ങളിൽ ഒന്നു മാത്രമായിരിക്കാം ഇവരുടേത്.

സ്വന്തം സാമൂഹികാവസ്ഥയെക്കുറിച്ച് പഠിക്കുകയും വിശകലനം ചെയ്യുകയും വഴി പരിമിതികൾ തിരിച്ചറിയുന്നതിനും അവയെ അതിജീവിക്കുന്നതിന് പഠിതാക്കളെ പ്രാപ്തരാക്കുകയും ചെയ്യുക എന്ന രീതിശാസ്ത്രമാണ് പഠനം മുന്നോട്ടുവച്ചത്. വ്യക്തമായും പൗലോ ഫ്രെയറിന്റെ വിദ്യാഭ്യാസ സമീപനത്തിന്റെ ചുവടുപിടിച്ചാണ് രീതിശാസ്ത്രം തയ്യാറാക്കിയിരിക്കുന്നത്. സംസ്ഥാനതല പരിശീലനത്തിനുള്ള റിസോഴ്സ് പേഴ്സൺമാർക്കായി തയ്യാറാക്കിയ കൈപ്പുസ്തകം ഇങ്ങനെ പറയുന്നു.

'പങ്കാളിത്തപഠനം നിലവിലുള്ള അധികാരഘടനയേയും അതിലടങ്ങിയിരിക്കുന്ന സ്ത്രീവിരുദ്ധതയേയും പഠിതാക്കൾക്ക് മനസ്സിലാക്കാൻ അവസരമൊരുക്കും. പഠനത്തിൽനിന്ന് സ്വയംപഠനത്തിന്റെ തലത്തിലേക്കുയരുമ്പോൾ യാന്ത്രികമായ പ്രക്രിയയിൽനിന്ന് വ്യാപകമായും ആത്മാർത്ഥവുമായ പഠന പ്രവർത്തനത്തിലേക്ക് മാറുകയും ചെയ്യും. ഇത് പൗര എന്ന നിലയ്ക്കുള്ള സ്ത്രീകളുടെ നിലവാരമുയർത്തുകയും ബുദ്ധിപരവും സജീവവുമായ സമൂഹ പുനർനിർമ്മാണത്തിലിടപെടാനുള്ള ശേഷിയുയർത്തുവാൻ സഹായിക്കുകയും ചെയ്യും. കുടുംബശ്രീയംഗങ്ങൾ സമൂഹത്തിലെ സ്വന്തം സ്ഥാനം തിരിച്ചറിയുകയും അവ മറികടക്കാനുള്ള പ്രക്രിയയുടെ ഭാഗമാവുകയും ചെയ്യും. സ്ത്രീകൾ തങ്ങളുടെ വ്യക്തിപരമായ നൈപുണ്യത്തെ വിമർശനാത്മകമായും യുക്തിബോധത്തോടുകൂടി പരിശോധിക്കുകയും സാമ്പത്തിക, സാമൂഹിക, രാഷ്ട്രീയ ശാക്തീകരണത്തിന് പ്രേരണാശക്തിയോടെ പങ്കാളിയാവുകയും ചെയ്യുന്നു.'

'സാമ്പത്തിക, സാമൂഹിക, രാഷ്ട്രീയ ശാക്തീകരണത്തിന്' എന്നു തന്നെയാണ് വ്യക്തമായി പറയുന്നത്. അതിനോടകം 1061 ഡി സി എസുകളിലെ 1.85 ലക്ഷം അയൽക്കൂട്ടങ്ങളിലായി 37 ലക്ഷം സ്ത്രീകൾ അംഗങ്ങളായ ഒരു സംഘടനയാണത് പറയുന്നത്. തങ്ങൾക്ക് ഇതേ വരെ ലഭ്യമായ ഇടങ്ങൾ സൃഷ്ടിക്കുന്നതിന് സ്ത്രീകൾ ഉള്ളിലേക്കും പുറത്തേക്കും വിമർശനാത്മകമായി നോക്കണമെന്നും. ഒരുപക്ഷേ, കുടുംബശ്രീയുടെ ഇന്നേവരെയുള്ള ചരിത്രത്തിലെ ഏറ്റവും പരിവർത്തനാത്മകവും ചടുലവുമായ ഒരു പദ്ധതിയായാണ് സ്ത്രീപദവി സ്വയംപഠനം സങ്കല്പിക്കപ്പെട്ടതെന്ന് നിസ്സംശയം പറയാം. കേരളത്തിന്റെ പൊതുവികസനാവസ്ഥ സ്ത്രീകൾക്ക് താരതമ്യേന മെച്ചപ്പെട്ട അവസ്ഥ നല്കിയിട്ടുണ്ടെന്നത് അംഗീകരിക്കുമ്പോൾത്തന്നെ 'കേരളീയ വികസനത്തിന്റെ വൈരുദ്ധ്യമായി ഇവിടത്തെ സ്ത്രീകളുടെ താഴ്ന്ന പദവിയെ കണക്കാക്കാം.' എന്ന് കുടുംബശ്രീയുടെ രേഖകളിൽ പറയുന്നുണ്ട്. കേരളത്തിലെ സാമൂഹികാന്തരീക്ഷത്തിൽ നിലനില്ക്കുന്ന സ്ത്രീപുരുഷ പദവിയുമായി ബന്ധപ്പെട്ട വൈരുദ്ധ്യങ്ങളെ സമൂഹത്തിന് ബോദ്ധ്യപ്പെടുത്തിക്കൊടുക്കേണ്ടതിന്റെ പ്രാധാന്യവും ചൂണ്ടിക്കാണിക്കപ്പെടുന്നുണ്ട്.

'സാമ്പത്തിക സ്വാശ്രയത്വം, വിഭവ വിനിയോഗത്തിനുള്ള അവകാശം, ആസ്തികളുടെ ഉടമസ്ഥത, തീരുമാനമെടുക്കുന്നതിനുള്ള പങ്കാളിത്തവും അവകാശവും തുടങ്ങി സാമൂഹികവും സാമ്പത്തികവുമായ എല്ലാ ഘടകങ്ങളിലും സ്വയം നിർണ്ണയാവകാശവും ശേഷിയും ആർജ്ജിക്കുന്നതിന് കേരളത്തിലെ സ്ത്രീ സമൂഹത്തെ പ്രചോദിപ്പിക്കുന്നതിനുള്ള സമഗ്രമായ ഒരു വിദ്യാഭ്യാസ പരിപാടി എന്നാണ് സ്ത്രീപദവി സ്വയം പഠന പ്രക്രിയയെ കുടുംബശ്രീ നിർവ്വചിച്ചത്.

പഠനപ്രക്രിയയുടെ പ്രഖ്യാപിത ലക്ഷ്യങ്ങൾ ഇവയായിരുന്നു:

- സ്ത്രീശാക്തീകരണ അവബോധത്തിലൂടെ കുടുംബശ്രീ സംഘടനാ സംവിധാനത്തിന്റെ സുസ്ഥിരത ഉറപ്പാക്കൽ
- കേരളസമൂഹത്തിൽ സ്ത്രീകളുടെ സ്ഥാനം, അവകാശം, നീതി, തുല്യത തുടങ്ങിയ വിഷയങ്ങളിൽ പ്രത്യേക പരിഗണന അർഹിക്കുന്നു എന്ന സന്ദേശം എത്തിക്കുക.
- ഓരോ വ്യക്തിയുടെയും അനുഭവത്തിന്റെ അടിസ്ഥാനത്തിൽ സ്ത്രീ-പുരുഷ പദവി വിശകലനത്തിന് പ്രാപ്തരാക്കുക.
- സ്ത്രീകളുടെ കഴിവുകളെ പ്രോത്സാഹിപ്പിക്കുകയും പകർത്തുകയും ചെയ്യുക.
- പൊതുമണ്ഡലത്തിൽ സ്ത്രീകൾക്കായുള്ള ഇടങ്ങളും അവസരങ്ങളും ബോദ്ധ്യപ്പെടുകയും അവ നേടിയെടുക്കുന്നതിന് സംഘടിതമായ വിലപേശൽശേഷി വർദ്ധിപ്പിക്കുകയും ചെയ്യുക.
- പീഡനങ്ങളും ആക്രമണങ്ങളും പ്രതിരോധിക്കുന്നതിന് പ്രാപ്തരാക്കുക.

പഠന പ്രക്രിയയ്ക്ക് നാലുഭാഗങ്ങൾ ഉണ്ടായിരുന്നു.

1. അയൽക്കൂട്ടതലത്തിൽ നടക്കുന്ന ചർച്ചയും സംവാദങ്ങളും
2. അയൽക്കൂട്ടത്തിൽനിന്നും സ്ത്രീകളുടെ പദവി സംബന്ധിച്ച വിവരശേഖരണം.
3. സാമൂഹ്യപരമായ നേതൃത്വശേഷിയുള്ള റിസോഴ്സ് പേഴ്സൺമാരുടെ കണ്ടെത്തലും പരിശീലനങ്ങളും
4. വാർഡുതല പഠനസംഘങ്ങളുടെ രൂപീകരണം

സമൂഹത്തിൽ തങ്ങളുടെ പദവിയെന്തെന്ന് ജീവിതാനുഭവങ്ങളുടെയടിസ്ഥാനത്തിൽ സ്ത്രീകൾ വിശകലനംചെയ്യുന്ന രീതിശാസ്ത്രം. പഠനം തുടങ്ങുന്നതാകട്ടെ സാമൂഹ്യാധിഷ്ഠിത സംഘടനയുടെ അടിത്തറയായ അയൽക്കൂട്ടങ്ങളിൽനിന്ന്. പഠനപ്രക്രിയയെ സഹായിക്കാൻ ഓരോ വാർഡുതലത്തിലും പത്തോളം റിസോഴ്സ് പേഴ്സൺമാർ. അവർക്ക് സംസ്ഥാനതലം മുതൽ, ജില്ലാ - ബ്ലോക്ക് വഴി പഞ്ചായത്ത് തലം/നഗരസഭാതലംവരെ പരിശീലനം. പരിശീലനത്തിൽ കേരളീയ വികസന നേട്ടങ്ങൾക്കിടയിലും തങ്ങളുടെ ന്യായമായ ഇടം കവർന്നെടുത്ത ആൺകോയ്മയുടെ വിവിധ മാനങ്ങളെ സൂക്ഷ്മതലത്തിൽ വിശകലനം ചെയ്യാനുള്ള ശ്രമങ്ങൾ. പരിശീലനത്തിനായി തയ്യാറാക്കപ്പെട്ട പഠനസാമഗ്രികളിൽ അന്നോളം ഒരു സർക്കാർ പദ്ധതിയിലും കേട്ടുകേഴ്വിയില്ലാത്ത സാമൂഹ്യ-രാഷ്ട്രീയ വിമർശത്തിന്റെ സ്വരം. സ്ത്രീപദവി സ്വയം

പഠനം കുടുംബശ്രീക്കു മാത്രമല്ല, കേരളത്തിലെ സാമൂഹ്യ രാഷ്ട്രീയ രംഗത്തിനുതന്നെ ഒരു പുത്തൻ അനുഭവമായിരുന്നു.

നിശിതവും കണിശ്ശവുമായ സാമൂഹ്യ വിശകലനത്തെയും അതിനെ അടിസ്ഥാനമാക്കിയുള്ള പഠനത്തെയും പ്രായോഗികതലത്തിലേക്ക് ചിട്ടപ്പെടുത്തിയെടുക്കാൻ കുടുംബശ്രീ കണ്ടെത്തിയ വിഷയം എടുത്തുപറയേണ്ടതാണ്- തൊഴിലുറപ്പ് പദ്ധതിയായിരുന്നു അത്. ഒരു കുടുംബത്തിന് നൂറുദിവസത്തെ തൊഴിൽ അവകാശമാക്കി മാറ്റിയ, അന്നോളം നടന്നുപോന്ന തൊഴിൽദാന പദ്ധതികളിൽനിന്ന് അതുകൊണ്ടുതന്നെ അടിസ്ഥാനപരമായി വ്യത്യസ്തമായ പദ്ധതി. അത് കേരളത്തിൽ നടപ്പിലാക്കുന്നതിൽ കുടുംബശ്രീക്ക് ആദ്യം തന്നെ പ്രധാന ചുമതലയുണ്ടായിരുന്നു. സംഘടിത മേഖലയിൽ മാത്രമായി ഒതുങ്ങിയിരുന്ന തൊഴിൽസുരക്ഷ എന്ന സങ്കല്പനത്തിനെ രാജ്യത്തെ ദരിദ്ര ജനതയ്ക്കാകെ അവകാശമാക്കി മാറ്റിയ പദ്ധതി സ്ത്രീകളുടെ പഠനാർഹമായ വിഷയമായിരുന്നു. തൊഴിലുറപ്പിൽനിന്നുതുടങ്ങി തൊഴിലിന്റെ പെണ്ണിടങ്ങളിലേക്ക് ചർച്ച നയിക്കാനുള്ള തീരുമാനം തികച്ചും ഉചിതമായിരുന്നുവെന്നു കാണാൻ പ്രയാസമില്ല.

തൊഴിലുറപ്പ് പദ്ധതിയുടെ ഒരു മുഖ്യ സവിശേഷത അത് തൊഴിലിടങ്ങൾ സ്ത്രീ സൗഹൃദപരമാകണമെന്ന് നിഷ്കർഷിച്ചിരുന്നു എന്നതാണ്. അതിന്റെ ഭാഗമായി തൊഴിലിടങ്ങളിൽ നിർബ്ബന്ധമായും വേണ്ട സൗകര്യങ്ങളിൽ കുഞ്ഞുങ്ങളെ നോക്കുന്നതിനുള്ള ക്രഷ്, കുടിവെള്ളം, വിശ്രമസങ്കേതം, പ്രാഥമിക സൗകര്യങ്ങൾക്കുള്ള സംവിധാനം, ഇൻഷുറൻസ്, പ്രഥമ ശുശ്രൂഷാ സംവിധാനം എന്നിവ ഉൾപ്പെട്ടിരുന്നു. തൊഴിൽ എന്ന അവകാശം, അതുചെയ്യുവാൻ സ്ത്രീകൾക്കായി ഒരുക്കേണ്ട അനുബന്ധസൗകര്യങ്ങളെ സംബന്ധിച്ച നിബന്ധനകൾ, അവ അസംഘടിത തൊഴിൽ മേഖലയിൽ ഇന്നോളമില്ലാതിരുന്ന അവകാശങ്ങളായി കണക്കാക്കപ്പെടുകപോലും ചെയ്യാതിരുന്ന കാര്യങ്ങളായിരുന്നുവെന്ന തിരിച്ചറിച്ച് എന്നിവയൊക്കെ ചേർന്ന് പഠനപ്രക്രിയയ്ക്ക് അനുയോജ്യമായ നിരവധി തലങ്ങൾ തൊഴിലുറപ്പിനുണ്ടായിരുന്നു. അതോടൊപ്പം തൊഴിലുറപ്പിലെ സ്ത്രീപങ്കാളിത്തത്തോടുള്ള സമൂഹത്തിന്റെ പൊതു സമീപനം, തൊഴിൽ എന്ന അവകാശം ലഭ്യമായിരിക്കെത്തന്നെ അത് സ്വീകരിക്കാൻ നിലനില്ക്കുന്ന വിഷമതകൾ അങ്ങനെ ഒത്തിരി കാര്യങ്ങൾ തൊഴിലുറപ്പിനെ ചർച്ചകൾക്കുള്ള സജീവവിഷയമാക്കി. അസംഘടിതമേഖലയിൽ തുല്യജോലിക്ക് തുല്യവേതനം എന്ന അവകാശം യാഥാർത്ഥ്യമാകുന്നത് തൊഴിലുറപ്പിലാണ്. മൗലികാവകാശമായി ഇന്ത്യൻ സ്ത്രീകൾക്ക് ലഭിച്ച ആ അവകാശത്തെ, വ്യക്തമായ നിയമങ്ങൾ ഉണ്ടായിരിക്കെത്തന്നെ ആദ്യമായി യാഥാർത്ഥ്യമാക്കിയ നിയമം എന്ന ഒറ്റക്കാരണംതന്നെ തൊഴിലുറപ്പ് പദ്ധതിക്ക് സവിശേഷമായ ഒരുസ്ഥാനം ഇന്ത്യയുടെ വികസനപദ്ധതികളുടെ ചരിത്രത്തിൽ നല്കുന്നുണ്ട്.

വേതനം ബാങ്കിലൂടെ സ്വന്തം അക്കൗണ്ടിലെത്തുന്നു, തൊഴിൽ ആസൂത്രണത്തിലും നിർവ്വഹണത്തിലും പങ്കെടുക്കാനുള്ള അവസരം, സോഷ്യൽ ഓഡിറ്റ് എന്നീ പ്രത്യേകതകളും തൊഴിലുറപ്പിൽ സ്ത്രീപദവി സംബന്ധമായ ചർച്ചകൾക്കും പഠനത്തിനും അവസരം നല്കുന്നു. ഉദാഹരണമായി, നാട്ടിൽ നടന്നുവരുന്ന ഇതരപദ്ധതികളിൽ എന്തുകൊണ്ട് സോഷ്യൽ ഓഡിറ്റ് ഇല്ല എന്നത് ഒരു ചർച്ചാവിഷയമായിരുന്നു.

തൊഴിലുറപ്പിനെ അധികരിച്ചുള്ള പഠനപ്രക്രിയയുടെ ഫലമായി സംസ്ഥാനതലം മുതൽ അയൽക്കൂട്ടതലം വരെ ഒരു റിസോഴ്സ് ശൃംഖല സൃഷ്ടിക്കപ്പെട്ടു. അതോടൊപ്പം പഠനപ്രക്രിയയ്ക്കായി ഒരു വെബ്പോർട്ടലും - സ്ത്രീശക്തി - രൂപീകരിക്കപ്പെട്ടു. തൊഴിലുറപ്പിനെ അടിസ്ഥാനമാക്കി ആരംഭിച്ച പഠനപ്രക്രിയ സ്വാഭാവികമായിത്തന്നെ സ്ത്രീയും തൊഴിലും എന്ന വിഷയത്തിലേക്ക് വികസിച്ചിരുന്നു. അതിനെതുടർന്നാണ് രണ്ടാം ഘട്ടപഠനത്തിന് സ്ത്രീകളുടെ തൊഴിലുമായി ബന്ധപ്പെട്ട ആരോഗ്യ പ്രശ്നങ്ങൾ എന്ന വിഷയം തെരഞ്ഞെടുത്തത്. ആദ്യഘട്ടത്തിലേതിൽനിന്ന് വ്യത്യസ്തമായി ഇത്തവണ പഠന സഹായി തയ്യാറാക്കിയത് ജില്ലകളാണ്. പ്രാദേശികമായി നടത്തിയ ഹെൽത്ത് റിസോഴ്സ് മാപ്പിങ്ങിനെയും സ്ത്രീകളുടെ തൊഴിൽപരമായ വൈഷമ്യങ്ങളും ആരോഗ്യപ്രശ്നങ്ങളും കണ്ടെത്തുന്നതിനായി നടത്തിയ സർവ്വേ ഫലത്തെയും ആധാരമാക്കിയാണ് സ്ത്രീയും ആരോഗ്യവും എന്ന വിഷയത്തിൽ 14 വ്യത്യസ്ത പഠന സഹായികൾ തയ്യാറാക്കപ്പെട്ടത്.

സ്ത്രീപദവി സ്വയം പഠനപ്രക്രിയയുടെ ഭാഗമായാണ് ഓരോ സിഡി എസിന്റെ പരിധിയിലും വരുന്ന കുടുംബശ്രീ അംഗങ്ങൾ അവരുടെ ജീവിതം എഴുതി പുസ്തകമാക്കി മാറ്റുകയും അത് 'പുസ്തകയാത്ര എന്ന വലിയൊരു കാമ്പയിനായി പരിണമിക്കുകയും ചെയ്തത്. തുടർന്ന് മൂന്നാം ഘട്ട പഠനം സ്ത്രീകളുടെ സഞ്ചാരസ്വാതന്ത്ര്യം എന്ന വിഷയം സ്വീകരിച്ചുകൊണ്ട് മുന്നേറുകയും ചെയ്തു. സഞ്ചാര സ്വാതന്ത്ര്യം എന്നതിനെ സ്ത്രീകളുടെ ചലനാത്മകത എന്നൊരു തലത്തിലേക്കാണ് പഠന സഹായിയിലും പഠനപ്രക്രിയയിലും ഉപയോഗിച്ചത്. ചലനാത്മകത എന്നത് ഓരോ സ്ത്രീയും അവരുടെ ജീവിതാനുഭവങ്ങളിലൂടെയും ജീവിതാവസ്ഥയിലൂടെയും മനസ്സിലാക്കുന്നതിനുള്ള ശ്രമമാണ് നടന്നത്. ചലനം, സഞ്ചാരം, പ്രയാണം, പരിധികൾ, പരിമിതികൾ, പൊതു ഇടങ്ങളിലെ സ്ത്രീസാന്നിദ്ധ്യം ഉറപ്പാക്കൽ എന്നിങ്ങനെ വിവിധ സങ്കല്പനങ്ങളിലൂടെ സ്ത്രീകളുടെ യഥാർത്ഥ അവസ്ഥയെ തിരിച്ചറിയാൻ അവർ സ്വയം പ്രാപ്തരാവുകയും പരിമിതികളെ മറികടക്കാൻ തയ്യാറെടുക്കുകയും ചെയ്യുക എന്നതായിരുന്നു ലക്ഷ്യം. സ്ത്രീശരീരത്തെയും സ്ത്രീകളുടെ യാത്രയെയുംപറ്റി സമൂഹം പുലർത്തുന്ന കാഴ്ചപ്പാടുകളിലെ അപകടം മനസ്സിലാക്കാനും അതിൽ വരുത്തേണ്ട തിരുത്തലിനെപ്പറ്റി ചർച്ച ചെയ്യാനും പഠനത്തിന്റെ ഭാഗമായി ശ്രമം നടന്നു. വീട്ടിലും സമൂഹത്തിലും സ്ത്രീയുടെ ചലനാത്മകത നേരിടുന്ന വെല്ലുവിളികൾ, പെണ്ണുടലിനോടും

യാത്രകളോടും സമൂഹം പുലർത്തുന്ന കാഴ്ചപ്പാടിന്റെ സാംസ്കാരിക തലങ്ങൾ എന്നിവയൊക്കെ ചർച്ചകളിലേക്ക് കൊണ്ടുവരാൻ പഠനപ്രക്രിയയുടെ ഈ ഘട്ടത്തിന് സാദ്ധ്യമായി.

ഒരു സ്ത്രീസംഘടനയിൽ അംഗമായിരിക്കെത്തന്നെ സ്ത്രീ എന്ന നിലയിൽ സ്വയം കാണുവാനും, കുടുംബത്തിലും സമൂഹത്തിലും ആ നിലയിലുള്ള തന്റെ സ്ഥാനത്തെ വിമർശനാത്മകമായി വിശകലനം ചെയ്യുന്നതിനും കുടുംബശ്രീ പ്രവർത്തകരെ പ്രാപ്തരാക്കുന്നതിൽ വലിയ മുന്നേറ്റം നടത്താൻ സ്ത്രീപദവി സ്വയം പഠന പ്രക്രിയയ്ക്ക് സാധിച്ചുവെന്ന് നിസ്സംശയം പറയാം.

ബഡ്സ് സ്കൂൾ

"നമ്മൾ അരികുവല്ക്കരിക്കുന്ന ഓരോ ഭിന്നശേഷിയുള്ള ആളുകളും എത്ര കഴിവുള്ളവരാണെന്നറിയാമോ? പലതരത്തിലും നമ്മെ തോല്പിക്കാൻ കഴിയുന്നവർ, പലതും പഠിപ്പിക്കാൻ കഴിയുന്നവർ. 'വെരി ഗുഡ്' എന്ന ഒറ്റവാക്കിൽ ഹൃദയം നിറഞ്ഞ് ഉച്ചത്തിൽ ചിരിക്കുന്നവർ, അടുത്തുകൂടി നടക്കുമ്പോൾ ഒന്നു തൊടാനായി കൈ നീട്ടുന്നവർ, ഒരു കളങ്കവുമില്ലാതെ സ്നേഹിക്കുന്നവർ, ഒന്നു തിരികെ ചിരിച്ചാൽ വല്ലാതെ സന്തോഷിക്കുന്നവർ."

കുടുംബശ്രീ നടത്തിയ 'ബഡ്സ് ഫെസ്റ്റിവൽ' ആദ്യമായി കാണാൻ കഴിഞ്ഞ കുടുംബശ്രീയിൽ ജില്ലാ പ്രോഗ്രാം മാനേജരായ ആരതിയുടെ ഫേസ്ബുക്ക് കുറിപ്പിലെ ഒരു ഖണ്ഡികയാണ് മുകളിൽ കൊടുത്തിരിക്കുന്നത്. കുടുംബശ്രീ മാനസികാരോഗ്യ പ്രശ്നങ്ങളുള്ള കുട്ടികൾക്കുവേണ്ടി നടത്തുന്ന സ്ഥാപനങ്ങളാണ് ബഡ്സ് സ്കൂളുകൾ. പതിനെട്ട് വയസ്സുവരെയുള്ള കുട്ടികൾക്ക് അവിടെ ചേരാം. പതിനെട്ടുകഴിഞ്ഞവർക്ക് ബഡ്സ് റീഹാബിലിറ്റേഷൻ സെന്ററുകളുണ്ട്; ബി ആർ സി എന്ന് പറയും. കേരളത്തിലാകെ 342 സ്ഥാപനങ്ങൾ- ബഡ്സ് സ്കൂളുകളും ബി ആർ സി കളുമായി. അവിടെ മൊത്തം 9245 കുട്ടികൾ പഠിക്കുന്നു. തദ്ദേശസ്വയംഭരണ സ്ഥാപനങ്ങളാണ് ഈ സ്ഥാപനങ്ങൾ നടത്തുന്നത്. ബഡ്സ്-ബി ആർ സി കുട്ടികളുടെ കലോത്സവം സംഘടിപ്പിക്കുന്നതിൽ പങ്കാളിയാവാൻ സാധിച്ചതിന്റെ അനുഭവമാണ് ആരതി ഫേസ്ബുക്കിൽ പങ്കുവച്ചത്. ആ കുട്ടികളുടെ ടീച്ചർമാരെപ്പറ്റിയും ആരതി എഴുതുന്നുണ്ട്:

ദിവസത്തിൽ ഭൂരിഭാഗവും ബഡ്സ് സ്കൂളുകളിൽ ഇരിക്കുന്ന അവർക്ക് ടീച്ചറോടുള്ള സ്നേഹവും അവർക്ക് കുട്ടികളോടുള്ള സ്നേഹവും മറ്റൊന്നിനോടും ഉപമിക്കാൻ കഴിയില്ല. ടീച്ചറെന്ന

വാക്കൊക്കെ അന്വർത്ഥമാകുന്നത് അവരുള്ളപ്പോഴാണ്. ലോകം എത്ര മാത്രം സുന്ദരമാണെന്ന് തോന്നിപ്പോകുന്ന ഒരു സമയം.

ബഡ്സ് സ്കൂൾ കുട്ടികളുടെ മാതാപിതാക്കളെക്കുറിച്ചും എഴുതുന്നുണ്ട് ആരതി:

"ജീവിതം പിന്തിരിഞ്ഞുനിന്നു കൊഞ്ഞനം കുത്തുമ്പോൾ പലതും സഹിച്ചുകൊണ്ട് പുറമേ ചിരിക്കുന്ന എത്ര രക്ഷിതാക്കളാണെന്നോ അവിടെ ഉണ്ടായിരുന്നത്. ഭിന്നശേഷിയും ശാരീരിക അവശതകളും ഒന്നിച്ചുവന്ന കുട്ടികളുടെ മാതാപിതാക്കളുടെ സങ്കടം അടുത്തുകണ്ടു. അനുഭവിച്ചു. സഹതപിച്ചാൽകൂടി അഹങ്കാരമാകുമെന്നു പഠിച്ചു."

ഭിന്നശേഷിക്കാരായ കുട്ടികളുടെ അമ്മമാരെപ്പറ്റി ചങ്കിൽ തൊടുന്ന രണ്ടു വാക്യങ്ങളോടെയാണ് ആരതിയുടെ പോസ്റ്റ് അവസാനിക്കുന്നത്.

"തന്റെ കാലശേഷം ഇനിയാരിവർക്ക് എന്ന് ചിന്തിച്ചു നീറുന്ന അമ്മമാരോട് ഒരു മറുപടിയുമില്ല. താൻ മരിക്കുന്നതിനു മുന്നേ തന്റെ കുഞ്ഞു മരിക്കണേ എന്നു പ്രാർത്ഥിക്കുന്ന അമ്മമാരും അവരുടെ കണ്ണിലെ ശൂന്യതയും വല്ലാതെ പൊള്ളിക്കുന്നുണ്ട്."

ശരിക്കും അമ്മമാരിൽനിന്നായിരുന്നു തുടക്കം. യൗവനം പൂത്തുനിന്നകാലത്ത് അപ്രതീക്ഷിതമായ ഒരു ജീവിതപരിണതിയിൽ അമ്പരന്നു നിന്നുപോയ അമ്മമാരിൽനിന്ന്. മാനസികാരോഗ്യപ്രശ്നങ്ങളോടെ പിറക്കുന്ന കുഞ്ഞ് മാതൃത്വത്തിന്റെ മുന്നിൽ ഉയർത്തുന്ന വെല്ലുവിളി അനന്യമാണ്. മാനസികാരോഗ്യപ്രശ്നമുള്ള കുഞ്ഞുങ്ങളെ 'ഭിന്നശേഷിക്കാർ' എന്നും 'ഇതരശേഷിക്കാർ' എന്നും വിളിക്കുന്ന 'പൊളിറ്റിക്കൽ കറക്ട്നെസ്' വേണ്ടതുതന്നെ. ഫാദർ ബോബി ജോസ് കട്ടിക്കാടിന്റെ കരുണാർദ്രമായ വിലയിരുത്തലും ഹൃദയസ്പർശിയാണ്. 'ദൈവത്തിന് ഏറ്റവും പ്രിയപ്പെട്ട കുഞ്ഞുങ്ങളെ അവിടുന്ന് തനിക്ക് ഏറ്റവും വിശ്വസ്തരായവരെ ഏല്പിക്കുന്നു.' എന്നാണ് ബോബിയച്ചൻ പറയുക. ഈ പറച്ചിലുകളൊക്കെ പ്രധാനമായിരിക്കെത്തന്നെ, മാനിസാകോഗ്യപ്രശ്നങ്ങളുള്ള കുഞ്ഞുങ്ങളുടെ അമ്മമാർ കടന്നുപോകുന്ന ജീവിത വൈതരണികൾ അവരുടേതുമാത്രമാണ്. കുഞ്ഞിന്റെ വളർച്ചയുടെ ഓരോ ഘട്ടത്തിലും ആഹ്ലാദം കൊണ്ട് മനസ്സ് നിറഞ്ഞുപോകേണ്ടതിനു പകരം വാത്സല്യത്തിന്റെയും നിസ്സഹായാവസ്ഥയുടെയും ഇടയിൽപെട്ടുള്ള പിടച്ചിലുകളാണ് അവരുടെ ജീവിതാനുഭവം.

അഗതിരഹിതപദ്ധതിയായ 'ആശ്രയ' ജനകീയാസൂത്രണത്തിന്റെ സത്തയുൾക്കൊണ്ട ഒന്നാണെന്ന് മുന്നദ്ധ്യായത്തിൽ പറഞ്ഞിരുന്നുവല്ലോ. ഓരോ അഗതിക്കും അഗതി കുടുംബത്തിനും അവരുടെ നിലവിലെ അവസ്ഥയിൽ നിന്ന് കരകയറണമെങ്കിൽ അതിനുപറ്റിയ മൈക്രോപ്ലാൻ തയ്യാറാകണം; അങ്ങനെ വികേന്ദ്രീകൃതമായി പ്ലാൻ തയ്യാറാക്കുന്നതാകട്ടെ സംസ്ഥാനതലത്തിൽ രൂപംകൊടുത്ത ഒരു പൊതു ചട്ടക്കൂടിനുള്ളിലും. അങ്ങനെയാണ് ആശ്രയ അർത്ഥവത്തായൊരു വികേന്ദ്രീകൃത മാതൃകയായത്.

2000–2001 വർഷത്തിൽ ആശ്രയപദ്ധതിയുടെ രൂപീകരണത്തിനായി സംസ്ഥാനമൊട്ടാകെ അഗതികളെ കണ്ടെത്തുന്നതിനായി ഒരു സർവ്വേ നടത്തിയിരുന്നു. എല്ലാ കുടുംബങ്ങളെയും ഉൾപ്പെടുത്തിയിട്ടുള്ള സർവ്വേ കുടുംബശ്രീ അയൽകൂട്ടങ്ങളുടെ നേതൃത്വത്തിൽ വലിയ പങ്കാളിത്ത ത്തോടെയാണ് നടന്നത്. ദാരിദ്ര്യത്തിൽനിന്ന് കരകയറാൻ വേണ്ടി അയൽക്കൂട്ടങ്ങളായി സംഘടിച്ച സ്ത്രീകൾ ഓരോ അയൽക്കൂട്ടപരിധി യിലെയും വീടുകൾ സന്ദർശിച്ച് അഗതികളെ കണ്ടെത്തുന്ന പഠനം. സർവ്വേ ചോദ്യാവലി പൂരിപ്പിക്കുന്നതിനപ്പുറം തങ്ങൾക്കു ലഭിച്ച നോട്ടു പുസ്തകങ്ങളിൽ അവർ പലതും കുറിച്ചുവച്ചു. അങ്ങനെ കുടുംബശ്രീ സ്ത്രീകൾ ഒരു കണ്ടെത്തലിലേക്കെത്തി. ശാരീരികവും മാനസികവു മായ പരിമിതികളാണ് മനുഷ്യരെ അഗതികളാക്കുന്ന പ്രധാന കാരണ മെന്നതായിരുന്നു ആ കണ്ടെത്തൽ. അതിനോടൊപ്പം അവർ ഒന്നുകൂടി പറഞ്ഞുവച്ചു. പരിമിതികളിൽ ഏറ്റവും പ്രധാനം മാനസികാരോഗ്യ സംബ ന്ധിയായ പ്രശ്നങ്ങളാണെന്ന്.

ഓരോ അയൽക്കൂട്ടത്തിലും നിന്ന് വിട്ടു നില്ക്കുന്ന ചില സ്ത്രീക ളുണ്ടെന്ന കാര്യം അതിനുമുമ്പേ തന്നെ ശ്രദ്ധിക്കപ്പെട്ടിരുന്നു. സാമ്പത്തി കമായി വലിയ പിന്നാക്കാവസ്ഥയും പലപ്പോഴും അതിദാരിദ്ര്യവും അനു ഭവിക്കുന്ന ചില സ്ത്രീകൾ അയൽക്കൂട്ടങ്ങളിൽ നിന്ന് ഒഴിഞ്ഞു നില്ക്കു ന്നു. 'ആശ്രയ' സർവ്വേയോടെ അതിന്റെ കാരണം അയൽക്കൂട്ടങ്ങളിൽ പങ്കെടുക്കുന്ന സ്ത്രീകൾക്ക് മനസ്സിലായി. മാനസികപരിമിതികൾ നേരി ടുന്ന കുഞ്ഞുങ്ങളുടെ അമ്മമാർ അയൽക്കൂട്ടത്തിൽ ചേരാറില്ല.

മുഴുവൻ സമയ പരിചരണം ആവശ്യമുള്ള കുഞ്ഞുണ്ട് എന്നത് നമ്മുടെ സാമൂഹിക ചുറ്റുപാടിൽ സ്വാഭാവികമായും അമ്മയെ വീട്ടിൽ തളച്ചിടുന്ന കാരണം തന്നെയാണ്. പക്ഷേ, അതുമാത്രമായിരുന്നില്ല അത്തരം അമ്മമാരെ അയൽക്കൂട്ടത്തിൽ വരുന്നതിൽ നിന്ന് പിന്തിരിപ്പി ച്ചത്. വളരെ വേദനയോടെ കുടുംബശ്രീ അയൽക്കൂട്ടങ്ങൾ തിരിച്ചറിഞ്ഞ മറ്റൊരു കാരണമുണ്ടായിരുന്നു. മാനസികാരോഗ്യ പ്രശ്നങ്ങളുള്ള കുഞ്ഞുങ്ങളുടെ അമ്മമാർക്ക് പലപ്പോഴും ആളുചേരുന്നയിടങ്ങളിൽ വരാൻ ഭയമായിരുന്നു. ആത്മവിശ്വാസമില്ലായ്മ അവരെ തളർത്തിയി രുന്നു.

കേരളീയ സമൂഹം അനായാസം എടുത്തണിയുന്ന പുരോഗമനത്തി ന്റെയും രാഷ്ട്രീയ ബോധത്തിന്റെയും വേഷങ്ങൾക്കുള്ളിൽ പതിയിരി ക്കുന്ന ചില അനീതികളുണ്ട്. ജാതിബോധം മുതൽ തുടങ്ങുന്ന ഒട്ടന വധി വിവേചനങ്ങൾ ആ അനീതികളുടെ സാമൂഹിക നിർമ്മിതികളാണ്. മാനസികാരോഗ്യ പ്രശ്നം നേരിടുന്ന കുഞ്ഞുങ്ങളുടെ അമ്മാരെ 'അശു ഭചിഹ്നങ്ങൾ' ആയി കരുതുന്ന മലയാളികളെപ്പറ്റിയുള്ള തിരിച്ചറിവ് അയൽക്കൂട്ടങ്ങളുടെ ഏകബോധത്തെ പിടിച്ചുലയ്ക്കുകതന്നെ ചെയ്തു. കല്യാണം പോലെയുള്ള ചടങ്ങുകൾ അറിയിക്കുമ്പോൾപോലും ക്ഷണ മുണ്ടാകാറില്ലത്രേ. വരേണ്ടതില്ലെന്ന ഒരു ധ്വനിതന്നെ ഉണ്ടാകാറുണ്ടു

പോലും. കലണ്ടർ കള്ളികളിൽ കുറിച്ചിട്ട സമയവ്യവസ്ഥകളിൽ ശകുനം തിരിഞ്ഞുപോകുന്ന മലയാളിയുടെ യാത്രകൾക്ക് ഭിന്നശേഷിക്കാരായ കുഞ്ഞുങ്ങളുടെ അമ്മമാർ ശകുനം മുടക്കികളാണ്.

ആ അമ്മമാരുടെ അയൽക്കൂട്ടത്തിൽ പങ്കെടുക്കാൻ വയ്യാത്ത നിസ്സഹായതയിൽ നിന്നാണ് ബഡ്സ് സ്കൂൾ പ്രസ്ഥാനത്തിന്റെ തുടക്കം. കുട്ടികൾക്ക് ഡേകെയർ സെന്റർ എന്ന നിലയിലാണ് ചർച്ചകൾ തുടങ്ങിയത്. കാര്യത്തോടടുത്തപ്പോഴാണ് കടമ്പകളുടെ ഗൗരവം എല്ലാവർക്കും മനസ്സിലായിത്തുടങ്ങിയത്. മാനസിക വളർച്ചാസംബന്ധമായ അല്ലെങ്കിൽ മാനസികാരോഗ്യസംബന്ധമായ പ്രശ്നങ്ങളുള്ള കുട്ടികളിൽ രണ്ടുപേർ തമ്മിൽ സാമ്യങ്ങളെക്കാൾ വൈജാത്യങ്ങളാണുണ്ടാവുക. പല വീടുകളിലും സമൂഹത്തിൽത്തന്നെയും അന്ധവിശ്വാസങ്ങളും മുൻവിധികളുമാണ് അത്തരം കുട്ടികളുള്ള മാതാപിതാക്കൾ നേരിടേണ്ടിവരിക. കുട്ടിയുടെ ഉത്തരവാദിത്തം അമ്മയിൽ തുടങ്ങി അമ്മയിൽ അവസാനിക്കുന്നുവെന്ന മട്ടുമുണ്ട്. മാതാപിതാക്കളോ, മരുന്നുകൊണ്ട് മാറുമെന്നുമുതൽ മന്ത്രവാദത്തിലെ രക്ഷയുള്ളൂ എന്നുവരെയുള്ള പക്ഷക്കാരും.

തദ്ദേശസ്വയംഭരണസ്ഥാപനങ്ങളും പൊതുവെ ബാലവാടിയോ അങ്കണവാടിയോ ഒക്കെപ്പോലെ ഒരു സംവിധാനം എന്ന നിലയ്ക്കാണ് ഈ കുട്ടികളുടെ ഡെകെയർ സെന്റർ എന്ന സങ്കല്പനത്തെ സമീപിച്ചത്. മൂന്നുമാസത്തേക്ക് ഒരു ആയയ്ക്ക് 15000 രൂപ നിരക്കിൽ 4500 രൂപ വരെ അടങ്കലുള്ള പ്രോജക്ടുകളൊക്കെ നിർദ്ദേശിക്കപ്പെട്ടിരുന്നു ചിലയിടങ്ങളിൽ. ആദ്യവർഷം തന്നെ കുടുംബശ്രീ 10 ഗ്രാമപഞ്ചായത്തുകൾക്ക് മാതൃ

കകൾ വികസിപ്പിക്കുന്നതിന് 50,000 രൂപ വീതം സഹായധനം പ്രഖ്യാപിച്ചു. മാതൃകകൾ ഉയർന്നുവരാൻ പക്ഷേ, അത്ര എളുപ്പമല്ലായിരുന്നു.

മതസ്ഥാപനങ്ങളോ സന്നദ്ധസംഘടനകളോ നടത്തുന്ന സ്ഥാപനങ്ങളാണ് ഭിന്നശേഷിക്കാർക്കായി നിലവിലുണ്ടായിരുന്നത്. 'ജയിലുപോലെ' എന്നാണ് ഒരു കുട്ടിയുടെ അമ്മ അവയെ വിശേഷിപ്പിച്ചത്. സാമാന്യം ഭീമമായ ഫീസുള്ളതുകൊണ്ടുതന്നെ പൊതുവെ എല്ലാവർക്കും പ്രാപ്യമല്ലാത്ത സ്ഥാപനങ്ങൾ. കുട്ടിയെ ചേർത്തുകഴിഞ്ഞാൽ മാതാപിതാക്കൾക്കടക്കം സന്ദർശനത്തിന് നിശ്ചിതസമയവും അനുവാദവുമൊക്കെ നിർബ്ബന്ധം. സന്ദർശകരുടെ മുറിക്കപ്പുറം തങ്ങളുടെ കുഞ്ഞുങ്ങൾ എന്തു ചെയ്യുന്നുവെന്നു കാണാൻ മാതാപിതാക്കൾക്കുപോലും അനുവാദമില്ല. കുട്ടിക്ക് ഒരു ദിവസം എത്താൻ കഴിഞ്ഞില്ലെങ്കിൽ വിശദീകരണം കൊടുക്കേണ്ട ഇടങ്ങളുമുണ്ടായിരുന്നു. സ്ഥാപനത്തെപ്പറ്റി എന്തെങ്കിലും പരാതിയുണ്ടെങ്കിലോ? 'കുട്ടിയെ വിളിച്ചുകൊണ്ടുപോകാം' എന്നതായിരിക്കും മിക്കയിടത്തെയും പ്രതികരണം.

ഇത്തരമൊരു സാഹചര്യത്തിൽ അവ്യക്തതകളുടെയും അനിശ്ചിതത്വത്തിന്റെയും നടുവിലേക്ക് എടുത്തുചാടാൻ തയ്യാറാകുന്ന തദ്ദേശസ്വയംഭരണസ്ഥാപനങ്ങളെ സൃഷ്ടിച്ച പ്രക്രിയയുടെ പേരാണല്ലോ ജനകീയാസൂത്രണം. തിരുവനന്തപുരം ജില്ലയിൽ വെങ്ങാനൂർ ഗ്രാമപഞ്ചായത്ത് ആദ്യം മുന്നോട്ടു വന്നു. സാക്ഷാൽ അയ്യൻകാളി 'പഞ്ചമി' എന്ന പെൺകുഞ്ഞിന്റെ കൈപിടിച്ച് പള്ളിക്കൂടത്തിലേക്കു കയറാൻ ചെന്നനാടു തന്നെ. തൊട്ടുപിന്നാലെ കണ്ണൂരിലെ മങ്ങാട്ടിടം.

കൊല്ലത്ത് പന്മന, ആലപ്പുഴയിലെ തണ്ണീർ മുക്കം, കോഴിക്കോട്ടെ കാവിലമ്പാറയും ഫറോക്കും, എറണാകുളം ജില്ലയിലെ ചൂർണിക്കര, മലപ്പുറത്തെ ചെറുകാവ് എന്നീ ഗ്രാമപഞ്ചായത്തുകളും തീരുമാനമെടുത്ത് മുന്നോട്ടു വന്നു. സാങ്കേതികകാര്യങ്ങളെപ്പറ്റി വേണ്ടത്ര ധാരണയില്ലാതെയും ഇത്തരമൊരു പ്രശ്നം രാഷ്ട്രീയനേതൃത്വത്തിന്റെ പരിഗണനയിലേക്കെത്താതെയും കാര്യങ്ങൾ മുന്നോട്ടുപോകാത്ത സ്ഥിതിയാണ് പലയിടത്തുമുണ്ടായത്. അതിലേറെ, പശ്ചാത്തലസൗകര്യവികസനത്തിന് പഞ്ചായത്തുകളുടെ പക്കൽ ഫണ്ടും ഉണ്ടായിരുന്നില്ല. ചുരുക്കത്തിൽ, മുന്നോട്ടുപോകാൻ കഴിഞ്ഞത് വെങ്ങാനൂർ, മങ്ങാട്ടിടം ഗ്രാമപഞ്ചായത്തുകൾക്ക് മാത്രമാണ്.

റൂഫസ് ദാനിയേൽ എന്ന കോൺഗ്രസുകാരനായ ഗ്രാമപഞ്ചായത്ത് പ്രസിഡന്റിന്റെ നിരന്തര ശ്രമവും സ്ഥിരോത്സാഹവും ഈ രംഗത്ത് വെങ്ങാനൂരിനെ ഏറെ മുന്നിലെത്തിച്ചു. 2006 ൽ കുടുംബശ്രീ വെങ്ങാനൂർ ഗ്രാമപഞ്ചായത്തിന് രണ്ടു ലക്ഷം രൂപ നല്കാൻ തയ്യാറാക്കി. കൂടാതെ നന്നായി പ്രവർത്തിക്കുന്ന അഞ്ചു ഗ്രാമപഞ്ചായത്തുകൾക്ക് ഓരോ ലക്ഷം രൂപ ധനസഹായവും പ്രഖ്യാപിച്ചു. ബഡ്സ് സ്കൂളുകൾ തുടങ്ങാൻ ഒട്ടേറെ പ്രവർത്തനങ്ങൾ നടക്കുകയും ചെയ്തു. എന്നിട്ടും വേണ്ടത്ര മുന്നോട്ടു പോകാൻ കഴിഞ്ഞില്ല. കഴിയാതിരുന്നതിന്റെ കാര

ണങ്ങളൊക്കെ വികേന്ദ്രീകൃതാസൂത്രണം പഠിക്കാൻ ശ്രമിക്കുന്നവർക്ക് ധാരാളം അറിവുകൾ കിട്ടാവുന്ന ഇടങ്ങളാണ്.

2007 ആകുമ്പോഴേക്കും ബഡ്സ് സ്കൂളുകൾ നാലെണ്ണമേ നിലവിൽ വന്നുള്ളൂ. നേരത്തേയുള്ള തീരുമാനത്തിനപ്പുറം ധനസഹായം നല്കേണ്ടി വരികയും ചെയ്തു. ഓഡിറ്റുകാർ പ്രശ്നമുന്നയിച്ചു. ഏതാണ്ടൊരു പ്രതിസന്ധിഘട്ടം. അവിടെനിന്നാണ് ശരിക്കും ബഡ്സ് സ്കൂൾ പദ്ധതി ഉയർത്തെഴുന്നേറ്റത്. ഡേ കെയർ സെന്റർ എന്ന സങ്കല്പനത്തിന്റെ പൊളിച്ചെഴുത്താണ് പിന്നീടു നടന്നത്. ബഡ്സ് സ്കൂൾ നൂതനമായ ഒരാശയമായി വികസിക്കാൻ തുടങ്ങി.

പ്രതിസന്ധിഘട്ടം എന്നു പറയാൻ കാരണമുണ്ട്. ഓഡിറ്റ് ഒബ്ജക്ഷനുകളുടെ പശ്ചാത്തലത്തിൽ ഏതൊരു സർക്കാർ ഏജൻസിയും പ്രതികരിക്കുന്നതുപോലെ കുടുംബശ്രീ മിഷനും ചെയ്തു. എങ്ങനെയും പത്തു സ്കൂളുകൾ സ്ഥാപിച്ചെടുക്കുക എന്നത്. അതിലൂടെ കൃത്യമായ ഒരു പദ്ധതിയുടെ അടിസ്ഥാനത്തിലല്ലാതെ കൂടുതൽ പുതിയ സ്ഥാപനങ്ങൾ ഉടലെടുക്കലേ സാധാരണ നിലയിൽ സംഭവിക്കുകയുള്ളൂ. ആ പ്രതിസന്ധിയെ മറികടക്കാൻ പദ്ധതിയെ സമഗ്രമായ പുനർവിചിന്തനത്തിനു വിധേയമാക്കി ഉടച്ചുവാർക്കാൻ തയ്യാറായി എന്നതാണ് കുടുംബശ്രീ മിഷൻ അവിടെ വ്യത്യസ്തമായി ചെയ്തത്. സംസ്ഥാന വ്യാപകമായ അയൽക്കൂട്ട സംഘടനാ സംവിധാനത്തിന് നാട്ടിലെ യഥാർത്ഥ അവസ്ഥ തിരിച്ചറിയാനുള്ള ശേഷിതന്നെയാവണം അതിനെ നയിച്ചത്.

കുടുംബശ്രീ മിഷന്റെ ആ ശ്രമം വളരെ പ്രധാനമായിരുന്നു. ഒരുപക്ഷേ, കൈവിട്ടുപോകാമായിരുന്നിടത്തുനിന്ന് അത് ബഡ്സ് സ്കൂൾ എന്ന ആശയത്തെ കേരള സമൂഹത്തിന്റെ മുന്നിൽ പ്രതിഷ്ഠിച്ചു. ആ ശ്രമത്തെ അനുപേക്ഷണീയമാക്കുന്ന കാരണങ്ങൾ കുടുംബശ്രീയുടെ പഠനം തന്നെ വ്യക്തമായി കണ്ടെത്തിയിരുന്നു. സംസ്ഥാനത്തെ 2.8% വീടുകളിൽ 40 ശതമാനത്തിനു മുകളിൽ പരിമിതികളനുഭവിക്കുന്നരുണ്ടെന്നാണ് പഠനം ചൂണ്ടിക്കാട്ടിയത്. അതിനുപുറമെ 10% മുതൽ 40% വരെ പരിമിതികളുള്ളവരുള്ള 3% വീടുകൾ കൂടിയുണ്ടായിരുന്നു കേരളത്തിലെ അരശതമാനം വീടുകളിൽ മാനസികാരോഗ്യപ്രശ്നങ്ങളുള്ള വ്യക്തികളുണ്ട്. അതൊരു ചെറിയ കണക്കല്ല; ഒരു സാധാരണ ഗ്രാമപഞ്ചായത്തിൽ 60 മുതൽ 100 വരെ വീടുകളിൽ മാനസികാരോഗ്യപ്രശ്നമുള്ള വ്യക്തികളുണ്ടെന്നാണ് അതിന്റെ അർത്ഥം. അതിൽത്തന്നെ 35 വീടുകളിൽ 18 വയസ്സിൽ താഴെ പ്രായമുള്ള മാനസികാരോഗ്യപ്രശ്നമുള്ള രോഗികളുണ്ടാവാം. ഈ കണക്കുകൾ സൂചിപ്പിച്ച പശ്ചാത്തലത്തിലാണ് പുതിയൊരു സമീപനവുമായി കുടുംബശ്രീ മിഷൻ ഈ പ്രശ്നത്തെ സമീപിച്ചത്.

മാനസികാരോഗ്യപ്രശ്നങ്ങളുള്ളവർക്കായി നിലനിന്നിരുന്ന സ്ഥാപനങ്ങളുടെ പൊതുവായ പരിമിതികൾ നേരത്തെ സൂചിപ്പിച്ചിരുന്നുവല്ലോ. ഒട്ടുംതന്നെ തുറന്ന സമീപനമില്ലാത്തതും സാമ്പത്തിക ബുദ്ധിമുട്ടുള്ള

വർക്ക് അപ്രാപ്യമായതും എന്നതു തന്നെ പ്രധാന പ്രശ്നമായിരുന്നു. എന്നാൽ അവ മാത്രമല്ല കുഴപ്പമെന്നതും വ്യക്തമായിരുന്നു. പുതിയ സമീപനത്തിലൂടെ ആ രംഗത്തെ പലവിധ കുഴപ്പങ്ങളെ മറികടക്കാനുള്ള ശ്രമമാണ് കുടുംബശ്രീ നടത്തിയത്.

സാമ്പത്തികബുദ്ധിമുട്ടുള്ളവർ മാത്രമല്ല നിലവിലെ അവസ്ഥയിൽ ഒഴിവാക്കപ്പെട്ടിരുന്നത്. ഉൾപ്രദേശങ്ങളിലും ഒറ്റപ്പെട്ട സ്ഥലങ്ങളിലും താമസിക്കുന്നവർ സ്വാഭാവികമായും ഒഴിവാക്കപ്പെട്ടു. മാനസികാരോഗ്യത്തിന്റെ കാര്യത്തിൽത്തന്നെ, കൂടുതൽ ഗുരുതരമായ പ്രശ്നങ്ങളുള്ള കുട്ടികൾ ഒഴിവാക്കപ്പെട്ടു. അവരെ കൈകാര്യം ചെയ്യാൻ ബുദ്ധിമുട്ടാണെന്നതു തന്നെ കാര്യം. അതായത് സാരമായ പ്രശ്നങ്ങളില്ലാത്ത, മോശമല്ലാത്ത സാമ്പത്തിക ചുറ്റുപാടുള്ള കുട്ടികൾക്കുള്ള സ്ഥാപനങ്ങളാണ് പൊതുവെ നിലനിന്നിരുന്നതെന്നർത്ഥം. ഒഴിവാക്കപ്പെട്ട മറ്റൊരു വിഭാഗം 18 വയസ്സു കഴിഞ്ഞവരായിരുന്നു; പുറത്താക്കപ്പെട്ടൊരു സമൂഹമായി അവരും ചില ചോദ്യങ്ങൾ ഉയർത്തുന്നുണ്ടായിരുന്നു. കൂടാതെ നിലവിലുണ്ടായിരുന്ന സ്ഥാപനങ്ങൾ പലതും കുട്ടികളുടെ വികസനത്തെ സംബന്ധിച്ച് അതിനകം തന്നെ അശാസ്ത്രീയമെന്ന് തെളിയിക്കപ്പെട്ട സങ്കേതങ്ങളാണ് ഉപയോഗിച്ചിരുന്നത്. വായിക്കാനും എഴുതാനും കണക്കുകൂട്ടാനും അല്പം കൂടുതൽ ശ്രമത്തോടെ പഠിപ്പിക്കുന്ന രീതിയാണ് നിലനിന്നിരുന്നത്. ചില സ്ഥാപനങ്ങൾ ആധുനിക സമ്പ്രദായങ്ങൾ പരീക്ഷിക്കാൻ ശ്രമിച്ചെങ്കിലും പലതിലും നല്കിപ്പോന്നിരുന്ന തൊഴിലധിഷ്ഠിത വിദ്യാഭ്യാസം അശാസ്ത്രീയവും ഉപയോഗശൂന്യവുമായിരുന്നു.

അത്തരം സ്ഥാപനങ്ങളെയെല്ലാം ഒഴിവാക്കുന്നതിനല്ല കുടുംബശ്രീ ശ്രമിച്ചത്. മറിച്ച്, സമൂഹത്തിന് അനുയോജ്യമായ ബദൽ മാതൃകകൾ വികസിപ്പിച്ചെടുക്കുകയും അത് നിലവിലുള്ള സ്ഥാപനങ്ങൾ അപ്രാപ്യമായവർക്ക് ആശ്രയമായി ഉയർത്തിക്കൊണ്ടുവരികയും ചെയ്യുക എന്നതായിരുന്നു സമീപനം.

ബദൽ മാതൃകയുടെ സവിശേഷതകൾ പലതായിരുന്നു. അടഞ്ഞ വാതിലുകൾക്കുള്ളിൽ കുട്ടികളെ സൂക്ഷിച്ചിരുന്ന സ്ഥാപനങ്ങളുടെ രീതിയിൽ നിന്ന് വ്യത്യസ്തമായി തുറന്ന സ്ഥാപനങ്ങളായാണ് ബഡ്സ് സ്കൂളുകൾ വിഭാവനം ചെയ്യപ്പെട്ടത്. അവിടെ രക്ഷിതാക്കൾക്ക് ഏതു സമയവും പ്രവേശനമുണ്ടെന്നതു മാത്രമല്ല കുട്ടികളുടെ വികാസത്തിനായുള്ള പ്രവർത്തനങ്ങളിൽ അവരുടെ പങ്കാളിത്തം സ്വാഗതം ചെയ്യുന്ന സമീപനം സ്വീകരിക്കപ്പെട്ടു. കുട്ടികളുടെ സുരക്ഷയ്ക്ക് പരമപ്രാധാന്യം നല്കുമ്പോൾ തന്നെ സന്ദർശകർക്ക് വിലക്കുകളില്ലാത്ത അന്തരീക്ഷം എന്നതായി സങ്കല്പം. ബഡ്സ് സ്കൂളുകൾ 18 വയസ്സുവരെയുള്ള കുട്ടികൾക്കായി നിജപ്പെടുത്തിയപ്പോൾ അതിനുമേൽ പ്രായമുള്ളവർക്കായി ബഡ്സ് റിസോഴ്സ് സെന്റർ (ബി ആർ സി) എന്ന ആശയം മുന്നോട്ടു വച്ചു.

ഫീസില്ല എന്നു മാത്രമല്ല, കുട്ടികളുടെ പരിശീലനം, ഭക്ഷണം,

യാത്ര എന്നിവയും സൗജന്യമാണ് ബഡ്സ് സ്കൂളുകളിൽ. സ്വാഭാവികമായും അവയുടെ ഉടമസ്ഥാവകാശവും നടത്തിപ്പിന്റെ പ്രാഥമിക ചുമതലയും തദ്ദേശസ്വയംഭരണ സ്ഥാപനങ്ങൾക്കാണ്. കുടുംബശ്രീ മിഷൻ സി ഡി എസുകൾ വഴി ആവശ്യമായ പിന്തുണ നല്കുന്നു. കുടുംബശ്രീ സംഘടനാ സംവിധാനത്തിന്റെ ഫീൽഡുതല സഹായത്തോടെയാണ് ബഡ്സ് സ്കൂളുകളും ബി ആർ സി കളും പ്രവർത്തിക്കുന്നത്. അതുകൊണ്ടുതന്നെ പൊതുവായി ചില മാനദണ്ഡങ്ങൾ പുലർത്തുമ്പോൾ പ്രാദേശികമായ വ്യത്യസ്തതകൾ നിലനിർത്തുവാനും ഈ കേന്ദ്രങ്ങൾക്ക് കഴിയുന്നു. ഹൈദരാബാദിലെ നാഷണൽ ഇൻസ്റ്റിറ്റ്യൂട്ട് ഫോർ മെന്റലി ഹാൻഡികാപ്പ്ഡ് (എൻ ഐ എം എച്ച്) വികസിപ്പിച്ചെടുത്ത പ്രത്യേക ബോധനസമ്പ്രദായം ആവശ്യമായ മാറ്റങ്ങളോടെ സ്വീകരിച്ചാണ് കുടുംബശ്രീ ബഡ്സ്/ബി ആർ സി കേന്ദ്രങ്ങൾക്ക് ഉപയോഗിച്ചത്. മാനസികാരോഗ്യപ്രശ്നങ്ങളുള്ള കുട്ടികളെ വിവിധ വിഭാഗങ്ങളായി തിരിച്ച് അഞ്ചു മേഖലകളിൽ അവരുടെ വികാസം നിരന്തരമായി വിലയിരുത്തുന്ന സമീപനമാണ് അതിൽ ഉപയോഗിക്കുന്നത്. കുട്ടികളുടെ സമഗ്രമായ വികാസത്തിന്റെ അളവുകോലായി ശാസ്ത്രീയമായി അംഗീകരിക്കപ്പെട്ടിട്ടുള്ള പ്രസ്തുത രീതിയിൽ താഴെപറയുന്ന അഞ്ചു മേഖലകളാണ് പരിഗണിക്കപ്പെടുന്നത്.

1. നിത്യജീവിതത്തിനുള്ള ശേഷികൾ
2. സാമൂഹ്യ, വ്യക്തിഗത കഴിവുകൾ
3. ഭാഷ-സംസാരം, വായന, എഴുത്ത്
4. ഗണിതം
5. പരിസര വിജ്ഞാനം

ബഡ്സ്കൂളിന്റെ സ്വാഭാവിക തുടർച്ചയായാണ് 18 വയസ്സിനു മുകളിൽ പ്രായമുള്ളവർക്കായുള്ള ബി ആർ സി കൾ വിഭാവനം ചെയ്തിട്ടുള്ളതെന്ന് പറഞ്ഞല്ലോ. ആ വിഭാഗത്തിൽപ്പെട്ടവർക്ക് ഏതെങ്കിലുമൊരു തൊഴിലിൽ നൈപുണ്യം വികസിപ്പിച്ചുകൊണ്ട് അവരുടെ പുനരധിവാസം സാദ്ധ്യമാക്കാനാണ് ബി ആർ സി കൾ ലക്ഷ്യമിടുന്നത്.

സർക്കാരിന്റെ ഭാഗത്തുനിന്നുള്ള കൃത്യമായ മാനദണ്ഡങ്ങൾ അടങ്ങുന്ന മാർഗ്ഗനിർദ്ദേശങ്ങൾക്കനുസരണമായാണ് തദ്ദേശ സ്വയംഭരണസ്ഥാപനങ്ങൾ ബഡ്സ്/ബി ആർ സികൾക്ക് രൂപം കൊടുക്കുന്നത്. ഓരോ ബഡ്സ് സ്കൂളിനും ജനകീയ പങ്കാളിത്തം ഉറപ്പുവരുത്തുന്നതിലൂടെ സേവനം മെച്ചപ്പെടുത്തുന്നതിന് സർക്കാർ ഉത്തരവുപ്രകാരം രൂപീകരിക്കപ്പെട്ട 'ബഡ്സ് സ്കൂൾ ഡെവലപ്മെന്റ് ആന്റ് മാനേജുമെന്റ് കമ്മിറ്റികൾ' ഉണ്ട്. ഓരോ ജില്ലയിലും 'ജില്ലാതല ഉപദേശക സമിതി'കളുമുണ്ട്. ബി ആർ സികൾക്കായി 2019 ൽ പ്രത്യേക മാർഗ്ഗനിർദ്ദേശങ്ങളും സംസ്ഥാനസർക്കാർ പുറപ്പെടുവിച്ചു. സ്വകാര്യ സ്ഥാപനങ്ങളും മതസംഘടനകളും നിയന്ത്രിച്ചിരുന്ന ഒരു മേഖലയിൽ തദ്ദേശ സ്വയംഭരണ സ്ഥാപനങ്ങളും കുടുംബശ്രീയും ചേർന്നു നടത്തിയ ഒരു നിശ്ശബ്ദ പരി

വർത്തനത്തിന്റെ കഥയാണ് ബഡ്സിന്റേത്. കോവിഡ് 19 ന്റെ പശ്ചാത്തലത്തിൽ കേരളത്തിലെ തദ്ദേശസ്വയംഭരണ സ്ഥാപനങ്ങൾ ആ സംവിധാനത്തിന്റെ പ്രാധാന്യം കൂടുതൽ മനസ്സിലാക്കി. കോവിഡാനന്തര കേരളം ഒരുപക്ഷേ, ഓരോ തദ്ദേശ സ്വയംഭരണ സ്ഥാപനത്തിനും സ്വന്തമായി ഒരു ബഡ്സ്/ബി ആർ സി എന്ന നിലയിലേക്ക് നീങ്ങിയേക്കാം.

മാനസികാരോഗ്യപ്രശ്നങ്ങളുള്ള കുട്ടികളുടെ ജീവിതത്തിൽ നടത്തിയ ഇടപെടലിലൂടെ അവരുടെ അമ്മമാരെ പ്രതീക്ഷാഭരിതമായൊരു ജീവിതത്തിലേക്ക് തിരികെ കൊണ്ടുവന്നുവെന്ന് കുടുംബശ്രീക്കും തദ്ദേശ സ്വയംഭരണ സ്ഥാപനങ്ങൾക്കും അഭിമാനിക്കാൻ വക നല്കുന്നവയാണ് ബഡ്സ് സ്കൂളുകളും ബി ആർ സികളും. ബഡ്സ്/ബി ആർ സികളിലെ അദ്ധ്യാപകരും പ്രവർത്തകരുമായ വ്യക്തികളെക്കുറിച്ചു കൂടി പ്രതിപാദിക്കാതെ പോകുന്നത് നീതീകരിക്കാവുന്നതല്ല. ഭൂരിപക്ഷം പേരും ആ മേഖലയിലുള്ള താല്പര്യം കൊണ്ട് അതിലേക്ക് വന്നവരാണ്. മറ്റു ജീവിതാവസരങ്ങൾ വേണ്ടെന്നുവച്ച് തുടർന്നുവരുന്നുമുണ്ട് നിരവധി പേർ. അവരുടെ ത്യാഗപൂർണ്ണമായ പ്രവർത്തനവും സ്ഥിരോത്സാഹവുമാണ് ഈ സ്ഥാപനങ്ങളുടെ വിജയകരമായ നടത്തിപ്പിനു പിന്നിലെ ചാലകശക്തി.

ഇത്രയേറെ ശ്രമത്തിനുശേഷവും ഡേ കെയർ സെന്ററുകൾ എന്ന നിലയിൽ നിന്ന് ശരിയായ അർത്ഥത്തിലുള്ള സ്കൂളുകളായി വളരാൻ ബഡ്സ് സ്ഥാപനങ്ങൾക്ക് ഇനിയും ഏറെ മുന്നോട്ടുപോകേണ്ടതുണ്ട്. മാനസികവളർച്ചാ പ്രശ്നങ്ങളുള്ള വ്യക്തികളുടെ സമഗ്രമായ വികസനത്തിനും അർത്ഥപൂർണ്ണായ പുനരധിവാസത്തിനും ഇനിയും വലിയ ശ്രമങ്ങൾ നടക്കേണ്ടതുണ്ട്. ചില ഗ്രാമപഞ്ചായത്തുകൾ ആ ദിശയിലുള്ള പ്രവർത്തനങ്ങൾ ആരംഭിച്ചു കഴിഞ്ഞു. വികേന്ദ്രീകൃതാസൂത്രണത്തിന്റെയും പ്രാദേശികതലത്തിലെ വികസന ഇടപടലിന്റെയും സാദ്ധ്യതയുപയോഗിച്ച് ഗ്രാമപഞ്ചായത്തുകളും കുടുംബശ്രീയും അതിനായി പരസ്പരം സഹകരിച്ച് മുന്നോട്ടു വരുമെന്ന് പ്രതീക്ഷിക്കാം.

അമൃതം പൊടി

അധികാരവികേന്ദ്രീകരണവും ജനകീയാസൂത്രണവും ചേർന്ന് കെട്ടഴിച്ചുവിട്ട മാറ്റത്തിന്റെ കാറ്റ് ഒട്ടേറെ തദ്ദേശസ്വയംഭരണസ്ഥാപനങ്ങൾക്ക് പ്രാദേശിക വികസനപ്രശ്നങ്ങളെ ക്രിയാത്മകമായി സമീപിക്കാൻ പ്രേരണ നല്കി. 2003-04 വർഷത്തിൽ കാസർഗോഡ് ജില്ലയിലെ ബേഡഡുക്ക ഗ്രാമപഞ്ചായത്ത് പ്രദേശത്തെ കുട്ടികളിൽ വ്യാപകമായിരുന്ന പോഷകാഹാരക്കുറവ് ഒരു പഠനത്തിലൂടെ കണ്ടെത്തി. അത് പരിഹരിക്കാനുള്ള ചിന്തകളിൽ നിന്ന് പിന്നീട് ദേശീയ അന്തർദേശീയ ശ്രദ്ധയാകർഷിച്ച ഒരു കുടുംബശ്രീ മാതൃക പിറവികൊണ്ടു. അതിന്റെ പേരാണ് 'അമൃതം ന്യൂട്രിമിക്സ്.'

കാസർഗോഡ് കേന്ദ്ര തോട്ടവിള ഗവേഷണ കേന്ദ്രത്തോടനുബന്ധമായി പ്രവർത്തിച്ചിരുന്ന കൃഷി വിജ്ഞാനകേന്ദ്രത്തിന്റെ സാങ്കേതികസഹായത്തോടെ ബേഡഡുക്ക ഗ്രാമപപഞ്ചായത്ത് ഒരു പദ്ധതി തയ്യാറാക്കി. ചെറിയ കുട്ടികൾക്ക് വീട്ടിൽവച്ച് കഴിക്കാവുന്ന പോഷകസമ്പുഷ്ടമായ ഒരു ശിശുവാഹാരം തയ്യാറാക്കുകയായിരുന്നു പദ്ധതി. അതിന് ഒരു കുടുംബശ്രീ സംരംഭ മാതൃകയാണ് അവർ ആലോചിച്ചത്. ഗ്രാമപഞ്ചായത്തിന്റെ വാർഷിക പദ്ധതിയിലുൾപ്പെടുത്തി കുട്ടികൾക്ക് ഒരു പോഷകാഹാരപരിപാടി നടപ്പിലാക്കുന്നു. പോഷകാഹാരത്തിന്റെ ഫോർമുല കൃഷി വിജ്ഞാനകേന്ദ്രത്തിന്റേത്. ഉല്പാദനത്തിന് ഒരു കുടുംബശ്രീ സംരംഭം. അങ്ങനെയാണ് ചർച്ച മുന്നോട്ടു പോയത്. ഗ്രാമപഞ്ചായത്ത് ഓഫീസിനു സമീപം പ്രവർത്തിച്ചിരുന്ന 'കീർത്തി' എന്ന അയൽക്കൂട്ടത്തിലെ 11 അംഗങ്ങൾ സംരംഭ പരീക്ഷണം ഏറ്റെടുക്കാൻ തയ്യാറായി മുന്നോട്ടുവന്നു.

നുറുക്കുഗോതമ്പ്, അണ്ടിപ്പരിപ്പ്, ബദാം, തേങ്ങ, ശർക്കര എന്നിവ

യൊക്കെയടങ്ങിയ 'ന്യൂട്രിമിക്സ്' ഉല്പാദിപ്പിക്കാൻ ഒരു സംരംഭം. അവർ ഉല്പാദിപ്പിക്കുന്ന ന്യൂട്രിമിക്സ് കിലോ 90 രൂപ നിരക്കിൽ ഗ്രാമപഞ്ചായത്ത് വാങ്ങുന്നു. ന്യൂട്രിമിക്സ് അങ്കണവാടികൾ വഴി പാവപ്പെട്ട വീടുകളിലെ കുട്ടികളിലേക്കെത്തുന്നു. അതായിരുന്നു മാതൃക. 2004 മേയ് മാസം 3-ാം തീയതി ബേഡഡുക്കയിൽ ആദ്യ ന്യൂട്രിമിക്സ് സംരംഭം ആരംഭിച്ചു.

2021 ആകുമ്പോഴേക്കും സംസ്ഥാനത്തൊട്ടാകെ 241 സംരംഭങ്ങൾ; അതിലൂടെ ജീവനോപാധി കണ്ടെത്തുന്ന 1569 സ്ത്രീകൾ. ആ യൂണിറ്റുകളുടെ വാർഷികവിറ്റുവരവ് 160 കോടിയിലധികം രൂപയാണ്. സംസ്ഥാനത്തെ 33,115 അങ്കണവാടികളിലൂടെ ആറുമാസം മുതൽ മൂന്നുവയസ്സുവരെപ്രായമുള്ള 5.67 ലക്ഷം കുട്ടികൾക്ക് പോഷകാഹാരം ലഭ്യമാകുന്നു. ഇന്ത്യയിലെ വിവിധ സംസ്ഥാനങ്ങൾ കേരളത്തിന്റെ ന്യൂട്രിമിക്സ് മാതൃക പിന്തുടരാൻ ശ്രമിക്കുന്നു. അതിൽ ഝാർഖണ്ഡും പഞ്ചാബും ഉത്തർപ്രദേശുമൊക്കെ ഉൾപ്പെടും.

ബേഡഡുക്കയിലെ ഗ്രാമപഞ്ചായത്ത് ഓഫീസിനടുത്ത് പരിമിതമായ സാഹചര്യങ്ങളിൽ ആദ്യ ന്യൂട്രിമിക്സ് സംരംഭം തുടങ്ങിയ കീർത്തി എന്ന അയൽക്കൂട്ടത്തിലെ സുനിത (സുനിതകുമാരി ആർ) സ്വപ്നത്തിൽപോലും കരുതിയിരുന്നില്ല, അവർ തുടക്കമിടുന്നത് ഇത്ര വലിയൊരു പ്രസ്ഥാനത്തിനാണെന്ന്. കീർത്തിയുടെ സംരംഭം ഇന്നും ശക്തമായ നിലയിൽ പ്രവർത്തിച്ചുപോരുന്നു. എട്ട് സ്ത്രീകളാണ് ഇന്ന് ആ സംരംഭം നടത്തുന്നത്.

ന്യൂട്രിമിക്സ് വരുന്നതിനു മുമ്പ് ഇരുപത് രൂപ ദിവസക്കൂലിക്ക് ബീഡി നിർമ്മാണത്തിൽ ഏർപ്പെട്ടിരുന്നവരായിരുന്നു കീർത്തിയിലെ അയൽക്കൂട്ടാംഗങ്ങളെന്ന് സുനിത ഓർക്കുന്നു. ഗ്രാമപഞ്ചായത്ത് ന്യൂട്രിമിക്സ് സംരംഭത്തിന്റെ ആശയം മുന്നോട്ടുവച്ചപ്പോൾ കീർത്തി അയൽക്കൂട്ടം യോഗം ചേർന്ന് ചർച്ച ചെയ്തു. ആ വെല്ലുവിളി ഏറ്റെടുക്കാൻ തീരുമാനിക്കുകയും ചെയ്തു. കുടുംബശ്രീ സംസ്ഥാനമിഷൻ ഒരു ലക്ഷം രൂപ നല്കി. ഗ്രാമപഞ്ചായത്തിന്റെ പൂർണ്ണമായ സഹകരണവും 2,18,900 രൂപയുടെ ബാങ്ക് വായ്പയും കൂടിയായപ്പോൾ പുതിയ സംരംഭത്തിന് തുടക്കമായി.

ബേഡഡുക്ക ഗ്രാമപഞ്ചായത്ത് നൂതനമായൊരു ചുവടുവയ്പോടെ നേരിടാൻ തുടങ്ങിയ പ്രശ്നത്തിനും അതിന്റെ പരിഹാര ശ്രമങ്ങൾക്കും ഒരു അഖിലേന്ത്യാ പശ്ചാത്തലമുണ്ടായിരുന്നു. അതുകൊണ്ടുതന്നെ, ദേശീയതലത്തിലുണ്ടായ ചില സംഭവവികാസങ്ങളാണ് ബേഡഡുക്കയിലെ കീർത്തി അയൽക്കൂട്ടത്തിന്റെ സംരംഭത്തെ വലിയൊരു തുടക്കമാക്കി മാറ്റിയത്. അധികാരവികേന്ദ്രീകരണവും ജനകീയാസൂത്രണവും സൃഷ്ടിച്ച സാഹചര്യവും അവയുടെ തന്നെ സൃഷ്ടിയായ കുടുംബശ്രീ പ്രവർത്തകരുടെ ഉത്സാഹവും ചേർന്നപ്പോൾ അത് യാഥാർത്ഥ്യമാവുകയാണുണ്ടായത്.

1992 ലെ ഭരണഘടനാ ഭേദഗതി എന്ന ദേശീയതലത്തിലെ അവസരം ഉപയോഗിച്ചാണല്ലോ കേരളം ശക്തമായ തദ്ദേശസ്വയംഭരണ സ്ഥാപനങ്ങളെ സൃഷ്ടിച്ചത്. 1992-94 കാലത്തുതന്നെ കേരളത്തിൽ പരീക്ഷിക്കപ്പെട്ട ചില മാതൃകകൾ അതിന് ശക്തി പകരുകയാണ് ചെയ്തത്. തീർച്ചയായും, അതിനു മുൻവർഷങ്ങളിൽ, സംസ്ഥാനരൂപീകരണം മുതൽ ഇങ്ങോട്ട് ഭൂപരിഷ്ക്കരണവും ആരോഗ്യ-വിദ്യാഭ്യാസ രംഗങ്ങളിൽ കൈവരിക്കാനായ മുൻകൈയും സമ്പൂർണ്ണസാക്ഷരതായജ്ഞവുമൊക്കെ അധികാരവികേന്ദ്രീകരണത്തിനും ആസൂത്രണരംഗത്തെ ജനകീയ ബദൽ എന്ന സങ്കല്പത്തിനും വേണ്ട അടിത്തറ സൃഷ്ടിച്ചിരുന്നു. കുടുംബശ്രീയുടെ രൂപീകരണത്തിലേക്കു നയിച്ച ദേശീയ, പ്രാദേശിക സാഹചര്യങ്ങളും നേരത്തെ വിശദീകരിച്ചിരുന്നുവല്ലോ. ചുരുക്കത്തിൽ, ദേശീയ, സംസ്ഥാനതലങ്ങളിൽ നടക്കുന്ന വലിയ മാറ്റങ്ങളുടെ ചുവടുപിടിച്ച് പ്രാദേശികതലത്തിൽ നൂതനമായ കാര്യങ്ങൾ ചെയ്യുമ്പോൾ അതുണ്ടാക്കുന്ന ഗുണഫലം പ്രതീക്ഷയെ മറികടക്കുന്നതായേക്കാം.

ബേഡഡുക്ക ഗ്രാമപഞ്ചായത്തിന്റെ ഒരുനൂതനസംരംഭം സംസ്ഥാനമൊട്ടാകെ വളർന്നു പന്തലിക്കാൻ അവസരം സൃഷ്ടിച്ചത് സുപ്രീംകോടതിയുടെ ഒരു വിധിയായിരുന്നു. കീർത്തി അയൽക്കൂട്ടത്തിന്റെ സംരംഭം തുടങ്ങിയത് 2004 മേയ് മാസത്തിലായിരുന്നുവല്ലോ. അതേവർഷം ഒക്ടോബറിലാണ് സുപ്രീംകോടതിയുടെ ചരിത്രപ്രധാനമായ ആ വിധി വന്നത്. ആ വിധിയുടെ പ്രാധാന്യം മനസ്സിലാകണമെങ്കിൽ അതിന്റെ പശ്ചാത്തലം അറിയേണ്ടതുണ്ട്.

പീപ്പിൾസ് യൂണിയൻ ഫോർ സിവിൽ ലിബർട്ടീസ് (പി യു സി എൽ) എന്ന സംഘടന സുപ്രീംകോടതിയിൽ 2001 ഏപ്രിൽ മാസത്തിൽ ഒരു പൊതു താല്പര്യഹർജി സമർപ്പിച്ചു. 1999 ലെ വരൾച്ച മുതൽ രാജ്യത്തിന്റെ വിവിധ സംസ്ഥാനങ്ങളിലെ ജനങ്ങൾ അഭിമുഖീകരിക്കുന്ന ഭക്ഷ്യക്ഷാമമടക്കമുള്ള ദുരിതങ്ങളായിരുന്നു ഹർജിയുടെ വിഷയം. ജനങ്ങൾ ഭക്ഷണമില്ലാതെ വലയുമ്പോൾ ഫുഡ് കോർപ്പറേഷൻ ഓഫ് ഇന്ത്യയുടെ ഗോഡൗണുകളിൽ കെട്ടിക്കിടക്കുന്ന ധാന്യത്തിന്റെ അളവ് സർവ്വകാല റിക്കോർഡും ഭേദിച്ചിരുന്നു. ഒരുവശത്ത് ക്രമാതീതമായി കടന്നുകൂടി എലി തിന്നുപോകുന്ന ഭക്ഷണക്കൂമ്പാരങ്ങൾ. മറുവശത്താകട്ടെ ഭക്ഷ്യക്ഷാമം കൊണ്ട് വലയുന്ന ജനതയും. ആ സാഹചര്യത്തിലാണ് പി യു സി എൽ ഹർജി സമർപ്പിച്ചത്. ഇന്ത്യാ ഗവൺമെന്റ്, ഫുഡ് കോർപ്പറേഷൻ ഓഫ് ഇന്ത്യ, ആറു സംസ്ഥാന സർക്കാരുകൾ എന്നിവരായിരുന്നു എതിർകക്ഷികൾ.

പി യു സി എൽ v ഗവൺമെന്റ് ഓഫ് ഇന്ത്യാ ആന്റ് അദേഴ്സ് 2001 ലെ റിട്ട് പെറ്റീഷൻ 196 (സിവിൽ) എന്ന് നിയമഭാഷയിലും 'ഭക്ഷ്യാവകാശഹർജി' എന്ന് സാധാരണക്കാരുടെ ഭാഷയിലും അറിയപ്പെടുന്ന മേൽപ്പറഞ്ഞ പൊതുതാല്പര്യ ഹർജി. തുടക്കത്തിൽ ഇന്ത്യാ ഗവൺമെന്റടക്കം എട്ട് എതിർകക്ഷികൾ എന്നതിൽ പിന്നീട് മാറ്റം വന്നു. ഇന്ത്യ

യിലെ എല്ലാ സംസ്ഥാന സർക്കാരുകളെയും എതിർകക്ഷികളായി ചേർത്തു. ചെറിയ തോതിൽ തുടങ്ങിയ ഹർജി പിന്നീട് തുടർച്ചയായി വികാസം പ്രാപിച്ച്, പുതിയ വിഷയങ്ങളുന്നയിച്ച്, ഇന്ത്യൻ നീതിന്യായ ചരിത്രത്തിലെ തന്നെ ഒരുപക്ഷേ, ഏറ്റവും വിപുലമായ നിയമപ്പോരാട്ട ങ്ങളിലൊന്നിലേക്ക് വാതിലുകൾ തുറന്നിട്ടു.

സുപ്രീം കോടതി ഹർജിക്ക് അനുകൂലമായ സമീപനം കൈക്കൊ ണ്ടതോടെ നിയമയുദ്ധത്തിലെ പ്രതിസ്ഥാനത്തേക്ക് സംസ്ഥാനസർക്കാ രുകൾ കൂട്ടത്തോടെ തള്ളപ്പെടുന്ന അവസ്ഥയാണ് പിന്നീടുണ്ടായത്. ഹർജി സമർപ്പിച്ച് മാസങ്ങൾക്കുള്ളിൽത്തന്നെ സുപ്രീം കോടതി ആദ്യ 'ഇടക്കാല ഉത്തരവ്' പുറപ്പെടുവിച്ചു. തുടർന്ന് ഉത്തരവുകളുടെയും അവ നടപ്പിലാക്കാനുള്ള ശ്രമങ്ങളുടെയും ഘോഷയാത്ര തന്നെയായിരുന്നു. 2005 വരെ മാത്രം പുറപ്പെടുവിക്കപ്പെട്ടത് 44 ഇടക്കാല ഉത്തരവുകളാണ്.

എന്തായിരുന്നു ഭക്ഷ്യാവകാശ ഹർജി ഇത്രയേറെ പ്രാധാന്യം നേടാ നുണ്ടായ കാരണം? അത് ഉയർത്തിയ വാദത്തിന്റെ സാധുതയും സാദ്ധ്യ തയും തന്നെ കാരണം. ഇന്ത്യൻ ഭരണഘടനയുടെ 21-ാം വകുപ്പ് പ്രകാ രമുള്ള ജീവിക്കാനുള്ള അവകാശത്തിന്റെ ചുവടുപിടിച്ചാണ് ഹർജിക്കാർ സർക്കാരുകൾക്കെതിരായി വാദിച്ചത്. ഭക്ഷണം ജീവിതത്തിന് അത്യന്താ പേക്ഷിതമാണല്ലോ. ഭക്ഷണമില്ലാതെ ജീവൻ നിലനിർത്തുന്നതെങ്ങനെ? അപ്പോൾ, വരൾച്ചക്കാലത്ത്, ഫുഡ്കോർപ്പറേഷന്റെ ഗോഡൗണുകളിൽ ധാന്യശേഖരം പുഴുത്തുപോകുന്ന സമയത്ത്, രാജ്യത്തെ പൗരന്മാർക്ക് ഭക്ഷണം ഉറപ്പുവരുത്താത്ത സർക്കാർ ഭരണഘടനാ ലംഘനമല്ലേ നട ത്തുന്നത്? അതായിരുന്നു ഹർജിക്കാർ ഉയർത്തിയ ചോദ്യം. വരൾച്ചാ ദുരിതാശ്വാസ പ്രവർത്തനങ്ങളുടെ പരിമിതിയും പൊതുവിതരണ സമ്പ്ര ദായത്തിന്റെ തകർച്ചയും ചൂണ്ടിക്കാട്ടിയ ഹർജി പ്രധാനമായും ഭക്ഷ്യ സുരക്ഷ ഉറപ്പുവരുത്തുന്നതിലാണ് ഊന്നിയത്.

ഭക്ഷ്യാവകാശ ഹർജി തുറന്നിട്ട വാതിലുകൾ പക്ഷേ, വളരെ വിപുലം തന്നെയായിരുന്നു. തുടർഹർജികളും ഇടക്കാല പരാതികളും കോടതി വിധികളുമായി അത് കേന്ദ്ര-സംസ്ഥാന സർക്കാരുകളെ മുൾമു നയിൽ നിർത്തി. 2005 ആകുമ്പോഴേക്കും 382 പരാതികൾ, 55 ഇടക്കാല അപേക്ഷകൾ, 44 കോടതി ഉത്തരവുകൾ എന്നിങ്ങനെ ഹർജി സംബ ന്ധിച്ച വ്യവഹാരം വികാസം പ്രാപിച്ചു. 1975 ൽ തുടങ്ങി 1978 ൽ നിന്നു പോവുകയും പിന്നീട് പുനരാരംഭിച്ചിട്ടും ഇഴഞ്ഞു നീങ്ങുകയും ചെയ്ത സംയോജിത ശിശുവികസന പദ്ധതി (ഐ സി ഡി എസ്) രാജ്യമാകെ വ്യാപിപ്പിക്കാനുള്ള ഉത്തരവുണ്ടായി. സ്കൂളുകളിൽ ഉച്ചഭക്ഷണം നിർബ്ബ ന്ധിതമാക്കി. അങ്കണവാടികൾ വ്യാപകമാക്കാൻ നിരന്തരം സർക്കാരു കളോട് ആവശ്യപ്പെട്ടു. കുട്ടികളുടെ പൂരകപോഷണ പരിപാടി വ്യാപക മാക്കാൻ സംസ്ഥാന സർക്കാരുകളെ നിർബ്ബന്ധിച്ചു.

ഭക്ഷ്യാവകാശ ഹർജിയിന്മേലുള്ള മാരത്തോൺ വാദങ്ങൾക്കിടെ 2004 ഒക്ടോബറിൽ സുപ്രീം കോടതി സുപ്രധാനമായ ഒരു ഉത്തരവ്

പുറപ്പെടുവിച്ചു. അങ്കണവാടികൾ സാർവത്രികമാക്കൽ അതിലെ പ്രധാന കാര്യമായിരുന്നു. കൂടാതെ, അങ്കണവാടി വഴി നടപ്പാക്കിപ്പോന്നിരുന്ന പൂരകപോഷണ പരിപാടിയിൽ നിന്ന് കരാറുകാരെ ഒഴിവാക്കാൻ ഉത്തരവിട്ടു. പകരം സ്വയം സഹായസംഘങ്ങൾ, മഹിളാമണ്ഡലുകൾ, ഗ്രാമതല സമിതികൾ എന്നിവയിലൂടെ പദ്ധതി നടപ്പാക്കാൻ ആവശ്യപ്പെട്ടു.

പൂരകപോഷണ പരിപാടിയെന്നത് കുട്ടികളുടെ ആദ്യത്തെ 1000 ദിവസത്തെ വളർച്ചയ്ക്കാവശ്യമായ പോഷകങ്ങൾ ഉറപ്പു വരുത്താൻ ലക്ഷ്യമിടുന്നതാണ്. ഐ സി ഡി എസിന്റെ അവിഭാജ്യഘടകമായി പ്രഖ്യാപിക്കപ്പെട്ടിരുന്നെങ്കിലും പലയിടത്തും അത് നടപ്പിലായിരുന്നില്ല. ഇത്തരം കാര്യങ്ങളിൽ പൊതുവേ പുരോഗമനസ്വഭാവം കാണിക്കാറുള്ള കേരള സർക്കാർ പക്ഷേ, 2004 ജൂലൈ മാസത്തിൽ തിരഞ്ഞെടുക്കപ്പെട്ട ഐ സി ഡി എസ് ബ്ലോക്കുകളിൽ പദ്ധതി പൈലറ്റ് അടിസ്ഥാനത്തിൽ നടപ്പിലാക്കിത്തുടങ്ങിയിരുന്നു. മറ്റു സംസ്ഥാനങ്ങളിലും കരാറെടുത്തിരുന്ന ഒരു സ്വകാര്യ ഏജൻസിയാണ് കേരളത്തിലും പൂരക പോഷകാഹാരവിതരണത്തിന്റെ ചുമതല ഏറ്റെടുത്തത്.

സ്വകാര്യ ഏജൻസി നടത്തിയ പൂരക പോഷകാഹാര വിതരണം അധികം താമസിയാതെ തന്നെ പ്രശ്നങ്ങൾ നേരിട്ടു. വിതരണത്തിലെ അലംഭാവവും ഗുണനിലവാരത്തെപ്പറ്റിയുള്ള സംശയങ്ങളും ശ്രദ്ധിക്കപ്പെട്ടു. ആ സമയത്താണ് കരാറുകാരെ ഒഴിവാക്കാനുള്ള ഉത്തരവ് സുപ്രീം കോടതി പുറപ്പെടുവിക്കുന്നത്. 2004 മേയ് മാസം ബേഡഡുക്കയിൽ ആരംഭിച്ച ന്യൂട്രിമിക്സിന് സമാനമായ ഏതാനും യൂണിറ്റുകൾ അപ്പോഴേക്കും പ്രവർത്തനമാരംഭിച്ചിരുന്നു. സുപ്രീംകോടതിയുത്തരവ് നടപ്പാക്കുന്നതാലോചിക്കാൻ ചീഫ് സെക്രട്ടറി വിളിച്ചുചേർത്ത യോഗം ന്യൂട്രിമിക്സ് സാംപിളുകൾ പരിശോധിച്ചു. പുതിയ ഉത്തരവാദിത്തം ഏറ്റെടുക്കാൻ കുടുംബശ്രീക്ക് യോഗ്യത നല്കുന്ന രണ്ടു ഘടകങ്ങൾ യോഗത്തിൽ ഉന്നയിക്കപ്പെട്ടു.

ന്യൂട്രിമിക്സിന്റെ ഗുണഫലത്തെപ്പറ്റിയുള്ളതായിരുന്നു ആദ്യത്തേത്. ബേഡഡുക്ക ഗ്രാമപഞ്ചായത്തിൽ നടന്ന പഠത്തിൽ നൂട്രിമിക്സ് കഴിച്ച കുട്ടികൾക്ക് വളർച്ചയ്ക്കനുസരണമായ ശരീരഭാരം കൈവരിക്കാൻ കഴിയുന്നതായി കണ്ടെത്തിയിരുന്നു. പൂരകഭക്ഷണത്തിന്റെ ഗുണനിലവാരം ഉറപ്പു വരുത്തുന്നതിൽ കുടുംബശ്രീ ഉന്നയിച്ച വാദമായിരുന്നു രണ്ടാമത്തെ ഘടകം. പാവപ്പെട്ട വീടുകളിലെ കുട്ടികൾക്കല്ലേ പൂരകപോഷണം ആവശ്യമുള്ളത്? അതിന്റെ ഗുണനിലവാരം ഉറപ്പുവരുത്താൻ ആ കുട്ടികളുടെ തന്നെ അമ്മമാരടങ്ങുന്ന അയൽക്കൂട്ടമല്ലേ ഏറ്റവും അനുയോജ്യം?

2005 അവസാനമാകുമ്പോഴേക്കും ന്യൂട്രിമിക്സ് ഉല്പാദനത്തിന് സംസ്ഥാനവ്യാപകമായി ഒരു സംരംഭശൃംഖല എന്ന ആശയത്തിലേക്ക് കുടുംബശ്രീ മിഷൻ എത്തിയിരുന്നു. 2006 ഫെബ്രുവരിയിൽ ആലപ്പുഴ, വയനാട് ജില്ലകളിലെ ഐ സി ഡി എസ് ബ്ലോക്കുകളിൽ പൂരകപോഷകാഹാരം എത്തിക്കാനുള്ള ചുമതല സംസ്ഥാന സർക്കാർ കുടും

ബശ്രീയെ ഏല്പിച്ചു. ബാക്കിയുള്ള ബ്ലോക്കുകളിൽ സ്വകാര്യ ഏജൻസി തുടർന്നു. 2006 ഏപ്രിലിൽ ആലപ്പുഴ, വയനാട്, കാസർഗോഡ് ജില്ലകളിലെ 59 ഐ സി ഡി എസ് ബ്ലോക്കുകളിലേക്കും മറ്റു 40 ബ്ലോക്കുകളിലേക്കുമുള്ള ചുമതല കുടുംബശ്രീക്ക് നല്കി. ഭരണപരമായ കാരണങ്ങളാൽ പക്ഷേ, ആ ഉത്തരവ് നടപ്പിലായില്ല. തുടർന്ന് 2006 സെപ്തംബർ മാസത്തിൽ, മൂന്നുഘട്ടങ്ങളിലായി സംസ്ഥാനത്തെ 163 ഐ സി ഡി എസ് ബ്ലോക്കുകളിലും പൂരക പോഷകാഹാരം എത്തിക്കുന്നതിനുള്ള ചുമതല കുടുംബശ്രീയെ ഏല്പിച്ചു. ബാക്കി ചരിത്രമാണ്.

പിന്നീട് കേരളം കണ്ട ന്യൂട്രിമിക്സ് സംരംഭയജ്ഞം വികേന്ദ്രീകൃതാസൂത്രണത്തിന്റെ സാദ്ധ്യതകൾ സമർത്ഥമായുപയോഗിച്ച അനന്യമായൊരു പരിപാടിയായിരുന്നു. 30-40 സ്ത്രീകളടങ്ങുന്ന സംഘങ്ങൾ ബേഡഡുക്കയിൽ താമസിച്ച് പരിശീലനം നേടി. അതൊരുത്സവം തന്നെയായിരുന്നുവെന്നാണ് കീർത്തി ന്യൂട്രിമിക്സിലെ സുനിത ഓർത്തെടുക്കുന്നത്. ആറു മാസത്തെ പരിശീലനോത്സവം. സംസ്ഥാനത്തിന്റെ വിവിധ ഭാഗങ്ങളിൽനിന്ന് 900 ൽ അധികം സ്ത്രീകൾ ബേഡഡുക്കയിൽ വന്നു. അവർ കുടുംബശ്രീ അംഗങ്ങളുടെയും ഗ്രാമപഞ്ചായത്ത് അംഗങ്ങളുടെയുമൊക്കെ വീടുകളിൽ താമസിച്ച് പരിശീലനം നേടിതിരിച്ചുപോയി. പരിശീലനം സംഘടിപ്പിച്ചത് കുടുംബശ്രീ സംസ്ഥാനമിഷൻ. സൗകര്യങ്ങളൊരുക്കാൻ ബേഡഡുക്ക ഗ്രാമപഞ്ചായത്തും കുടുംബശ്രീ സിഡിഎസും അയൽക്കൂട്ടങ്ങളും. പരിശീലനത്തിന് പ്രവർത്തിക്കുന്ന സംരംഭമായി കീർത്തി ന്യൂട്രിമിക്സ്. പരിശീലനം നല്കാൻ ന്യൂട്രിമിക്സ്

ഫോർമുലയ്ക്ക് രൂപം കൊടുത്ത നിലോഫർ ഇല്യാസ് കുട്ടി എന്ന ശാസ്ത്രജ്ഞയുടെ നേതൃത്വത്തിൽ കാസർഗോട്ടെ കൃഷി വിജ്ഞാന കേന്ദ്രം. പരിശീലനം ഒരുത്സവമായിത്തന്നെ നടന്നു ആറേഴുമാസക്കാലം.

സംസ്ഥാനതല വ്യാപനത്തിന് തുടക്കം കുറിച്ചതോടെ പ്രശ്നങ്ങളും തുടങ്ങി. സർക്കാരിൽ സാധാരണ പറയാറുള്ള 'ഭരണപരമായ പ്രശ്നങ്ങൾ. വകുപ്പുകൾ തമ്മിലുള്ള കിടമത്സരത്തെയും സ്ഥാപിത താല്പര്യങ്ങൾക്കായോ ന്യായമായ അവകാശങ്ങൾക്കായോ ഒക്കെയുള്ള തർക്കങ്ങളെയും തടസ്സങ്ങളെയും വിശേഷിപ്പിക്കാനുള്ള ഒരു പദപ്രയോഗമാണത്. എത്തിച്ചു കൊടുത്ത ന്യൂട്രിമിക്സിന്റെ പണം നല്കാതെ സ്ത്രീകളെ ചുറ്റിക്കാൻ ഉത്സാഹിക്കുന്ന ഉദ്യോഗസ്ഥരൊക്കെയുണ്ടായിരുന്നു. അവരുടെ കൂട്ടത്തിൽ, കുടുംബശ്രീ അയൽക്കൂട്ടങ്ങൾ ന്യൂട്രിമിക്സുണ്ടാക്കുന്നത് അപകടകരമാണെന്നു ധരിച്ച സദ്ബുദ്ധികളും, പദ്ധതിയുടെ നിയന്ത്രണം നഷ്ടമാകുമെന്നു ഭയന്നവരുമൊക്കെയുണ്ടായിരുന്നു. പദ്ധതി പൊളിക്കാൻ ശ്രമിച്ചവരും ഉണ്ടായിരുന്നുവെന്നത് പറഞ്ഞില്ലെങ്കിൽ അത് ചരിത്രത്തോടു കാട്ടുന്ന നീതികേടാവും.

കമ്പോളത്തിൽ നിന്നുമുണ്ടായി വെല്ലുവിളി. 'ന്യൂട്രിമിക്സ്' എന്ന വാക്കിന് പകർപ്പവകാശവുമായി കൊല്ലത്തുള്ള ഒരു സ്വകാര്യ സംരംഭകൻ കേസിനുപോയി. അങ്ങനെയാണ് കുടുംബശ്രീക്ക് ഉല്പന്നത്തിന്റെ പേര് പരിഷ്കരിക്കേണ്ടിവരുന്നതും 'അമൃതം ന്യൂട്രിമിക്സ്' രംഗപ്രവേശം ചെയ്യുന്നതും. ഇന്ന് അമൃതം പൊടിയെന്നും ന്യൂട്രിമിക്സ് എന്നുമൊക്കെ അതറിയപ്പെടുന്നു. യൂണിറ്റുകളെ പൊതുവെ 'ന്യൂട്രിമിക്സ്' എന്നാണ് വ്യവക്ഷിക്കാറുള്ളത്.

ബേഡഡുക്കയിൽ ആദ്യം ഉപയോഗിച്ചതിൽനിന്ന് ന്യൂട്രിമിക്സ് ഫോർമുലയിൽ സാരമായ വ്യത്യാസം പിന്നീട് വരുത്തുകയുണ്ടായി. തേങ്ങയും ശർക്കരയും കലർന്ന മിശ്രിതമായിരുന്നു ആദ്യത്തേത്. ന്യൂട്രിമിക്സ് കേടുകൂടാതെയിരിക്കേണ്ട ദൈർഘ്യം പരിഗണിച്ചപ്പോൾ തേങ്ങ ഒഴിവാക്കി. ശർക്കരയ്ക്കു പകരം പഞ്ചസാരയായി. തേങ്ങയുടെ അളവ് ആദ്യം കുറയ്ക്കുകയും പിന്നീട് പൂർണ്ണമായും ഒഴിവാക്കുകയുമാണ് ചെയ്തത്.

2005–06 മുതൽ ഏറ്റെടുത്ത ന്യൂട്രിമിക്സ് പദ്ധതിയിൽ കാലാകാലം ആവശ്യമായ മാറ്റങ്ങൾ വരുത്തി ഇന്നുള്ള 241 സംരംഭങ്ങളെ ഒരു ശൃംഖലയിൽ കോർത്തിണക്കുന്നതിന് കുടുംബശ്രീ ഏറെ അദ്ധ്വാനിച്ചിട്ടുണ്ട്. ആദ്യകാലത്ത് പരിമിതമായ സൗകര്യങ്ങളോടുകൂടി ആരംഭിച്ച സംരംഭങ്ങൾ കാലക്രമേണ ആധുനിക സൗകര്യങ്ങളും സാങ്കേതിക വിദ്യകളുമാർജ്ജിച്ച് ശക്തിപ്പെട്ടു. അതിനുവേണ്ടി വിവിധ പദ്ധതികളിലൂടെ കുടുംബശ്രീ സംസ്ഥാന മിഷൻ സംരംഭങ്ങൾക്ക് സഹായവും മാർഗ്ഗനിർദ്ദേശവും നല്കി.

നീണ്ട നിയമപ്പോരാട്ടങ്ങൾക്കും ഭക്ഷ്യസുരക്ഷാരംഗത്ത് ദൂരവ്യാപകമായ മാറ്റങ്ങൾക്കും വഴിതെളിച്ച പിയുസിഎൽ ഹർജിയുടെ മേൽ നിര

വധി ഇടക്കാല ഉത്തരവുകൾ ഉണ്ടായല്ലോ. ആ ഉത്തരവുകൾ എത്രത്തോളം ഫലപ്രാപ്തിയിലെത്തുന്നുണ്ടെന്നത് പരിശോധിച്ച് റിപ്പോർട്ടു നല്കുന്നതിന് സുപ്രീംകോടതി രണ്ട് കമ്മീഷണർമാരെ നിയമിച്ചിരുന്നു. 2012 ൽ അവർ സുപ്രീംകോടതിയിൽ സമർപ്പിച്ച റിപ്പോർട്ടിൽ കേരളത്തെയും ഒഡീഷയെയും പ്രത്യേകം പരാമർശിക്കുന്നുണ്ട്. 2004 ഒക്ടോബറിലെ സുപ്രീംകോടതി വിധി നടപ്പാക്കുന്നതിൽ നിരവധി പ്രമുഖ സംസ്ഥാനങ്ങൾ ഗുരുതരമായ വീഴ്ച വരുത്തിയെന്ന് റിപ്പോർട്ട് പറയുന്നു. കൂടാതെ, വിധി രൂപത്തിലും ഉള്ളടക്കത്തിലും ശരിയായി നടപ്പാക്കിയത് കേരളവും ഒഡീഷയും മാത്രമാണെന്ന് ചൂണ്ടിക്കാണിക്കുന്നുമുണ്ട്. അതായത്, കരാറുകാരെ ഒഴിവാക്കി സ്ത്രീ സംഘടനയെക്കൊണ്ട് പൂരകപോഷകപദ്ധതി വിജയകരമായി നടപ്പാക്കിയത് ഈ രണ്ടു സംസ്ഥാനങ്ങളാണെന്ന്.

2012 ലെ ഒരുത്തരവിൽ പൂരകപോഷണ മിശ്രിതത്തിന്റെ ഗുണനിലവാരത്തെപ്പറ്റി സുപ്രീംകോടതി പരാമർശിക്കുകയുണ്ടായി. മിശ്രിതത്തിന്റെ ഗുണനിലവാരം ഉറപ്പുവരുത്തുന്നതിലും ഭക്ഷ്യസുരക്ഷിതത്വ മാനദണ്ഡങ്ങൾ പാലിക്കുന്നതിലും യന്ത്രവല്കൃത ഉല്പാദനസംവിധാനങ്ങളുടെ പ്രാധാന്യം കോടതി എടുത്തു പറഞ്ഞു. വിറ്റാമിനുകളും ധാതുക്കളുമടങ്ങുന്ന സൂക്ഷ്മ പോഷകങ്ങൾ കലർത്തി നിലവിലുള്ള മിശ്രിതത്തെ കൂടുതൽ പോഷകസമ്പുഷ്ടമാക്കേണ്ടതിന്റെ ആവശ്യകതയും കോടതി സൂചിപ്പിച്ചു. പുതുക്കിയ മാനദണ്ഡങ്ങൾ അനുസരിക്കുന്നവർക്കുമാത്രം ഉല്പാദനാനുമതി നല്കിയാൽ മതിയെന്നും അതിൽ വനിതാഗ്രൂപ്പുകൾക്ക് പ്രത്യേക ഇളവൊന്നും നല്കാൻ സാദ്ധ്യമല്ലെന്നും കോടതി ഉത്തരവിട്ടു.

241 സംരംഭങ്ങൾ ചേർന്ന് പ്രതിവർഷം 23,000 ടൺ ന്യൂട്രിമിക്സ് ഉല്പാദിപ്പിക്കുന്ന കുടുംബശ്രീ ഈ ദിശയിലുള്ള പ്രവർത്തനം 2019 ൽ പൂർത്തിയാക്കി. ഇപ്പോഴത്തെ അമൃതംപൊടി സൂക്ഷ്മ പോഷകസംപുഷ്ടമാണ്. അതോടൊപ്പം 2017 മുതൽ യൂണിറ്റുകൾക്ക് കർശനമായ ഗ്രേഡിങ് സമ്പ്രദായവും രൂപപ്പെടുത്തി. ഗ്രേഡിൽ താഴെനിന്നവയെ ഉയർത്താൻ വേണ്ടി പ്രത്യേക പരിപാടി ഏറ്റെടുത്തു. 2021 ആയപ്പോഴേക്കും ഏതാണ്ടെല്ലാ സംരംഭങ്ങളും സ്വീകാര്യമായ നിലവാരത്തിലേക്ക് എത്തിയിട്ടുണ്ട്.

ന്യൂട്രിമിക്സ് സംരംഭങ്ങളുടെ ശക്തി അവയുടെ വികേന്ദ്രീകൃത സ്വഭാവമാണ്. അവയുടെ നിലനില്പ് ഉറപ്പുവരുത്തുന്നതാകട്ടെ, അങ്കണവാടികൾ വഴിയുള്ള വിതരണവും. കമ്പോളം തേടി പോകേണ്ട ആവശ്യമില്ലെന്നർത്ഥം. അതൊരു ബലം തന്നെയാണ്. അതുതന്നെ ദൗർബ്ബല്യവുമാകും ചിലപ്പോൾ. പണം കിട്ടുന്ന കാര്യത്തിലൊക്കെ കാലവിളംബം പതിവാണ്. രണ്ടുരൂപ നിരക്കിൽകിട്ടുന്ന സബ്സിഡി ഗോതമ്പിനെ ആശ്രയിക്കുന്നതാണ് മറ്റൊരു ബലഹീനത. 2020 ൽ മാത്രം 241 ന്യൂട്രിമിക്സ് സംരംഭങ്ങൾ ഉപയോഗിച്ചത്. 10,300 ടൺ ഗോതമ്പാണ്. അത് കിലോയ്ക്ക് രണ്ടുരൂപ നിരക്കിൽ ഫുഡ് കോർപ്പറേഷൻ ഓഫ് ഇന്ത്യാ

ഗോഡൗണുകളിൽ നിന്നാണ് ലഭിക്കുന്നത്. ഗോതമ്പിന്റെ സബ്സിഡിയെ ആശ്രയിച്ചുതന്നെയാണ് ഇന്നും ന്യൂട്രിമിക്സ് സംരംഭങ്ങളുടെ നിലനില്പ്. മറ്റു ചേരുവകളായ സോയാബീൻ, ബംഗാൾ ഗ്രാം, നിലക്കടല, പഞ്ചസാര എന്നിവയെല്ലാം കമ്പോളത്തിൽ നിന്നു വാങ്ങണം. അവ മറ്റു സംസ്ഥാനങ്ങളിൽ നിന്ന് വരുന്നതാണെന്നതും അവയുടെ വില നിരന്തരം വ്യത്യാസപ്പെടുന്നതാണെന്നതും സംരംഭങ്ങളുടെ ക്ലേശം വർദ്ധിപ്പിക്കുന്നുണ്ട്.

അങ്കണവാടികൾ വഴിയുള്ള വിതരണത്തിനപ്പുറം കമ്പോളത്തിൽ ന്യൂട്രിമിക്സും അനുബന്ധമായുണ്ടാക്കാവുന്ന ഉല്പന്നങ്ങളും വില്ക്കാൻ ചില ശ്രമങ്ങൾ നടന്നിട്ടുണ്ട്. ശിശുവാഹാരത്തിന്റെ ബിസ്ക്കറ്റുകളുടെയും വിവിധതരം ധാന്യപ്പൊടികളുടെയുമൊക്കെ കമ്പോളം ശക്തമായ മത്സരമുള്ളതാണ്. വലിയ ബ്രാൻഡുകളുടെ പ്രവർത്തനരംഗവുമാണ്. അതുകൊണ്ടുതന്നെ ഉല്പന്ന വൈവിദ്ധ്യവല്ക്കരണത്തിലൂടെ കമ്പോളത്തിലെ ഒരു ശക്തിയായി മാറാൻ ന്യൂട്രിമിക്സ് സംരംഭങ്ങൾക്ക് ഇനിയും കഴിഞ്ഞിട്ടില്ല. അത് കഴിഞ്ഞാൽ മാത്രമേ അടുത്ത ഘട്ടത്തിലേക്കുള്ള വളർച്ച ഉറപ്പുവരുത്താൻ സാധിക്കുകയുള്ളൂ.

വികേന്ദ്രീകൃതാസൂത്രണത്തിന് തുടക്കം മുതൽ നേരിടേണ്ടി വന്ന ഒരു വെല്ലുവിളിയാണ് ഉല്പാദനമേഖലയിലെ പ്രവർത്തനം. പല ശ്രമങ്ങളുമുണ്ടായിട്ടും ഉല്പാദന മേഖലയിലെ മാന്ദ്യത്തെ മുറിച്ചുകടക്കുന്ന പദ്ധതികൾ വിജയിച്ചില്ല; അല്ലെങ്കിൽ വളരെ പരിമിതമായേ വിജയിച്ചുള്ളൂ. അടിസ്ഥാന ഉല്പന്നത്തിനുള്ള കമ്പോളത്തിന്റെ കാര്യത്തിൽ ഉറപ്പുള്ള സംരംഭങ്ങളാണ് ന്യൂട്രിമിക്സ്. ആ സംരംഭങ്ങൾക്ക് കൂടുതൽ വളരാനും ശക്തിയാർജ്ജിക്കാനും വേണ്ട സാഹചര്യം സൃഷ്ടിക്കാനുള്ള ശ്രമം തദ്ദേശ സ്വയംഭരണസ്ഥാപനങ്ങളുടെയും കുടുംബശ്രീയുടെയും ഭാഗത്തുനിന്ന് ഉണ്ടായിട്ടുണ്ട്. പക്ഷേ, കാര്യമായ പുരോഗതിയുണ്ടായിട്ടില്ല ഇതേവരെ. വലിയൊരു കുതിച്ചുചാട്ടത്തിന് സാദ്ധ്യതയുള്ള സംരംഭങ്ങളാണ് ന്യൂട്രിമിക്സ് യൂണിറ്റുകൾ. അവ ആ സാദ്ധ്യത തിരിച്ചറിഞ്ഞ് മുന്നോട്ട് നീങ്ങും എന്ന് പ്രതീക്ഷിക്കാം.

അകലങ്ങളിലെ കുടുംബശ്രീ; അരികുകളിലെയും

ഭാരതസർക്കാരിന്റെ ഗ്രാമവികസനവകുപ്പ് 2019 ൽ ദേശീയ ഗ്രാമീണ ഉപജീവനമിഷൻ പ്രവർത്തനങ്ങളുടെ ഭാഗമായി ഒരു പദ്ധതി പ്രഖ്യാപിച്ചു. ദേശീയ തലത്തിലുള്ള പദ്ധതിയുടെ പേര് 'പീപ്പിൾസ് പ്ലാൻ കാമ്പയിൻ' എന്നായിരുന്നു. രണ്ടുപതിറ്റാണ്ടിനുമുമ്പ് കേരളത്തിലെ ജനകീയാസൂത്രണ പ്രസ്ഥാനത്തിന്റെ പേരിനുണ്ടായ ഇംഗ്ലീഷ് പരിഭാഷ - പീപ്പിൾസ് പ്ലാൻ കാമ്പയിൻ.

ഇരുപത്തിമൂന്നു വർഷങ്ങൾക്കുശേഷം ആ ഒരു പേര് ഡൽഹിയിലെത്തുവാൻ ഒരു സാഹചര്യമുണ്ടായിരുന്നു. ദേശീയ ഗ്രാമീണ ഉപജീവനമിഷന്റെ പ്രവർത്തനഫലമായി രാജ്യമാകെ വനിതാ സ്വയം സഹായ സംഘങ്ങളും അവയുടെ ഫെഡറേഷനുകളും രൂപപ്പെട്ടു വരികയായിരുന്നല്ലോ. സംസ്ഥാനങ്ങളിൽ മിക്കവയുടെയും ഭൂരിപക്ഷം പ്രദേശങ്ങളിലും സംഘടനാ സംവിധാനം വികാസത്തിന്റെ പലഘട്ടങ്ങളിൽ എത്തിയിരുന്നു. അപ്പോഴാണ് സ്വയം സഹായ സംഘങ്ങൾ തയ്യാറാക്കുന്ന വികസന പദ്ധതികളെ ഗ്രാമപഞ്ചായത്തുകളുടെ വാർഷിക പദ്ധതികളുമായി സംയോജിപ്പിക്കുന്നതിനുള്ള ഒരു ശ്രമം നടന്നത്. അതിനായി ദേശീയതലത്തിൽത്തന്നെ പ്രഖ്യാപിച്ച പരിപാടിക്ക് കൊടുത്ത പേരാണ് പീപ്പിൾസ് പ്ലാൻ കാമ്പയിൻ.

കേരളത്തിന്റെ ജനകീയാസൂത്രണപ്രസ്ഥാനത്തിന്റെ നിരവധി അടരുകളിൽ ഒന്നുമാത്രമടങ്ങുന്ന ഒരു പരിപാടിക്കാണ് ദേശീയതലത്തിൽ ആ പേരുവന്നത്. എങ്കിൽത്തന്നെയും ജനകീയാസൂത്രണ പ്രസ്ഥാനം കെട്ടഴിച്ചുവിട്ട ആശയപ്രപഞ്ചത്തിൽത്തന്നെ ഉരുവംകൊണ്ട ഒരു പരിപാടിയാണ് അതെന്നത് കാണാതിരുന്നുകൂടാ. മുമ്പ് ഒരദ്ധ്യായത്തിൽ വിശദമാക്കിയതുപോലെ, അധികാരവികേന്ദ്രീകരണത്തിന്റെ സുപ്രധാന

ഘടകമായി ഗ്രാമസഭ മാറിയപ്പോൾ അവയുടെ ഉപസഭകൾ എന്ന നിലയ്ക്കാണല്ലോ കേരളത്തിൽ അയൽക്കൂട്ടങ്ങൾ രൂപപ്പെട്ടുവന്നത്. അതുകൊണ്ടുതന്നെ അയൽക്കൂട്ടങ്ങൾ വികസനപദ്ധതികൾ തയ്യാറാക്കുക, അവ സി ഡി എസ് തലത്തിൽ സംയോജിപ്പിക്കുക; അയൽക്കൂട്ടങ്ങൾ മുന്നോട്ടു വയ്ക്കുന്ന വികസനാശയങ്ങൾ ഗ്രാമസഭയിൽ ഉന്നയിക്കുക എന്നിവയൊക്കെ ജനകീയാസൂത്രണത്തിന്റെ ഭാഗമായിരുന്നു. സമ്പാദ്യവായ്പാസംഘങ്ങളിൽ നിന്ന് കേരളത്തിലെ അയൽക്കൂട്ടങ്ങളെ വ്യത്യസ്തമാക്കുന്നത് വികസനകാര്യത്തിലുള്ള അവയുടെ പങ്കാളിത്തവുമാണല്ലോ. ആ നിലയ്ക്ക് ദേശീയതലത്തിൽ സമാനമായ ഒരു ശ്രമത്തിന് തുടക്കമിട്ടപ്പോൾ അതിന് 'പീപ്പിൾസ് പ്ലാൻ കാമ്പയിൻ' എന്നു പേരിട്ടത് ഉചിതമാണെന്ന് കരുതാം.

ജനകീയാസൂത്രണപ്രസ്ഥാനവുമായി മേല്പറഞ്ഞ ശ്രമത്തിനുള്ള ബന്ധം പക്ഷേ, പേരിൽ മാത്രമല്ല, ഭാരതസർക്കാരിന്റെ മിഷന്റെ ഭാഗമായി പ്രചരിപ്പിക്കപ്പെട്ടത് സമ്പാദ്യവായ്പാ സ്വയംസഹായ സംഘങ്ങൾ തന്നെയായിരുന്നുവല്ലോ. എന്നിട്ടും കേരളത്തിന്റെ അനുഭവത്തിൽനിന്ന് അത്തരമൊരാശയം ദേശീയ ശ്രദ്ധയിലേക്കു വന്നത് അത്ര എളുപ്പത്തിലല്ല. അതിനു പിന്നിൽ ദേശീയ ഗ്രാമീണ ഉപജീവനമിഷന്റെ ആദ്യഘട്ടത്തിൽത്തന്നെ സ്വീകരിക്കപ്പെട്ട ചില നിലപാടുകളുടെ തുടർച്ചയുണ്ട്.

2011 ൽ ദേശീയ ഗ്രാമീണ ഉപജീവനമിഷൻ പ്രഖ്യാപിക്കുമ്പോൾ ലോകബാങ്ക് വായ്പയിലൂന്നിയ ഒരു പ്രോജക്ടായിരുന്നു അതിന്റെ മുഖ്യഘടകം. നാഷണൽ റൂറൽ ലൈവ്‌ലിഹുഡ്സ് പ്രോജക്ട് എന്നായിരുന്നു അതിന്റെ പേര്. സ്വാഭാവികമായും വലിയ പദ്ധതിയായിരുന്നു അത്. അത്തരം വലിയ കടം ലോകബാങ്കിൽ നിന്നെടുക്കുമ്പോൾ സാധാരണ രീതിയിൽ ദേശീയ - അന്തർദ്ദേശീയ തലങ്ങളിൽ പ്രവർത്തിച്ചു പരിചയമുള്ള ഉപദേശകരെ കൺസൾട്ടന്റുമാരുടെ രൂപത്തിൽ തെരഞ്ഞെടുക്കാറുണ്ട്. എന്നാൽ ദേശീയ ഉപജീവനമിഷന്റെ കാര്യത്തിൽ അന്നത്തെ കേന്ദ്രസർക്കാർ വ്യത്യസ്തമായ ഒരു സമീപനം സ്വീകരിച്ചു. വിദഗ്ദ്ധരായ ഉപദേശകരെ നിയമിക്കുന്നതിനുപകരം വിവിധ സംസ്ഥാനങ്ങളിൽ നിലവിലുണ്ടായിരുന്ന സംഘടനകളെ ദേശീയ വിഭവകേന്ദ്രങ്ങളായി (നാഷണൽ റിസോഴ്സ് ഓർഗനൈസേഷൻ - എൻ ആർ ഒ) പ്രഖ്യാപിച്ച്, ഇതര സംസ്ഥാനങ്ങളിൽ പദ്ധതി പ്രവർത്തനത്തിന് സാങ്കേതിക സഹായം നല്കാൻ അവയെ ക്ഷണിക്കുകയാണ് കേന്ദ്രസർക്കാർ ചെയ്തത്.

കുടുംബശ്രീക്കുശേഷം രൂപപ്പെട്ടതെങ്കിലും അവിഭക്ത ആന്ധ്രപ്രദേശിന്റെ സംഘടനയായിരുന്നു ഏറ്റവും വലുത്. ആ മാതൃകയാണ് ദേശീയ ഉപജീവനമിഷൻ സ്വീകരിച്ചത്. ആ മാതൃക സ്വീകരിക്കപ്പെടാൻ പല കാരണങ്ങളുണ്ടായിരുന്നു. ഗ്രാമപഞ്ചായത്തുകൾക്ക് വലിയ പ്രസക്തിയില്ലാത്ത സംസ്ഥാനങ്ങളാണല്ലോ രാജ്യത്ത് കൂടുതലുള്ളത്. ആന്ധ്രാമാതൃകയ്ക്ക് ഗ്രാമപഞ്ചായത്തുകളുമായോ പ്രാദേശിക ആസൂ

ത്രണവുമായോ ബന്ധമൊന്നുമില്ലായിരുന്നു. സാമ്പത്തിക സ്ഥാപനങ്ങളിൽനിന്ന് വലിയതോതിൽ വായ്പയെടുക്കുന്ന കാര്യത്തിൽ ആന്ധ്രയിലെ സംഘടന കുടുംബശ്രീയേക്കാളൊക്കെ ഒത്തിരി മുന്നിലുമായിരുന്നു. അത്തരം നിരവധി ഘടകങ്ങൾ ആ തെരഞ്ഞെടുപ്പിനു പിന്നിലുണ്ടായിരുന്നിരിക്കണം. കേന്ദ്രഗ്രാമവികസനമന്ത്രാലയത്തിൽ ആന്ധ്രപ്രദേശിൽ നിന്നുള്ള ഉദ്യോഗസ്ഥരുടെ - അതും അവിടെ സംഘടനകെട്ടിപ്പടുത്ത ഉദ്യോഗസ്ഥരുടെ പ്രാമുഖ്യവും അതിൽ ഒരു പങ്ക് വഹിച്ചിട്ടുണ്ടാകാം.

ദേശീയ ഉപജീവനമിഷന്റെ പ്രവർത്തനങ്ങൾക്ക് പലതരത്തിലുള്ള സാങ്കേതിക സഹായം ആവശ്യമുണ്ടായിരുന്നു. സംഘടനാ സംവിധാനം കെട്ടിപ്പടുക്കുന്നതിനുള്ള സഹായം നല്കാനായി തെരഞ്ഞെടുത്തത് ആന്ധ്രാപ്രദേശിനെയും ബിഹാറിനെയുമാണ്. ബിഹാറിൽ ആന്ധ്രാപ്രദേശ് മാതൃകയിലുള്ള സംഘടന അവരുടെ സഹായത്തോടെ രൂപം കൊണ്ടു കഴിഞ്ഞിരുന്നു. പങ്കാളിത്ത രീതിയിൽ ദരിദ്രരെ കണ്ടെത്തുന്നതിനുള്ള രീതിശാസ്ത്രം മറ്റു സംസ്ഥാനങ്ങൾക്ക് പകർന്നുകൊടുക്കുന്നതിനായി തമിഴ്നാട്ടിലെ പുതുവാഴ്‌വു തിട്ടവും ഒരു എൻ ആർ ഒ ആയി. അതോടൊപ്പം കുടുംബശ്രീയെ രണ്ടു കാര്യങ്ങൾക്കായി എൻ ആർ ഒ ആയി അംഗീകരിച്ചു. കുടുംബശ്രീയുടെ പ്രധാനപ്പെട്ട രണ്ടു സവിശേഷതകളെ പകർത്തുന്നതിനുവേണ്ടിയായിരുന്നു എൻ ആർ ഒ സ്ഥാനം. ആ രണ്ടുസവിശേഷതകളും മുന്നദ്ധ്യായങ്ങളിൽ പരാമർശിക്കപ്പെട്ടിട്ടുള്ളവയാണ്.

അയൽക്കൂട്ട കുടുംബാംഗങ്ങളായ യുവാക്കളെ മൈക്രോഎന്റർപ്രൈസ് കൺസൾട്ടന്റുമാരായി (എം ഇ സി) പരിശീലിപ്പിച്ച് അവരിലൂടെ സൂക്ഷ്മസംരംഭങ്ങൾ വ്യാപിപ്പിക്കുക എന്നതായിരുന്നു ആദ്യത്തേത്. രണ്ടാമത്തേതാകട്ടെ, വനിതാ സംഘടനാ സംവിധാനവും ഗ്രാമപഞ്ചായത്തുകളും തമ്മിലുള്ള ഏകോപിത പ്രവർത്തനവും.

ഈ രണ്ടു മേഖലയിലും എൻ ആർ ഒ എന്ന നിലയിൽ കുടുംബശ്രീ നടത്തിയ പ്രവർത്തനങ്ങൾ ഇന്ന് ദേശീയ തലത്തിലുള്ള പദ്ധതികളിലെത്തി നില്ക്കുന്നു. എം ഇ സി പദ്ധതിയുടെ കാര്യം വഴിയേ പറയാം; ആദ്യം ഗ്രാമപഞ്ചായത്തുകളും വനിതാ സംഘടനയും ചേർന്നുള്ള പ്രവർത്തനത്തിലേക്കു വരാം. അതാണ് ഇതുവരെ പറഞ്ഞുവന്ന 'പീപ്പിൾസ് പ്ലാൻ കാമ്പയിനി'ലേക്ക് വഴിതെളിച്ചത്.

2012 ൽ കുടുംബശ്രീയെ ഒരു എൻ ആർ ഒ ആയി അംഗീകരിച്ചു. ഏതാണ്ട് ഒന്നര വർഷം കഴിയുമ്പോഴേക്കും കുടുംബശ്രീ അഞ്ചു സംസ്ഥാനങ്ങളുമായി കരാർ ഒപ്പിട്ടു. 'ആ സംസ്ഥാനങ്ങളിലെ വനിതാ സംഘടനാ സംവിധാനവും ഗ്രാമപഞ്ചായത്തുകളും തമ്മിൽ യോജിച്ച പ്രവർത്തനം സാദ്ധ്യമാക്കുന്നതിനു സഹായിക്കുന്ന പദ്ധതി. അതിന് PRI-CBO convergence project എന്നു പേര്. പി ആർ ഐ എന്നാൽ പഞ്ചായത്തീരാജ് ഇൻസ്റ്റിറ്റ്യൂഷൻ. സി ബി ഒ എന്നത് കമ്യൂണിറ്റി-ബേസ്ഡ്

ഓർഗനൈസേഷൻ എന്നതിന്റെ ചുരുക്കപ്പേര്; വനിതാസംഘടനാ സംവിധാനത്തെ സൂചിപ്പിക്കുന്നു. സംയോജിത പ്രവർത്തനമാണ് 'കൺവെർജൻസ്' എന്ന വാക്കിലൂടെ അർത്ഥമാക്കുന്നത്.

2014 ൽ എൻ ആർ ഒ പ്രവർത്തനത്തിന്റെ തുടക്കവർഷത്തിൽ ത്തന്നെ ആവേശകരമായ പ്രതികരണമാണ് സംസ്ഥാനങ്ങളിൽ നിന്നു ലഭിച്ചത്. രാജ്യത്തെതന്നെ ഏറ്റവും പിന്നോക്കാവസ്ഥ നേരിടുന്ന പ്രദേശങ്ങളിൽനിന്ന് പദ്ധതി ആരംഭിക്കാൻ കഴിഞ്ഞുവെന്നത് വലിയ നേട്ടമായി. ദാരിദ്ര്യത്തിനു കേഴ്‌വി കേട്ട ഒഡിഷയിലെ മൽക്കാംഗിരിയും ഝാർഖണ്ഡിലെ മാവോയിസ്റ്റുഭീഷണി നേരിടുന്നവയായി കരുതപ്പെട്ട കിഴക്കൻ സിങ്ഭും മേഖലയുമൊക്കെ ആദ്യകാല പ്രവർത്തനത്തിൽ ഉൾപ്പെട്ടു.

വനിതാസംഘടനയും പഞ്ചായത്തും തമ്മിലുള്ള ഏകോപനം; അതിന് കേരള മാതൃക കൊണ്ടുവരാൻ കുടുംബശ്രീ എൻ ആർ ഒ. പറഞ്ഞുപോകുമ്പോൾ രസകരം തന്നെ. പരിപാടിയുടെ വിശദാംശങ്ങളിലേക്കു നോക്കുമ്പോഴായിരുന്നു പ്രശ്നം.

ഒന്നാം പാദത്തിൽ ഉൾപ്പെടാത്ത സംസ്ഥാനമായിരുന്നു രാജസ്ഥാൻ. ഏറെത്താമസിയാതെ ആ സംസ്ഥാനവും പദ്ധതിക്കായി മുന്നോട്ടുവന്നു. രണ്ടാംപാദത്തിലെ ആദ്യ സംസ്ഥാനമായി രാജസ്ഥാനിലെ ബ്ലോക്കുകൾ സംയോജനപദ്ധതിയുടെ ഭാഗമായി. അതിനുവേണ്ടി രാജസ്ഥാനിലെ 'ബിഗുൻ' ബ്ലോക്കിലെ ഒരുൾനാടൻ ഗ്രാമത്തിലെത്തിയ കുടുംബശ്രീ സംഘത്തിന് കാണാനായ കാഴ്ചകൾ അവർക്ക് ഇന്ത്യയെത്തന്നെ സംബന്ധിച്ച് പുതിയൊരു കൺതുറക്കലായിരുന്നു. ഉച്ചതിരിഞ്ഞും ഭക്ഷണമൊരുക്കിവച്ച് ഭർത്താവിനെക്കാത്തിരുന്ന സ്ത്രീ സങ്കടപ്പെട്ടുകരയുകയാണ്; മുഖം മറയ്ക്കുന്ന സാരിത്തുമ്പ് മാറ്റാതെയാണ് കരച്ചിൽ. കാര്യമറിയാതെ വിഷമിച്ച കുടുംബശ്രീ സംഘത്തിന് അയൽവാസിയായ സ്ത്രീ വിശദീകരിച്ചുകൊടുത്തു.

കരയുന്ന സ്ത്രീയുടെ ഭർത്താവ് മദ്യപിച്ചശേഷം ഉച്ചഭക്ഷണത്തിനായി വീട്ടിലെത്തിയതാണ്. ഭാര്യ തയ്യാറാക്കിയ ഭക്ഷണത്തിന്റെ രുചി അയാൾക്കു പിടിച്ചില്ല. ഫലമോ, ഭർത്താവ് മുറിയുടെ മൂലയ്ക്കു ചാരിവച്ചിരുന്ന മുട്ടൻ വടിയെടുത്ത് ഭാര്യയെ പൊതിരെ തല്ലി. അതാണ് അവൾ കരയുന്നത്. കല്യാണം കഴിഞ്ഞിട്ട് മാസങ്ങളേ ആയിട്ടുള്ളൂ. മദ്യപിച്ച് വിശന്നുവരുന്ന ഭർത്താവിന് ഭക്ഷണത്തിന്റെ രുചി പിടിച്ചില്ലെങ്കിൽപ്പിന്നെ അടി വാങ്ങാതെ രക്ഷയുണ്ടോ? കരയട്ടെ; അതവളുടെ പോംവഴി. അടി പക്ഷേ, അർഹതപ്പെട്ടതുതന്നെ.

ഈ പ്രതികരണം കേട്ടുനിന്നവരിൽ രണ്ടുതരം പശ്ചാത്തലങ്ങളുള്ളവരുണ്ടായിരുന്നു. മുൻകാല കുടുംബശ്രീ സി ഡി എസ് നേതാക്കളും ദേശീയതലത്തിൽ ശ്രദ്ധേയസ്ഥാനമുള്ള വിദ്യാഭ്യാസസ്ഥാപനങ്ങളിൽനിന്ന് ബിരുദം നേടി ആദ്യ ജോലിക്കെത്തിയ ചെറുപ്പക്കാരും. രണ്ടു കൂട്ടരെയും പ്രത്യേക പരിശീലനം നല്കിയാണ് ഇതര സംസ്ഥാനങ്ങളിലെ പ്രവർത്തനത്തിന് കുടുംബശ്രീ നിയോഗിച്ചത്. അത്തരത്തിൽ

പ്രൊഫഷണലുകളും കമ്യൂണിറ്റി റിസോഴ്സ് പേഴ്സൺമാരും ചേർന്ന് പ്രവർത്തനം നടത്തുന്ന സമീപനമാണ് എൻ ആർ ഒ എന്ന നിലയിൽ കുടുംബശ്രീ മുന്നോട്ടുവച്ചത്. മേല്പറഞ്ഞ രംഗം വീക്ഷിച്ചവരിൽ മുൻ സി ഡി എസ് ചെയർപേഴ്സൺമാരായവർ നടുങ്ങി. വിവിധ സംസ്ഥാനങ്ങളിൽ നിന്നുവന്ന പ്രൊഫഷണലുകൾ ഒന്നമ്പരക്കുകയും ചെയ്തു. ആ ഗ്രാമത്തിൽ, കരഞ്ഞു ചീർത്ത മുഖവുമായിനിന്ന പുതുപ്പെണ്ണ് പിന്നീട് കുടുംബശ്രീയുടെ പരിശീലനം നേടിയ സാമൂഹ്യപ്രവർത്തകയായി വളർന്നത് ചരിത്രം.

പ്രോജക്ട് നടത്താൻ ചെന്നവരെ അതിശയിപ്പിച്ച സാമൂഹ്യസാമ്പത്തിക രാഷ്ട്രീയവസ്ഥകൾക്കപ്പുറം ആ സംസ്ഥാനങ്ങളിലൊക്കെ അടിസ്ഥാനപരമായ വെല്ലുവിളികളുണ്ടായിരുന്നു. പദ്ധതിയുടെ പ്രാഥമിക സങ്കല്പനത്തെത്തന്നെ നിരന്തരം പുതുക്കേണ്ട സാഹചര്യം സൃഷ്ടിച്ചുകൊണ്ട് അത്തരം വെല്ലുവിളികൾ ഓരോ പദ്ധതി സംസ്ഥാനത്തും തുടർന്നു.

ഗ്രാമപഞ്ചായത്തുകളുടെ സ്ഥിതിയായിരുന്നു ഏറ്റവും പ്രധാന പ്രശ്നം. അസമിലൊക്കെ മാസത്തിൽ ഏതാനും തവണമാത്രം തുറന്നിരുന്ന ഓഫീസുകളിലാണ് ഗ്രാമപഞ്ചായത്തുകൾ പ്രവർത്തിച്ചിരുന്നത്. യാതൊരു സൗകര്യവുമില്ലാത്ത ജീർണ്ണിച്ച കെട്ടിടങ്ങളായിരുന്നു പലയിടത്തും. നാലും അഞ്ചും ഗ്രാമപഞ്ചായത്തുകൾക്ക് ഒരു സെക്രട്ടറിയാണുണ്ടാവുക. വേറെ ഉദ്യോഗസ്ഥരൊന്നുമില്ല. ബ്ലോക്കുതലത്തിലുള്ള ചുമതലകളൊക്കെക്കഴിഞ്ഞ് സെക്രട്ടറി ഒരു ഗ്രാമപഞ്ചായത്തിൽ മാസത്തിലൊരിക്കൽ ഒന്നു വന്നാലായി.

ഗ്രാമപഞ്ചായത്തുകളുടെ ഉത്തരവാദിത്വങ്ങളും പരിമിതമാണ്. കാര്യമായ പണിയൊന്നുമില്ലെന്നുതന്നെ പറയാം. തെരഞ്ഞെടുക്കപ്പെട്ട കമ്മിറ്റികൾ യോഗം ചേരുന്നതൊക്കെ വല്ലപ്പോഴുമാണ്. വനിതാ അംഗങ്ങൾക്കാകട്ടെ, അവർ തെരഞ്ഞെടുക്കപ്പെട്ടവരാണെന്നു തന്നെ അറിവുണ്ടാവില്ല. സ്ത്രീകൾ പ്രസിഡന്റായിട്ടുള്ളയിടങ്ങളിൽ അവരുടെ ഭർത്താവോ അടുത്ത ബന്ധുക്കളായ പുരുഷന്മാരോ ആണ് പ്രസിഡന്റായി പ്രവർത്തിക്കുക. ഇത് അസമിലെ മാത്രം സ്ഥിതിയല്ല. ഹിന്ദി സംസാരിക്കുന്ന സംസ്ഥാനങ്ങളിൽ 'സർപഞ്ച് പതി' എന്ന പ്രയോഗം തന്നെ നിലവിലുണ്ട്; സർപഞ്ചിന്റെ (പ്രസിഡന്റിന്റെ) ഭർത്താവ് എന്ന അർത്ഥത്തിൽ.

ഗ്രാമപഞ്ചായത്തുകളുടെ സാമ്പത്തികസ്ഥിതി ഏറെ പരിതാപകരമാണ്. നികുതിയോ ലൈസൻസ് ഫീസോ ഒന്നുമായി യാതൊരു സ്വന്ത വരുമാനവുമില്ല. സംസ്ഥാനഫണ്ടിൽനിന്ന് വിഹിതവുമില്ല. കേന്ദ്ര ഫിനാൻസ് കമ്മീഷൻ ഗ്രാന്റിന്റെ ഭാഗമായി കിട്ടുന്ന പണം മാത്രമാണുള്ളത്. അതുതന്നെ ഏതെങ്കിലും നിശ്ചിത മേഖലയിൽത്തന്നെ ചെലവാക്കണമെന്ന നിബന്ധനയോടെയാണല്ലോ കിട്ടുക. അത് ചെലവഴിക്കുന്നതിലും ഗ്രാമപഞ്ചായത്തിന് കാര്യമായ അധികാരമൊന്നുമില്ല.

ഇത്തരം ദയനീയമായ സ്ഥിതിയിലുള്ള ഗ്രാമപഞ്ചായത്തുകളുമായി സംയോജിച്ചു പ്രവർത്തിക്കേണ്ട വനിതാസംഘങ്ങളുടെ അവസ്ഥയും പലയിടങ്ങളിലും ഏറെ മെച്ചമൊന്നുമായിരുന്നില്ല. ചെറിയതോതിൽ വായ്പയും സമ്പാദ്യവുമൊക്കെയായി നടന്നുപോകുന്ന സംഘങ്ങൾ, പല തിലും സാമ്പത്തിക ഇടപാടുകളൊക്കെ മുടങ്ങിപ്പോകാറുമുണ്ടായിരുന്നു. കേരളത്തിലെ എ ഡി എസിനും സി ഡി എസിനും സമാനമായ ഫെഡ റേഷനുകളൊക്കെ പലയിടത്തും രൂപപ്പെട്ടുവരുന്നതേ ഉണ്ടായിരുന്നുള്ളൂ. രൂപപ്പെട്ടിടങ്ങളിൽത്തന്നെ പ്രവർത്തനമൊക്കെ പരിമിതമായിരുന്നു താനും.

ദുർബ്ബലമായ ഗ്രാമപഞ്ചായത്തുകളായിരുന്നു അസമിലെ വെല്ലുവി ളിയെങ്കിൽ ശക്തരായ പഞ്ചായത്തു പ്രസിഡന്റുമാരായിരുന്നു മഹാരാ ഷ്ട്രയിൽ പ്രശ്നമുയർത്തിയത്. പ്രാദേശിക രാഷ്ട്രീയത്തിൽ ശക്തരും തങ്ങളുടെ പാർട്ടിയുടെ സംസ്ഥാന നേതൃത്വവുമായി വ്യക്തിപരമായ അടുപ്പം സൂക്ഷിക്കുന്നവരുമായ നേതാക്കൾ വനിതാസംഘങ്ങളെ യൊന്നും അംഗീകരിച്ചിരുന്നില്ല. വനിതാസംഘടനകൾ തയ്യാറാക്കിയ വിക സനാവശ്യങ്ങളെ ശ്രദ്ധിക്കാൻതന്നെ അവർ തയ്യാറായതുമില്ല.

അല്പം താമസിച്ച് പദ്ധതിയിലേക്കു വന്ന ഉത്തർപ്രദേശിലെ ഗ്രാമ പഞ്ചായത്തുകൾ തികച്ചും വ്യത്യസ്തമായ അനുഭവമായിരുന്നു. ഒരു പരിശീലനവും ലഭിച്ചിട്ടില്ലാത്ത പഞ്ചായത്തുകൾ; ജനപ്രതിനിധികൾക്ക് വനിതാസംഘടനയെപ്പറ്റി കാര്യമായ അറിവും ഉണ്ടായിരുന്നില്ല. വിക സനപദ്ധതികളിലൊക്കെ സ്ത്രീസംഘടന ഇടപെടാൻ ശ്രമിച്ചപ്പോൾ ഗ്രാമപഞ്ചായത്ത് നേതൃത്വത്തിന്റെ ഭാഗത്തുനിന്ന് വലിയ എതിർപ്പാണു ണ്ടായത്. പദ്ധതി പുരോഗമിക്കുന്തോറും പലയിടത്തും വനിതാസംഘട നയും പഞ്ചായത്ത് നേതാക്കളും തമ്മിൽ ഇടയുന്ന സ്ഥിതിയുമുണ്ടായി.

ഝാർഖണ്ഡിലെ അനുഭവം പുതുമയുള്ളതായിരുന്നു. ഝാർഖ ണ്ഡിൽ രണ്ടുതരം പഞ്ചായത്തുകളുണ്ട്. പഞ്ചായത്തീരാജ് നിയമപ്രകാ രമുള്ളവയും 1996 ലെ 'പെസ' (ദി പ്രൊവിഷൻസ് ഓഫ് ദി പഞ്ചാ യത്ത്സ് (എക്സ്റ്റൻഷൻ റ്റു ഷെഡ്യൂൾഡ് ഏരിയാസ് ആക്ട് 1996) ഭര ണഘടനയിലെ 244-ാം അനുച്ഛേദം അനുസരിച്ച് പട്ടികപ്പെടുത്തിയിട്ടുള്ള മേഖലകളിലേക്ക് - അതായത് ആദിവാസി ജനസമൂഹങ്ങൾക്ക് പ്രാമു ഖ്യമുള്ള മേഖലകളിലേക്ക് - പഞ്ചായത്തീരാജ് നിയമം വ്യാപിപ്പിക്കു ന്നതിനുള്ള നിയമമാണത്. കേരളത്തിൽ ഈ നിയമത്തിന്റെ പരിധിയിൽ വരുന്ന പ്രദേശങ്ങൾ ഇല്ലാത്തതുകൊണ്ടുതന്നെ 'പെസ' പഞ്ചായത്തു കളിലെ പ്രവർത്തനം ഏറെ പ്രത്യേകതകളുള്ളതായിരുന്നു.

ഇനി, ഇതേവരെ പറഞ്ഞ രണ്ടിലും പെടാത്ത തദ്ദേശഭരണസ്ഥാപ നങ്ങളുണ്ട് വടക്കുകിഴക്കൻ സംസ്ഥാനങ്ങളിൽ. അവ 'ഷെഡ്യൂൾ VI' പ്രകാരം അംഗീകരിക്കപ്പെട്ട പരമ്പരാഗത സ്വയംഭരണ സ്ഥാപനങ്ങളാ ണ്. ഗ്രാമപഞ്ചായത്തുകളുമായി വിദൂരസാമ്യംപോലും അവയ്ക്കില്ല. അസം, ത്രിപുര, മിസോറം എന്നീ സ്ഥാപനങ്ങളിൽ ചില പ്രദേശങ്ങൾ

ഷെഡ്യൂൾ VI പ്രകാരമുള്ള തദ്ദേശഭരണ സ്ഥാപനങ്ങളുടെ നിയന്ത്രണ ത്തിലാണ്; മേഘാലയയിലാകട്ടെ, സംസ്ഥാനമാകെ ഷെഡ്യൂൾ VI സ്ഥാപനങ്ങൾ മാത്രമാണുള്ളത്.

മേല്പറഞ്ഞ സംസ്ഥാനങ്ങളിലൊക്കെയുള്ള വനിതാസംഘടന യുടെ സ്ഥിതിയും ഐകരൂപ്യമുള്ളതായിരുന്നില്ല. 'മൈറാഡ' (MYRADA) എന്ന സർക്കാരിതര സ്ഥാപനത്തിന്റെ നേതൃത്വത്തിൽ കർണ്ണാടക തമി ഴ്നാട് അതിർത്തിപ്രദേശങ്ങളിൽ ആരംഭിച്ച്, നാബാർഡിന്റെ പിന്തുണ യോടെ സന്നദ്ധ സംഘടനകൾ വഴി പല സംസ്ഥാനങ്ങളിൽ വ്യാപിച്ചി രുന്ന സംഘടനകളൊക്കെ ദേശീയ ഗ്രാമീണ ഉപജീവനമിഷന്റെ ഭാഗ മായി മാറുന്ന പ്രക്രിയ ഇപ്പോഴും പൂർത്തിയായിട്ടില്ലല്ലോ. സ്വാഭാവിക മായും വ്യത്യസ്ത സംഘടനകൾ നേതൃത്വം കൊടുത്ത വനിത സംഘ ടനകൾക്ക് സ്വഭാവത്തിലും, പലപ്പോഴും ഘടനയിലും പ്രവർത്തനരീതി കളിലുംപോലും വ്യത്യാസങ്ങളുണ്ടായിരുന്നു. മിഷന്റെ ഭാഗമായി രൂപ പ്പെട്ടുവന്ന സംഘടനകളാകട്ടെ അവയിൽനിന്നൊക്കെ പലപ്പോഴും വ്യതി രിക്തവുമായിരുന്നു. അത്തരം വ്യത്യസ്ത ശ്രേണികൾ തമ്മിലുള്ള പ്രധാന സാമ്യം അവയെല്ലാം അടിസ്ഥാനപരമായി സമ്പാദ്യ-വായ്പാ സംഘങ്ങളായിരുന്നു എന്നുള്ളത് മാത്രമായിരുന്നു.

ഇത്തരം വെല്ലുവിളികളെല്ലാം നേരിട്ട്, കുടുംബശ്രീ അനുഭവങ്ങളെ മറ്റിടങ്ങളിലേക്ക് കൊണ്ടുപോകാനും അവിടെ നിലനില്ക്കുന്ന സാമൂഹ്യ ചട്ടക്കൂടിനുള്ളിലും സംഘടനാ സംസ്കാരത്തിനുമെല്ലാം അനുയോജ്യ മായി പുത്തൻ സാദ്ധ്യതകളായി വളർത്തിയെടുക്കാനും കുടുംബശ്രീ നിയോഗിച്ച മെന്റർമാർക്ക് കഴിഞ്ഞതെന്തുകൊണ്ടാണ്? രാജ്യത്തെ ഏറ്റവും മികച്ച വിദ്യാഭ്യാസ സ്ഥാപനങ്ങളിൽ നിന്നെത്തിയ ചെറുപ്പക്കാ രായ പ്രൊഫഷണലുകളോടൊത്ത് എങ്ങനെയാണ് അവർ ആ കടമ നിറവേറ്റുന്നത്?

കുടുംബശ്രീയുടെ അനുഭവങ്ങളെ പകർത്തുക എന്ന പ്രയോഗം മനഃപൂർവ്വം തന്നെ ഒഴിവാക്കിയതാണ്. കേരളത്തിന്റെ സവിശേഷമായ ചരിത്രത്തിൽ ഒരു പ്രത്യേക സന്ദർഭത്തിൽ രൂപമെടുത്ത കുടുംബശ്രീ യുടെ അനുഭവങ്ങൾ എങ്ങനെ മറ്റിടങ്ങളിൽ പകർത്താനാണ്? അഥവാ അങ്ങനെ പകർത്താൻ ശ്രമിക്കുന്നതു തന്നെ ഒരു തെറ്റായ രീതിയല്ലേ? പകർത്താനേ ശ്രമിച്ചില്ലെന്നതാണ് കുടുംബശ്രീയുടെ വിജയമെന്ന് ഉറ പ്പിച്ചു പറയാം.

വ്യത്യസ്തസാഹചര്യങ്ങളിൽ സമാന സ്വഭാവമില്ലാത്ത വനിതാ സംഘടനയെയും നിയമപരമായിത്തന്നെ വ്യത്യസ്തമായ തദ്ദേശഭരണ സ്ഥാപനങ്ങളെയും പരസ്പരം കോർത്തിണക്കാൻ നടത്തിയ ശ്രമങ്ങൾ പക്ഷേ, അതിന്റെ സത്ത ഉൾക്കൊണ്ടത് കേരളത്തിലെ ജനകീയാസൂ ത്രണ പ്രസ്ഥാനത്തിൽനിന്നാണ്. ആ പ്രസ്ഥാനം മുന്നോട്ടുവച്ച വിക സന സമീപനവും പ്രാദേശികാസൂത്രണത്തിനായി സ്വീകരിച്ച തന്ത്ര

ങ്ങളും ഉൾക്കൊണ്ടവർ എന്നതുതന്നെയാണ് ഇതര സംസ്ഥാനങ്ങളിലെ പ്രവർത്തനത്തിന് കുടുംബശ്രീ മെന്റർമാർക്ക് തുണയായത്

വനിതാസംഘടനയും ഗ്രാമപഞ്ചായത്തുകളും തമ്മിൽ സംയോജിച്ചുള്ള പ്രവർത്തനത്തിന്റെ മുഖ്യ ചാലകശക്തിയായി കുടുംബശ്രീ കണ്ടത് ഗ്രാമസഭയെയാണ്; അത് തികച്ചും സ്വാഭാവികമായിരുന്നുതാനും. സംഘങ്ങളുടെ യോഗങ്ങളിലെ ചർച്ചകളിലൂടെ അവർക്ക് ലഭിക്കേണ്ട അവകാശങ്ങളെപ്പറ്റി സ്ത്രീകളിൽ അവബോധം സൃഷ്ടിക്കുകയും അവ ലഭിക്കാത്ത കാര്യം അവരുടെ ശ്രദ്ധയിൽ കൊണ്ടുവരികയും ചെയ്തുകൊണ്ടാണ് തുടക്കം. അവകാശങ്ങളിൽ തൊഴിൽകാർഡു മുതൽ കക്കൂസും വാർദ്ധക്യകാല പെൻഷനും ഭവനപദ്ധതിയിലൂടെ ലഭിക്കുന്ന വീടുമൊക്കെ വരും. ഇവയ്ക്കൊക്കെ അർഹതയുള്ളതാരൊക്കെ, ഇനി കിട്ടുവാനുള്ളത് ആർക്കൊക്കെ എന്നിങ്ങനെയുള്ള അന്വേഷണം അവകാശലഭ്യതയെപ്പറ്റിയുള്ള ഒരു പങ്കാളിത്ത സെഷനിലൂടെയാണ് നടക്കുക. ആ പരിപാടിക്ക് Participatory Assessment of Entitlements- PAE എന്നു പേര്.

രസമുള്ളൊരു കളിയാണ് പി എ ഇ. ഒരു സംഘത്തിലെ സ്ത്രീകൾ വട്ടം കൂടിയിരിക്കുന്നു. നടുവിൽ പല നിറത്തിലുള്ള റിബണുകൾ വച്ചിരിക്കും. കളിയെ സഹായിക്കുന്നയാൾ ഓരോരോ അവകാശങ്ങളെപ്പറ്റി ചോദിക്കും. ഉദാഹരണത്തിന് തൊഴിൽകാർഡ് വീട്ടിൽ സൂക്ഷിച്ചിട്ടുള്ളവർ ആരൊക്കെ? ഉള്ളവർ കൈയിൽ ഒരു നിറത്തിലുള്ള റിബ്ബൺ കെട്ടുന്നു. കക്കൂസ് നിർമ്മിക്കാൻ പാവപ്പെട്ടവർക്ക് സഹായം ലഭ്യമാണെന്നി

രിക്കെ അത് അവർക്ക് നല്കാതിരിക്കുന്നത് അവകാശ നിഷേധമാണല്ലോ. അപ്പോൾ വീട്ടിൽ കക്കൂസ് ഉള്ള സ്ത്രീകൾക്ക് കൈയിൽ മറ്റൊരു നിറത്തിലുള്ള റിബ്ബൺ കെട്ടാം. കളിയുടെ അവസാനം മിക്കവാറും ഒരു റിബ്ബണുമില്ലാത്തവരും ഒന്നുമാത്രമുള്ളവരുമൊക്കെ ശേഷിക്കും. ഏറ്റവും ആനുകൂല്യങ്ങൾ ലഭിക്കേണ്ടത് അവർക്കാണെന്നുള്ള കാര്യത്തിൽ പിന്നെ തർക്കമില്ലല്ലോ.

ഇത്തരം അന്വേഷണത്തിലൂടെ ഓരോ സംഘവും അവർക്ക്, അതായത് ഓരോ അംഗത്തിനും ലഭിക്കേണ്ട ആനുകൂല്യങ്ങൾ പട്ടികപ്പെടുത്തുന്നു. അത് തൊട്ടടുത്ത തലത്തിൽ ക്രോഡീകരിച്ച്, ഗ്രാമപഞ്ചായത്തു തലത്തിലുള്ള ലിസ്റ്റ് ഗ്രാമസഭയിൽ അവതരിപ്പിക്കുന്നു. ഇതിനുസമാന്തരമായി ഗ്രാമപഞ്ചായത്ത് സമിതിയെയും ഉദ്യോഗസ്ഥരെയും വിവിധ വകുപ്പുദ്യോഗസ്ഥരെയും ഈ പദ്ധതിയെപ്പറ്റി ബോദ്ധ്യപ്പെടുത്തും. സ്ത്രീകളുടെ ആവശ്യങ്ങളടങ്ങുന്ന പട്ടിക ഗ്രാമപഞ്ചായത്തിന്റെ വാർഷിക പദ്ധതിയുടെ ഭാഗമാക്കുകയാണ് ലക്ഷ്യം. ഗ്രാമസഭയിൽ അവതരിപ്പിക്കുന്നതാണ് അതിനുള്ള മാർഗ്ഗം.

കേരളത്തിലേതുപോലെ സംസ്ഥാന വാർഷിക പദ്ധതിയുടെ വിഹിതമൊന്നും മറ്റു സംസ്ഥാനങ്ങളിലെ ഗ്രാമപഞ്ചായത്തുകൾക്ക് ലഭിക്കാറില്ലല്ലോ. മിക്കവാറും കേന്ദ്രഫിനാൻസ് കമ്മീഷന്റെ ഗ്രാന്റായി ലഭിക്കുന്ന ചെറിയൊരു തുകമാത്രമാവും ഗ്രാമപഞ്ചായത്തുകളുടെ പക്കലുണ്ടാവുക. ആ ഗ്രാന്റുതന്നെ നിർദ്ദിഷ്ടമേഖലയിൽ മാത്രമേ ചെലവഴിക്കാൻ സാധിക്കുകയുള്ളൂ. 2015 ൽ കേന്ദ്ര സർക്കാർ പ്രഖ്യാപിച്ച ഗ്രാമപഞ്ചായത്ത് വികസന പദ്ധതി (Grama Panchayat Development Plan - GPDP) യോടുകൂടിയാണ് ധനകാര്യ കമ്മിഷൻ ഗ്രാന്റ് ചെലവഴിക്കാൻ തന്നെ പദ്ധതികൾ രൂപീകരിക്കാൻ ഗ്രാമപഞ്ചായത്തുകൾ നിർബ്ബന്ധിതമായത്. ഇത്തരത്തിൽ സാമ്പത്തികശേഷിയില്ലാത്ത ഗ്രാമപഞ്ചായത്തുകൾക്ക് വനിതാസംഘങ്ങളുടെ ആവശ്യങ്ങളുടെ പട്ടിക കൊടുത്തിട്ട് എന്തു കാര്യം?

ജനങ്ങൾക്കാവശ്യമായ വിവിധ ആനുകൂല്യങ്ങളും സഹായങ്ങളും കിട്ടുന്നത് സർക്കാരിന്റെ പദ്ധതികളിലൂടെയാണല്ലോ. അവയുടെ നടത്തിപ്പ് സർക്കാർ വകുപ്പുകൾക്കാണ്. ആ വകുപ്പുകൾക്കാകട്ടെ ജനങ്ങളുടെ ആവശ്യങ്ങൾ നോക്കുന്ന സമീപനമൊന്നുമില്ല. ഉള്ള പദ്ധതി നടപ്പാക്കുക എന്നതേ അവർക്ക് താല്പര്യമുള്ളൂ. അവിടേക്കാണ് കുടുംബശ്രീ വനിതാ സംഘങ്ങളെ നയിച്ചത്. പഞ്ചായത്തിന്റെ പദ്ധതിയിൽ ഉൾപ്പെടുത്താനാവാത്ത ആനുകൂല്യങ്ങൾ ഏതു സ്കീമിലാണോ ലഭ്യമായിട്ടുള്ളത് അത് നടപ്പാക്കുന്ന വകുപ്പുമായുള്ള സംയോജനം പദ്ധതിയുടെ ഭാഗമാക്കിക്കൊണ്ട്.

സംസ്ഥാനങ്ങളുടെ പേരെടുത്തുപറയാതെ ഉണ്ടായ ഒരു മാറ്റം പറയാം. പല ദേശങ്ങളിലും തൊഴിൽ കാർഡുകൾ കാർഡുടമകളുടെ പക്കൽ ഇല്ലാത്ത സ്ഥിതിയുണ്ടായിരുന്നു. യന്ത്രങ്ങളെവച്ച് പണിയെടുപ്പിക്കുക,

കാർഡുടമകളുടെ കൈയിൽനിന്ന് തൊഴിൽകാർഡ് വാങ്ങി കരാറുകാരൻ കൈവശം സൂക്ഷിക്കുക, തൊഴിലുടമയ്ക്ക് പണിക്കു പോകാതെ തന്നെ ഒരു ചെറിയ ദിവസക്കൂലി കൊടുക്കുക, പദ്ധതിയുടെ പണം വരുമ്പോൾ അത് ബാങ്കും കരാറുകാരും ചില ജനപ്രതിനിധികളോ ഉദ്യോഗസ്ഥരോ ഒക്കെച്ചേർന്ന് കൈക്കലാക്കുക. നൂറുശതമാനം നിയമവിരുദ്ധമായ ഈ രീതിയൊക്കെ വർഷങ്ങളായി തുടർന്നുപോന്നിരുന്നു.

അത്തരമൊരു സാഹചര്യത്തിൽ പദ്ധതി പ്രവർത്തനം തുടങ്ങുമ്പോൾത്തന്നെ ഗ്രാമപഞ്ചായത്ത് പ്രതിനിധികൾ, വനിതാ സംഘടനയുടെ നേതാക്കൾ എന്നിവർ കേരളത്തിലെ സംവിധാനങ്ങൾ പരിചയിക്കാനായി ഒരു യാത്ര ചെയ്യുന്നുണ്ട്. അതിലൂടെ ഗ്രാമപഞ്ചായത്തും സിഡി എസും ചേർന്നു പ്രവർത്തിക്കുന്ന രീതിയൊക്കെ മനസ്സിലാക്കി നാട്ടിലെത്തിക്കഴിയുമ്പോൾ അവരോട് കുടുംബശ്രീ മെന്റർമാർ ആ നാട്ടിലെ തൊഴിലുറപ്പ് പദ്ധതിയുടെ പ്രശ്നങ്ങൾ പറഞ്ഞുതുടങ്ങും. തൊഴിലുറപ്പ് നിയമം, തൊഴിൽകാർഡ്, പണി കണ്ടെത്തൽ, പണിയുടെ നടത്തിപ്പ്, പണം ലഭിക്കുന്ന നിരക്കും രീതിയും എന്നിവയൊക്കെ അവർ മനസ്സിലാക്കുന്നു. ആനുകൂല്യങ്ങളെ സംബന്ധിക്കുന്ന പി എ ഇ സെഷനിൽ തൊഴിൽ കാർഡില്ലാത്തവരുടെ കണക്കെടുക്കുന്ന കാര്യം പറഞ്ഞല്ലോ. തുടർന്ന് സ്ത്രീകൾ ഗ്രാമസഭയിൽ തൊഴിൽ ആവശ്യപ്പെടുകയും തങ്ങളിൽനിന്ന് കവർന്നെടുക്കപ്പെട്ട തൊഴിൽകാർഡുകൾ തിരിച്ചുലഭിക്കാൻ ശബ്ദമുയർത്തുകയും ചെയ്യുന്നു. ഏറെ താമസിയാതെ തൊഴിൽകാർഡുകൾ അവരുടെ കൈയിലെത്തുന്നു, അവർ പണിക്കു പോകുന്നു, പണം അവരുടെ ബാങ്ക് അക്കൗണ്ടിലെത്തുന്നു. ഒരിക്കൽ അത്തരത്തിലൊരു മാറ്റം വന്നാൽ പിന്നീട് ഒരു തിരിച്ചു പോക്കില്ല എന്നാണനുഭവം.

തൊഴിലുറപ്പിൽ കരാറുകാരെയും അവരുടെ യന്ത്രങ്ങളെയും ഒഴിവാക്കിയുള്ള ഇടപെടലുകളൊക്കെ അല്പം അപകടകരം തന്നെയാണ്. എന്നാൽ വലിയ തർക്കത്തിനൊന്നും ഇടയില്ലാത്ത കാര്യങ്ങളാണ് പെൻഷനുകൾ, വീട്, കക്കൂസ് മുതലായവയൊക്കെ. ഇവയൊക്കെ ആവശ്യപ്പെടാനും നേടിയെടുക്കാനും സ്ത്രീകൾക്ക് സാധിക്കുമ്പോൾ, അവരും അവരുടെ സംഘടനയും മാത്രമല്ല മാറുന്നത്, ഗ്രാമപഞ്ചായത്തും ഉദ്യോഗസ്ഥനിയന്ത്രിതമായ സർക്കാർ വകുപ്പുകളുമൊക്കെ ആ മാറ്റം അനുഭവിക്കും. സ്ത്രീ സംഘടനയോടൊപ്പം തന്നെ ഗ്രാമപഞ്ചായത്തുകളും വലിയ നേട്ടങ്ങളുണ്ടാക്കുന്നുണ്ട് യോജിച്ചുള്ള പ്രവർത്തനത്തിലൂടെ.

കേരളത്തിലേക്കുള്ള പഠനയാത്രയും ആദ്യഘട്ടം മുതൽക്കുള്ള ചിട്ടയായ അവബോധപരിപാടികളും കേരളത്തിലെ കുടുംബശ്രീയും തദ്ദേശഭരണ സ്ഥാപനങ്ങളും ചേർന്നുള്ള പ്രവർത്തനത്തിലൂടെ ഉരുത്തിരിഞ്ഞ പല ആശയങ്ങളും ഇതരസംസ്ഥാനങ്ങളിൽ സവിശേഷമായ മുൻകൈകളിലേക്ക് നയിച്ചിട്ടുണ്ട്. ബഡ്സ്കൂൾ ആശയത്തിന്റെ വികാസപരിണാമങ്ങൾ ഒരു മുന്നദ്ധ്യായത്തിൽ വിവരിച്ചിരുന്നുവല്ലോ. ആ ആശയത്തിൽ

നിന്നുമായിരിക്കാം അസമിലെ ബിനുനാഥ് ജില്ലയിലെ ഗമേരി എന്ന ഉൾനാടൻ ഗ്രാമത്തിൽ രൂപംകൊണ്ട 'ക്രിയേറ്റീവ് ലേർണിങ് സ്കൂൾ' എന്ന സ്ഥാപനത്തിന്റെ ആശയത്തിലേക്കു നയിച്ചത്. ഇപ്പോൾ വിവിധ തരം ശാരീരിക മാനസിക പരിമിതികളുള്ള പന്ത്രണ്ട് കുട്ടികൾ ആ സ്കൂളിൽ സ്ഥിരമായെത്തുന്നുണ്ട്. കേരളത്തിൽ ലഭ്യമായ വലിയ സാമ്പത്തികസഹായവും പ്രാദേശിക വികസനാനുഭവവും ഒന്നുമില്ലാത്തിടത്താണ് ക്രിയേറ്റീവ് ലേർണിങ് സ്കൂൾ ഉണ്ടായതെന്നത് ശ്രദ്ധാർഹമാണ്.

ക്രിയേറ്റീവ് ലേർണിങ് സ്കൂൾ, ഗമേരി

ദീപ്ജ്യോതി ബറുവ എന്ന സമർത്ഥയായ ചെറുപ്പക്കാരിയുടെ കണ്ണുകളിലെ തിളക്കത്തിനുപിന്നിൽ ഒരു കഠിനശ്രമത്തിന്റെ കഥയുണ്ട്. വിവാഹിതയായി ഭർതൃഗൃഹത്തിൽ കഴിഞ്ഞുപോന്ന ദീപ്ജ്യോതിക്ക് വീട്ടുചെലവിനായി ഭർത്താവിനോടൊപ്പം ജോലി ചെയ്തേ മതിയാകുമായിരുന്നുള്ളൂ. ജോലി ചെയ്യാൻ താല്പര്യവുമായിരുന്നു. പക്ഷേ, ശാരീരിക പരിമിതികളോടെ ജനിച്ച മകന്റെ സംരക്ഷണത്തിലേക്ക് വർഷങ്ങളോളം ജീവിതം തളച്ചിടേണ്ടി വന്നു ദീപ്ജ്യോതിക്ക്. എണീറ്റിരിക്കാനോ നില്ക്കാനോ വയ്യാതെ അരയ്ക്കുതാഴെ തളർന്നരീതിയിലാണ് അവളുടെ മകൻ ജനിച്ചതുതന്നെ.

അസമിലെ ബിശ്വനാഥ് ജില്ലയിലെ ചായിദ്വാർ ബ്ലോക്കിൽ പെട്ട ഗമേരിയിൽ കുടുംബശ്രീയുടെ മെന്റർ പ്രവർത്തനം ആരംഭിച്ചപ്പോൾ എന്തെങ്കിലും ഒരു വരുമാന സാദ്ധ്യത തേടിയാണ് ദീപ് ജ്യോതി അതിലേക്കു വന്നത്. പി ആർ ഐ സി ബി ഒ കൺവെർജൻസ് പ്രോജക്ടിന്റെ ഭാഗമായി രൂപംകൊടുത്ത ലോക്കൽ റിഡോഴ്സ് ഗ്രൂപ്പിൽ ദീപ്ജ്യോതിയും അംഗമായി. മകന്റെ സംരക്ഷണം ആവശ്യപ്പെടുന്ന സമയം കഴിച്ച് കുറച്ചുനേരം മാത്രമേ ആ പ്രവർത്തനത്തിൽ ഏർപ്പെടാൻ ദീപ്ജ്യോതിക്ക് കഴിയുമായിരുന്നുള്ളൂ. പദ്ധതി പ്രവർത്തനത്തിന്റെ ഭാഗമായി ലഭിച്ച ആശയങ്ങളിൽനിന്നാണ് പ്രത്യേകപരിചരണം ആവശ്യമായ കുട്ടികളെ പകൽ സമയത്ത് സുരക്ഷിതമായി വിട്ടിട്ട് മാതാപിതാക്കൾക്ക് ജോലിക്കു പോകാൻ സഹായിക്കുന്ന ഒരു കേന്ദ്രം എന്ന ആശയം ദീപ്ജ്യോതി മുന്നോട്ടുവച്ചത്. ഗ്രാമപഞ്ചായത്ത് പ്രസിഡന്റിന് ആ ആശയം സ്വീകാര്യമായിരുന്നു. പക്ഷേ, അസമിലെ ഗ്രാമപഞ്ചായത്താണ്. പണമോ മറ്റുവിഭാഗങ്ങളോ ഇല്ല. എന്നിട്ടും അവർ അത് ഏറ്റെടുത്തു.

ഗമേരിയിൽ നടത്തിയ പഠനത്തിൽനിന്ന് പ്രത്യേകപരിചരണം ആവശ്യമുള്ള 48 പേർ ഗ്രാമത്തിലുള്ളതായി കണ്ടെത്തി. അതിൽ

സ്കൂൾ പ്രായത്തിലുള്ള 12 കുട്ടികളെ ഉൾപ്പെടുത്തിയാണ് 'ക്രിയേറ്റീവ് ലേർണിങ് സ്കൂൾ' ആരംഭിക്കുന്നത്. ഗമേരിയിലെ ആൺകുട്ടികൾക്കും പെൺകുട്ടികൾക്കുമായുള്ള രണ്ടു സ്കൂൾ സർക്കാർ തീരുമാനപ്രകാരം ഒറ്റ സ്കൂളായി മാറിയപ്പോൾ ബാക്കി വന്നൊരുകെട്ടിടം അതിനുവേണ്ടി ലഭിച്ചു.

പി ആർ ഐ – സി ബി ഒ കൺവെർജൻസ് പ്രോജക്ടിന്റെ ഭാഗമായി തയ്യാറാക്കിയ പശ്ചാത്തല വികസന പ്ലാനിൽ ക്രിയേറ്റീവ് ലേർണിങ് സ്കൂൾ ഉൾപ്പെട്ടതു മുതൽ ദീപ്ജ്യോതിയുടെ നേതൃത്വത്തിൽ കുറേ സ്ത്രീകളുടെ കഠിനാദ്ധ്വാനത്തിന്റെ ഫലമായി ഇന്ന് സ്കൂൾ യാഥാർത്ഥ്യമായി. ബഡ്സ് സ്കൂൾ പോലെ ടീച്ചർമാരെയും ആയമാരെയും നിയമിക്കാനൊന്നും ഗ്രാമപഞ്ചായത്ത് ശേഷിയില്ലല്ലോ. അതുകൊണ്ട് പദ്ധതിയുടെ ഭാഗമായി രൂപം കൊണ്ട വില്ലേജ് ഓർഗനൈസേഷൻ കോ-ഓർഡിനേഷൻ കമ്മിറ്റി (വി ഒ സി സി)യുടെ ചുമതലയിലാണ് സ്കൂൾ പ്രവർത്തിക്കുന്നത്. പ്രാഥമിക ഉത്തരവാദിത്തം ദീപ്ജ്യോതികൂടി അംഗമായ 'കനകലത' എന്ന വില്ലേജ് ഓർഗനൈസേഷനാണ്. ഗ്രാമപഞ്ചായത്തിന്റെ സഹായത്തോടെ സ്കൂൾ മെച്ചപ്പെടുത്താനുള്ള ശ്രമങ്ങൾ നടന്നുവരുന്നു.

ഇതര സംസ്ഥാനങ്ങളിൽ പ്രവർത്തിക്കുന്ന കുടുംബശ്രീ ടീമംഗങ്ങൾക്ക് ഏറ്റവും കടുത്ത വെല്ലുവിളികൾ നേരിടേണ്ടി വന്ന സംസ്ഥാനമാണ് ഉത്തർപ്രദേശ്. സ്ത്രീസംഘടനയ്ക്കൊന്നും ഒരു ഇടവും കൊടുക്കാത്ത സമീപനമായിരുന്നു പല ഗ്രാമപഞ്ചായത്തുകളിൽനിന്നും ആദ്യമുണ്ടായത്. സംസ്ഥാന റൂറൽ ലൈവ്‌ലിഹുഡ് മിഷനിലെ ഉദ്യോഗസ്ഥരുടെ കുറവും പരിമിതികളും തന്നെ പദ്ധതിക്ക് തടസ്സം സൃഷ്ടിച്ചു. കുടുംബശ്രീ മിഷനിൽനിന്നും തികച്ചും വ്യത്യസ്തമായി ഇടയ്ക്കിടെ തലവന്മാർ മാറുന്ന സ്ഥിതിയാണ് ഉത്തർപ്രദേശ് മിഷനിൽ. സംസ്ഥാന സർക്കാർ അത്ര പ്രാധാന്യമൊന്നും കൊടുക്കുന്ന ഒരു പദവിയല്ല അതെന്നാണ് അനുഭവം. ടീമിലെ സ്ത്രീ അംഗങ്ങൾക്ക് താമസസ്ഥലം കണ്ടെത്താൻ പോലും ബുദ്ധിമുട്ടായിരുന്നു. ഗ്രാമപഞ്ചായത്തുകൾക്കിടയിലും ബ്ലോക്കുകൾ തമ്മിലുമുള്ള യാത്ര ക്ലേശം നിറഞ്ഞതും. അവിടെവച്ചാണ് തോക്കുപിടിച്ച അംഗരക്ഷകനുള്ള ഗ്രാമപഞ്ചായത്ത് പ്രസിഡന്റിനെക്കണ്ട് കുടുംബശ്രീയുടെ പ്രോഗ്രാം മാനേജർ അന്തംവിട്ടുപോയത്.

പദ്ധതിനിർവ്വഹണവും ശ്രമകരമായിരുന്നു. ഓരോ ഘട്ടത്തിലും നിരവധി തടസ്സങ്ങൾ. പരിപാടി തന്നെ ഉപേക്ഷിക്കേണ്ടി വന്നേക്കാമെന്നു തോന്നിയ നിരവധി സന്ദർഭങ്ങൾ. പദ്ധതി പുരോഗമിച്ചതോടെ പക്ഷേ, വലിയ മാറ്റങ്ങളാണുണ്ടായത്. സ്ത്രീസംഘടന തയ്യാറാക്കുന്ന പദ്ധതി ഗ്രാമപഞ്ചായത്തിന്റെ വാർഷികപദ്ധതിയുമായി ഏകോപിപ്പിക്കുന്നതിൽ

ഉത്തർപ്രദേശ് യഥാർത്ഥത്തിൽ മറ്റു സംസ്ഥാനങ്ങൾക്കു മാതൃകയാക്കാവുന്ന പ്രവർത്തനമാണ് കാഴ്ചവച്ചത്. ഗോരഖ്പൂർ ജില്ലയിലെ സർദാർ നഗർ ബ്ലോക്കിൽപെട്ട 'ദുബ്രിഖാസ്' ഗ്രാമത്തിലെ പഞ്ചായത്ത് പ്രസിഡന്റായിരുന്ന രാധേശ്യാം ഒരു വിഡിയോ ചിത്രീകരണത്തിന്റെ ഭാഗമായി നല്കിയ അഭിമുഖ സംഭാഷണത്തിൽ ആ നേട്ടം വിവരിക്കുന്നുണ്ട്. സ്ത്രീകൾ പദ്ധതിയുണ്ടാക്കാൻ മുന്നോട്ടുവന്നതോടെ പ്രാദേശികതലത്തിലെ ആസൂത്രണം കൂടുതൽ ഫലപ്രദമായി എന്നാണ് രാധേശ്യാമിന്റെ അഭിപ്രായം.

പദ്ധതിയുടെ തുടർപ്രവർത്തനങ്ങൾക്കായി കുടുംബശ്രീ മെന്റർമാർ ചെയ്യുന്ന ജോലി ഏറ്റെടുക്കാൻ കഴിയുന്ന സ്ത്രീകളെ ലോക്കൽ റിസോഴ്സ് ഗ്രൂപ്പിൽനിന്ന് തെരഞ്ഞെടുത്ത് പ്രത്യേക പരിശീലനം നല്കി നിയോഗിക്കാറുണ്ട്. ഛത്തിസ്ഗഢ് സംസ്ഥാനത്തെ പദ്ധതി പ്രവർത്തനം ഒരുപക്ഷേ ഓർമ്മിക്കപ്പെടുക അവിടെ നിന്നുയർന്നു വന്ന മെന്റർമാരുടെ പേരിലായിരിക്കും. ഛത്തിസ്ഗഢിൽ നിന്നുള്ള മെന്റർമാർ കുടുംബശ്രീയുടെ ഉത്തർപ്രദേശ് പദ്ധതിയിൽ കേരളത്തിൽ നിന്നുള്ള മെന്റർമാർ വഹിക്കുന്ന അതേ ഉത്തരവാദിത്വം ഏറ്റെടുത്ത് പദ്ധതി നിർവ്വഹണത്തിന് നേതൃത്വം നല്കി. സ്വന്തം ഗ്രാമത്തിനു പുറത്തുപോലും പോകാൻ മുൻകാലങ്ങളിൽ അവസരം കിട്ടിയിട്ടില്ലാത്ത സ്ത്രീകളാണ് ആ നിലയിലേക്ക് വളർന്നതെന്നോർക്കണം.

വനിതാസംഘടന മുന്നോട്ടുവയ്ക്കുന്ന പദ്ധതികൾ ഏറ്റെടുക്കാൻ തദ്ദേശ ഭരണസ്ഥാപനങ്ങൾക്കുള്ള വിഭവ പരിമിതികളെ മറികടക്കാൻ വിവിധ വകുപ്പുകളുമായുള്ള സംയോജനത്തിനാണല്ലോ കുടുംബശ്രീ

ശ്രമിച്ചത്. ആ ശ്രമത്തിന് പുതിയ മാനങ്ങൾ തന്നെ നല്കിക്കൊണ്ടാണ് മണിപ്പൂരിലെയും മേഘാലയയിലെയും തദ്ദേശഭരണസ്ഥാപനങ്ങൾ പദ്ധതിയോടു സഹകരിച്ചത്. വിവിധ വകുപ്പുദ്യോഗസ്ഥർ പങ്കെടുക്കുന്ന 'കൺവെർജൻസ് ക്യാമ്പുകൾ' സംഘടിപ്പിച്ചുകൊണ്ടാണ് അവർ പദ്ധതിയുടെ ഫലപ്രാപ്തി വർദ്ധിപ്പിച്ചത്.

മൈക്രോ എന്റർപ്രൈസ് കൺസൾട്ടന്റുമാരെ പരിശീലിപ്പിക്കുന്ന പദ്ധതി ആദ്യം തുടങ്ങിയത് ബിഹാറിലും രാജസ്ഥാനിലും ഝാർഖണ്ഡിലുമായിരുന്നു. സംസ്ഥാനങ്ങൾക്കത് തികച്ചും പുതിയൊരാശയമായിരുന്നു. പ്രാദേശിക സമൂഹങ്ങളിൽ നിന്നു തെരഞ്ഞെടുക്കപ്പെട്ട ചെറുപ്പക്കാർക്ക് ഏതാണ്ട് ആറുമാസക്കാലം നീണ്ടുനില്ക്കുന്ന പരിശീലനമാണ് കുടുംബശ്രീ നല്കുന്നത്. ഏതാണ്ട് അമ്പതുദിവസത്തെ ക്ലാസ് റൂം പരിശീലനം. അത് ഇടവിട്ടാണ് നല്കുക; ബാക്കി സമയത്ത് പ്രായോഗിക പരിശീലനത്തിനുള്ള ഫീൽഡു വർക്കുമുണ്ട്.

ഇത്ര നീണ്ടതും ചിട്ടയോടെയുള്ളതുമായ പരിശീലനം സംസ്ഥാനങ്ങൾക്ക് പുതുമയായിരുന്നു. നീണ്ട പരിശീലനത്തിലൂടെ ഒരു ബിസിനസ് സ്കൂളിൽ പഠിപ്പിക്കുന്ന ഏതാണ്ടെല്ലാ വിഷയവും പരിചയപ്പെടാൻ അവസരമുണ്ട്. ബിസിനസ് സങ്കല്പനങ്ങളെ സൂക്ഷ്മസംരംഭങ്ങൾക്കായുള്ള ആശയങ്ങളുടെ സാധുത വിലയിരുത്താനും അവയുടെ സാദ്ധ്യത പരിശോധിക്കാനുമൊക്കെ ഉപയോഗിക്കാൻ പരിശീലനം ലഭിക്കുന്നു. അടിസ്ഥാനഗണിതത്തിൽ തുടങ്ങി സാദ്ധ്യതാവിശകലനം, ലാഭചേത വിശകലനം, ഫിനാൻഷ്യൽ സ്റ്റേറ്റ്മെന്റുകൾ തയ്യാറാക്കൽ എന്നിവയെല്ലാം പഠനവിഷയങ്ങളിൽപ്പെടുന്നു. പ്രായോഗിക പരിശീലനത്തിന്റെ ഭാഗമായുണ്ടാകുന്ന ചില സംരംഭങ്ങളൊഴികെ കാര്യമായ ഫലമൊന്നും കാണാതെ മാസങ്ങളോളം നീളുന്ന ഈ പരിശീലനം ഗുണകരമല്ല എന്നു കരുതിയ സംസ്ഥാന മിഷനുകളുണ്ട്. എന്നാൽ പരിശീലനം പൂർത്തിയാക്കിയ എം ഇ സി മാരെ ഉപയോഗിക്കാനുള്ള ശ്രമവും നടക്കുകയുണ്ടായി.

മൂന്നു സംസ്ഥാനങ്ങളിലായി സൂക്ഷ്മസംരംഭരംഗത്ത് പുതിയൊരു മാതൃകവികസിപ്പിച്ചെടുക്കാൻ പദ്ധതിക്കു കഴിഞ്ഞു. ഝാർഖണ്ഡിലെ ഉൾനാടൻ ഗ്രാമങ്ങളിലൊന്നിൽ ഏതാണ്ടു നൂറ്റമ്പതുരൂപ മാത്രം പ്രവർത്തനമൂലധനവുമായിത്തുടങ്ങിയ അതിസൂക്ഷ്മ സംരംഭം മുതൽ ഒരു കുടുംബത്തിന് സ്ഥിരവരുമാനത്തിനായി ആശ്രയിക്കാവുന്ന ചെറുകിട സംരംഭങ്ങൾ വരെ പദ്ധതിയുടെ ഭാഗമായി രൂപപ്പെട്ടു.

എം ഇ സി പദ്ധതിയുടെ ഘടകങ്ങൾ ചേർത്തിണക്കിയും പുതിയ ചിലവ ഉൾപ്പെടുത്തിക്കൊണ്ടുമാണ് 2016 ൽ കേന്ദ്രസർക്കാർ സ്റ്റാർട്ടപ്പ് വില്ലേജ് എൻട്രപ്രണർഷിപ്പ് പദ്ധതി (എസ് വി ഇ പി) ആരംഭിക്കുന്നത്. ആ പദ്ധതിയുടെ നടത്തിപ്പിലും കുടുംബശ്രീ സ്വീകരിച്ചത് സംഘടനയിൽ നിന്നുള്ള 'മെന്ററും' പ്രൊഫഷണലും ചേർന്നു പ്രവർത്തിക്കുന്ന സമീപനമാണ്. അഹമ്മദാബാദിലെ ഇ ഡി ഐ ഐ (Entrepreneurship

Development Institute of India - EDII) ഉൾപ്പെടെ മറ്റു ചില ഏജൻസികളും എസ് വി ഇ പി നിർവ്വഹണത്തിൽ സംസ്ഥാനങ്ങൾക്ക് സഹായം നല്കുന്നുണ്ട്. കുടുംബശ്രീയുടെ പരിശീലന പാക്കേജുതന്നെ ഉപയോഗിക്കണമെന്നാണ് സർക്കാർ നിർദ്ദേശം. എന്നാൽ പരിശീലനത്തിന്റെ ഉള്ളടക്കത്തിലും ഗുണമേന്മയിലും നിഷ്കർഷിച്ചും മെന്റർ-പ്രൊഫഷണൽ ചേരുവയിലൂടെ ഫലപ്രദമായ നിർവ്വഹണം ഉറപ്പുവരുത്തിയും കുടുംബശ്രീയുടെ സമീപനം വേറിട്ടു നില്ക്കുന്നു.

പി ആർ ഐ - സി ബി ഒ കൺവെർജൻസ് പദ്ധതി ജനകീയാസൂത്രണത്തിന്റെ പാഠങ്ങളിൽ നേരിട്ട് ഊന്നുമ്പോൾ സൂക്ഷ്മസംരംഭമേഖലയിലെ പ്രവർത്തനങ്ങൾ കേരളത്തിൽനിന്നുള്ള അനുഭവങ്ങളുടെ ഭൂമികയിൽത്തന്നെയാണ് നിലകൊള്ളുന്നത്. തദ്ദേശഭരണ സ്ഥാപനങ്ങളുടെ സജീവ പിന്തുണയോടെ കേരളത്തിൽ കുടുംബശ്രീ വികസിപ്പിച്ചെടുത്ത 'കഫേ കുടുംബശ്രീ' മാതൃക ബിഹാറിൽ സർക്കാർ ആശുപത്രികളിൽ വൃത്തിയും വെടിപ്പുമുള്ള സ്ത്രീകൾ നടത്തുന്ന കാന്റീനുകളുടെ രൂപത്തിൽ വ്യാപിക്കുകയാണ്. 'ദീദി കീ രസോയ്' (ചേച്ചിയുടെ അടുക്കള) എന്ന പേരിൽ അറിയപ്പെടുന്ന കാന്റീനുകൾ ആശുപത്രികളിലെ രോഗികൾക്കും കൂട്ടിരുപ്പുകാർക്കും സന്ദർശകർക്കും പ്രിയപ്പെട്ടതായി മാറിക്കഴിഞ്ഞു.

ദേശീയതലത്തിലുള്ള വലിയൊരു പദ്ധതിയുടെ ഭാഗമായാമാണല്ലോ കുടുംബശ്രീയുടെ പ്രവർത്തനം വിവിധ സംസ്ഥാനങ്ങളിലേക്ക് വ്യാപിച്ചത്. അതേ പദ്ധതിയുടെ ഭാഗമായി ഒരു സവിശേഷ സാഹചര്യത്തിൽ കേരളത്തിലെ അട്ടപ്പാടിയിൽ ആരംഭിച്ച ഒരു പരിശ്രമം, ആദിവാസി ജന

വിഭാഗങ്ങൾക്കിടയിൽ പുതിയ മുന്നേറ്റത്തിനു തുടക്കമിടാൻ ഒരു പരിധിവരെയെങ്കിലും കുടുംബശ്രീയെ സഹായിച്ചു. ദേശീയപദ്ധതിയുടെ ഭാഗമാണെങ്കിലും അട്ടപ്പാടി പ്രോജക്ടിന് കേരളത്തിലെ അധികാരവികേന്ദ്രീകരണത്തിന്റെയും വിശേഷിച്ച് കുടുംബശ്രീയുടെയും ചരിത്രത്തിൽ ഒരു പ്രത്യേക സ്ഥാനമുണ്ടെന്നു പറയാം.

കേന്ദ്ര സർക്കാർ 1962 ൽ ആരംഭിച്ച ഇന്റഗ്രേറ്റഡ് ട്രൈബൽ ഡെവലപ്മെന്റ് പ്രോജക്ട് (ഐ ടി ഡി പി) കേരളത്തിൽ ആദ്യം ആരംഭിച്ച ബ്ലോക്കാണ് അട്ടപ്പാടി. അത് 1975 ലായിരുന്നു. അമ്പതു ശതമാനത്തിലേറെ ആദിവാസി ജനസംഖ്യയുള്ള ബ്ലോക്കുകൾ കേരളത്തിൽ ഇല്ലായിരുന്നു എന്നതായിരുന്നു ഐ ടി ഡി പി ആരംഭിക്കുന്നതിന് തടസ്സമായത്. 1975 ൽത്തന്നെ അട്ടപ്പാടിയിലെ സർക്കാരിൽ നിക്ഷിപ്തമാക്കപ്പെട്ട സ്വകാര്യവനമായി 1040 ഹെക്ടർഭൂമിയിൽ അട്ടപ്പാടി സഹകരണ ഫാമിങ് സൊസൈറ്റിയും ആരംഭിച്ചിരുന്നു.

കേരളത്തിന്റെ പൊതുവികസനപാതയിൽ ഒറ്റപ്പെട്ടുപോയ പ്രധാന ജനവിഭാഗമാണ് ആദിവാസികൾ. ജനകീയാസൂത്രണ പ്രസ്ഥാനം ട്രൈബൽ സബ് പ്ലാനിൽ (പട്ടികവർഗ്ഗ ഉപപദ്ധതി) നടത്തിയ ഒരിടപെടലിനുപോലും ആ മേഖലയിൽ കാര്യമായ മാറ്റത്തിനു വഴിയൊരുക്കാൻ കഴിഞ്ഞില്ല. അട്ടപ്പാടി പോലുള്ള പ്രദേശങ്ങളിൽ ഗ്രാമപഞ്ചായത്തുകളിലും അവയിലൂടെയുള്ള പ്രാദേശികാസൂത്രണത്തിലും ആദിവാസികൾ കാര്യമായി പങ്കെടുത്തില്ല. ആ പ്രദേശങ്ങളിൽ വന്ന് താമസമാക്കിയ ഇതരദേശക്കാരാണ് ജനകീയാസൂത്രണ പ്രസ്ഥാനത്തിന്റെയും പ്രാദേശികാസൂത്രണത്തിന്റെയും നേതൃത്വത്തിലേക്കു വന്നതും.

ആദ്യം തമിഴ്നാട്ടിൽനിന്നും പിന്നീട് കേരളത്തിലെ മറ്റു പ്രദേശങ്ങളിൽനിന്നും വന്ന കുടിയേറ്റക്കാരുടെ നിയന്ത്രണത്തിലാണ് അട്ടപ്പാടി. സ്വാതന്ത്ര്യത്തിനുമുമ്പ് ജനസംഖ്യയുടെ 68% ആദിവാസികളായിരുന്നിടത്ത് 2010 ആകുമ്പോഴേക്കും അവർ ജനസംഖ്യയുടെ മൂന്നിലൊന്നിൽ അല്പം മുകളിൽ എന്ന നിലയിലേക്ക് ചുരുങ്ങിപ്പോവുകയും ചെയ്തിരുന്നു. 2012-14 കാലത്താണ് വർദ്ധിച്ച ശിശുമരണ നിരക്കുമായി അട്ടപ്പാടി ദേശീയ ശ്രദ്ധയിലേക്കെത്തുന്നത്.

അട്ടപ്പാടി ബ്ലോക്കിലെ മൂന്നുഗ്രാമപഞ്ചായത്തുകളായ അഗളി, ഷോളയൂർ, പുതൂർ എന്നിവിടങ്ങളിൽ കുടുംബശ്രീ രൂപീകരിക്കപ്പെട്ട് ഒരു ദശാബ്ദത്തിനു ശേഷമാണ് അവിടെ കുഞ്ഞുങ്ങൾ വ്യാപകമായി മരണപ്പെടാൻ തുടങ്ങിയതെന്നോർക്കണം. അപ്പോൾ ജനകീയാസൂത്രണത്തിനും കുടുംബശ്രീക്കും മാറ്റാൻ കഴിയാതെപോയ അതീവഗുരുതരമായ പ്രശ്നങ്ങൾ അവിടെ നിലനിന്നിരുന്നു എന്നു തന്നെയാണർത്ഥം.

ഇരുളർ, മുഡുഗർ, കുറുമ്പർ എന്നിങ്ങനെ മൂന്ന് ആദിവാസി വിഭാഗങ്ങളാണ് അട്ടപ്പാടിയിലുള്ളത്. അവരിൽ കുറുമ്പർ സവിശേഷ വെല്ലുവിളികൾ നേരിടുന്ന പ്രാക്തനഗോത്രവിഭാഗമായി അംഗീകരിക്കപ്പെട്ടിട്ടുള്ളവരുമാണ്. വലിയതോതിൽ ഭൂമി അന്യാധീനപ്പെട്ടു പോയ അട്ടപ്പാടി

യിലെ ആദിവാസികൾ നിരന്തര ചൂഷണത്തിന്റെ ഇരകളാണ്. ഗ്രാമപഞ്ചായത്തിലും കുടുംബശ്രീ സി ഡി എസിലുമൊക്കെ സ്വാധീനമുള്ളവർ കുടിയേറ്റക്കാരാണ്. 'അഹാഡ്സ്' പദ്ധതിയിലൂടെ വീടും ഭൗതിക സൗകര്യങ്ങളും മെച്ചപ്പെട്ടെങ്കിലും ദാരിദ്ര്യവും മറ്റനവധി ഇല്ലായ്മകളും നേരിടുന്ന ഒരു സമൂഹമാണ് അട്ടപ്പാടിയിലെ ആദിവാസികൾ. സാമൂഹ്യമായ അതിരുവല്ക്കരണത്തിന്റെ ഒന്നാന്തരം ഉദാഹരണമായ ആ സമൂഹത്തിലാണ് 2012-14 വർഷങ്ങളിൽ മാത്രം 58 ശിശുമരണങ്ങൾ നടന്നത്.

കുടുംബശ്രീയുടെ പൊതുസമീപനത്തിൽനിന്ന് വ്യത്യസ്തമായ ഒരു രീതിശാസ്ത്രം അവലംബിച്ചതിലൂടെയാണ് അട്ടപ്പാടി പദ്ധതി വേറിട്ടു നില്ക്കുന്നത്. ആദിവാസി സ്ത്രീകളുടേതു മാത്രമായ അയൽക്കൂട്ടങ്ങൾ എന്നതാണ് ആദ്യ സവിശേഷത; സ്വാഭാവികമായും ജാതിമതഭേദം പാടില്ലാത്ത കുടുംബശ്രീ അയൽക്കൂട്ട സങ്കല്പനത്തിൽനിന്ന് വ്യതിരിക്തം. അതിന്റെ കാരണം, കുടിയേറ്റക്കാർക്ക് മേൽക്കൈയുള്ള പ്രദേശങ്ങളിൽ എല്ലാ വിഭാഗം സ്ത്രീകളുമുള്ള അയൽക്കൂട്ടങ്ങളിൽ ആദിവാസി സ്ത്രീകൾ പിന്തള്ളപ്പെട്ടുപോകുന്നു എന്ന അനുഭവം തന്നെ. ഒപ്പം, ഇതരസമൂഹങ്ങളിൽ നിന്നു വ്യത്യസ്തമായി സാംസ്കാരികത്തനിമയും ജീവിതശൈലിയും പുലർത്തുന്നവരാണ് ആദിവാസികൾ എന്ന തിരിച്ചറിവും.

അട്ടപ്പാടി പദ്ധതിയുടെ രണ്ടാമത്തെ സവിശേഷത അയൽക്കൂട്ടങ്ങൾ രൂപീകരിക്കുന്നതിൽ സ്വീകരിച്ച സമീപനമാണ്. ജനകീയാസൂത്രണകാലത്ത് തദ്ദേശ സ്വയംഭരണസ്ഥാപനങ്ങളുടെ നേതൃത്വത്തിലാണല്ലോ അയൽക്കൂട്ടങ്ങൾ രൂപീകരിക്കപ്പെട്ടത്. അട്ടപ്പാടിയിൽ പദ്ധതി നടത്തിപ്പിനായി ഒരു പ്രോജക്ട് മാനേജുമെന്റ് യൂണിറ്റ് രൂപീകരിച്ചു. സാമൂഹ്യ വികസനപദ്ധതികളിൽ ശേഷിതെളിയിച്ച ഒരു പ്രൊഫഷണലിനെ അതിന്റെ നേതൃത്വത്തിൽ കൊണ്ടുവന്നു. യൂണിറ്റിൽ ചെറുപ്പക്കാരായ പ്രൊഫഷണലുകളെ നിയമിച്ചു. ആദ്യഘട്ടത്തിൽ ആദിവാസി ഊരുകളിൽ താമസിച്ച് പ്രൊഫഷണലുകൾ പദ്ധതി പറഞ്ഞു ജനങ്ങളെ ബോദ്ധ്യപ്പെടുത്തി. പദ്ധതി നിർവ്വഹണത്തിന്റെ മുൻനിരയിൽ പ്രവർത്തിക്കാനായി ആദിവാസി സമൂഹത്തിൽനിന്ന് 'അനിമേറ്റർ'മാരെ തെരഞ്ഞെടുത്തുപരിശീലനം നല്കി. എന്നിട്ട് നേരിട്ട് അയൽക്കൂട്ട രൂപീകരണത്തിലേക്കും മിതവ്യയ സമ്പാദ്യം, വായ്പ എന്നിവയിലേക്കും കടക്കുന്നതിനുപകരം ആദിവാസികൾ നേരിടുന്നപ്രശ്നങ്ങൾ പഠിക്കാൻ തയ്യാറായി.

ആ പഠനത്തിൽനിന്ന് ചില കാര്യങ്ങൾ വ്യക്തമായി. നിലവിലെ രീതിയിലുള്ള സമ്പാദ്യവും വായ്പയുമൊന്നും അട്ടപ്പാടിയിൽ നടക്കാൻ സാദ്ധ്യതയില്ല. അവരുടെ പ്രശ്നങ്ങൾ വ്യത്യസ്തമാണ്. തലമുറകളായി വിവിധതരം ചൂഷണങ്ങൾക്കു വിധേയമായ സമൂഹമാണ്. അവരുടെ സമ്പന്നമായ കൃഷി സമ്പ്രദായങ്ങൾ അന്യം നിന്നുപോയിരുന്നു. ആവശ്യത്തിന് ഭക്ഷണം പോലുമില്ലാത്ത അവസ്ഥയിലേക്ക് അവർ വീണുപോയിരുന്നു. മദ്യാസക്തി കാർന്നുതിന്നുന്ന പുരുഷസമൂഹം ആദിവാസികളുടെ നിലനില്പിനുതന്നെ ഭീഷണിയായയപോലെ കാണപ്പെട്ടു. ഗർഭി

ണികൾ അവശ്യപോഷകങ്ങൾ കിട്ടാതെ വലഞ്ഞു; അവരുടെ കുഞ്ഞുങ്ങൾ ഗർഭത്തിലോ പ്രസവത്തിലോ മരിച്ചു. അല്ലെങ്കിൽ ആരോഗ്യമില്ലാത്ത തൂക്കം കുറഞ്ഞ കുഞ്ഞുങ്ങളായി വളർന്നു. സ്കൂളിൽ പോയ കുട്ടികൾ പഠനം നിർത്തി ഊരുകളിൽ അലഞ്ഞു നടന്നു.

ഇത്തരമൊരവസ്ഥയിൽ എന്തു മിതവ്യയം? എന്തു സമ്പാദ്യം? ഭൂമിയാണ് അട്ടപ്പാടിയിലെ യഥാർത്ഥ പ്രശ്നം; അതു പരിഹരിക്കാൻ പക്ഷേ, കുടുംബശ്രീയോ പദ്ധതിയോ കൊണ്ടു കഴിയുമായിരുന്നുമില്ല. നഷ്ടമായ കാർഷിക വൃത്തി തിരികെപ്പിടിച്ചുകൊണ്ടുമാത്രമേ ഭക്ഷ്യസുരക്ഷയും അതിജീവനവും ഉറപ്പുവരുത്താൻ കഴിയുകയുള്ളൂവെന്ന് വ്യക്തമായിരുന്നു. മഹാത്മാഗാന്ധി ദേശീയ തൊഴിലുറപ്പു പദ്ധതിക്കു വേണ്ടിയുള്ള സംഘാടനമാണ് ഒരു വഴിയായി തെരഞ്ഞെടുത്തത്. കൃഷിനിലങ്ങൾ ഒരുക്കാനും പൊതുവായ പണികൾക്കും തൊഴിലുറപ്പുപയോഗിക്കാം. അതിലൂടെ വരുമാനവും കിട്ടും. തൊഴിലുറപ്പു പദ്ധതി നടത്തിപ്പ് വിഭാഗത്തിലെ സംസ്ഥാനതല ഉദ്യോഗസ്ഥർ നേരിട്ടെത്തി സഹായിക്കുകയും ചെയ്തു.

ശിശുമരണങ്ങളുടെ പശ്ചാത്തലത്തിൽ സംസ്ഥാനസർക്കാരിന്റെ സാമൂഹ്യനീതി വകുപ്പ് അട്ടപ്പാടിയിൽ കമ്യൂണിറ്റി കിച്ചനുകൾ നടത്തിപ്പോന്നിരുന്നു. ഐ സി ഡി എസ് വഴി നടന്നുവന്ന കമ്യൂണിറ്റി കിച്ചൻ പദ്ധതിയിൽ ഒട്ടേറെ പ്രശ്നങ്ങളുണ്ടായിരുന്നു. ആ പദ്ധതിയുടെ നടത്തിപ്പ് കുടുംബശ്രീയെ ഏല്പിക്കാൻ സർക്കാർ തീരുമാനമെടുത്തു. അത് ആ ഘട്ടത്തിൽ പദ്ധതിക്ക് സഹായകരമായി. ഓരോ ഊരിലും കമ്യൂണിറ്റി കിച്ചൻ നടത്താനും തൊഴിലുറപ്പിനും വേണ്ടിയായി സംഘാടനം. അതിലൂടെ അയൽക്കൂട്ട രൂപീകരണത്തിലേക്കു കടക്കുകയാണു ചെയ്തത്.

കുടുംബശ്രീ, എൻ ആർ ഒ എന്ന നിലയ്ക്കു പ്രവർത്തിക്കുന്ന ഝാർഖണ്ഡ് പോലെയുള്ള സംസ്ഥാനങ്ങളിലെ എൻ ആർ എൽ എം സംഘടനാനുഭവം കാണിക്കുന്നത് അട്ടപ്പാടിയിൽ ഉപയോഗിച്ച സംഘാടന സമീപനം അവിടങ്ങളിലൊക്കെ പ്രസക്തമായേക്കാമെന്നാണ്. ഝാർഖണ്ഡിൽ മാത്രമല്ല, വിവിധ ആദിവാസി വിഭാഗങ്ങൾക്കു പ്രാമുഖ്യമുള്ള വടക്കുകിഴക്കൻ സംസ്ഥാനങ്ങളിലൊക്കെ ഈ സമീപനം പ്രായോഗികമായേക്കാം. സംഘടനാരൂപീകരണഘട്ടത്തിൽത്തന്നെ അട്ടപ്പാടിയിലെ ആദിവാസി സമൂഹം നേരിടുന്ന വിവിധ പ്രശ്നങ്ങളെ നേരിടാനുള്ള ശ്രമങ്ങളിലൂടെയാണ് പദ്ധതി ഉരുത്തിരിഞ്ഞത്. ഗർഭിണികൾ, മുലയൂട്ടുന്ന അമ്മമാർ, കുട്ടികൾ, കൗമാരപ്രായക്കാർ, വൃദ്ധർ, നിരാലംബർ, മാനസികവെല്ലുവിളി നേരിടുന്നവർ എന്നിവർക്കൊക്കെയുള്ള പരിപാടികൾ പദ്ധതിയുടെ ഭാഗമായി. ആരോഗ്യവകുപ്പുമായി ചേർന്ന് പോഷകാഹാരക്കുറവും വളർച്ചമുരടിപ്പും നേരിടുന്ന കുട്ടികളെ കണ്ടെത്താനും അവരെ പരിചരിക്കാനുമുള്ള ശ്രമങ്ങൾ അതിന്റെ ഭാഗമായിരുന്നു.

സ്കൂളിൽനിന്ന് കൊഴിഞ്ഞുപോയ കുട്ടികളെ കണ്ടെത്തി അവർക്ക്

പ്രത്യേക പരിശീലനം നല്കി സ്കൂളുകളിലേക്ക് തിരിച്ചുകൊണ്ടുവരാനുള്ള 'ബ്രിഡ്ജ് സ്കൂൾ, ഊരുതലത്തിൽ കുട്ടികൾക്ക് ട്യൂഷനും ശുചിത്വ-ആരോഗ്യ വിദ്യാഭ്യാസവും നല്കുന്നതിനുള്ള 'ബ്രിഡ്ജ് കോഴ്സ്' എന്നിവയൊക്കെ വിവിധ സംസ്ഥാനങ്ങളിൽ അരികുവല്ക്കരിക്കപ്പെട്ടുപോയ ആദിവാസി സമൂഹങ്ങൾക്ക് മാതൃകയാകാൻ സാദ്ധ്യതയുള്ളവയാണ്.

അട്ടപ്പാടി പദ്ധതി മുന്നോട്ടുവച്ച സംഘടനാ മാതൃകയും വ്യത്യസ്തമായിരുന്നു. അയൽക്കൂട്ടങ്ങളുടെ ഫെഡറേഷൻ വാർഡുതലത്തിലല്ല, ഊരുതലത്തിലാണ് 'ഊരു സമിതി' എന്നാണ് അവയ്ക്കു പേര്. സി ഡി എ സി നു പകരം പഞ്ചായത്ത് സമിതി. പ്രാക്തനഗോത്രവിഭാഗമായ കുറുമ്പർക്കായി ഒരു പ്രത്യേക പഞ്ചായത്ത് സമിതിയുമുണ്ട്. അങ്ങനെ മൂന്നു ഗ്രാമപഞ്ചായത്തുകളിൽ നാലു പഞ്ചായത്ത് സമിതികൾ പ്രവർത്തിക്കുന്നു. സാധാരണ കുടുംബശ്രീ എ ഡി എ സ്സുകളെക്കാൾ ഒട്ടേറെ കൂടുതൽ പ്രവർത്തനങ്ങളുള്ള സംഘടനാതലമാണ് ഊരു സമിതികൾ.

അട്ടപ്പാടി പദ്ധതി എട്ടുവർഷം പിന്നിടുമ്പോൾ സംഘടനാതലത്തിൽ ഇപ്പോഴും ദൗർബല്യങ്ങൾ കാണാം. സമ്പാദ്യവും വായ്പയും ചിട്ടയായി നടത്താൻ പല അയൽക്കൂട്ടങ്ങൾക്കും കഴിയുന്നില്ല. വിവിധ സംസ്ഥാനങ്ങളിൽ ആദിവാസി മേഖലകളിലെ സംഘടനാസംവിധാനവും നിരവധി പരിമിതികളോടെയാണ് നിലനില്ക്കുന്നത്. ആ പരിമിതികളെ മറികടന്ന് അരികുവല്ക്കരിക്കപ്പെട്ട ആദിവാസി വിഭാഗങ്ങൾക്ക് അനുയോജ്യമായ ഒരു സംഘടനാ സംവിധാനം വളർത്തിയെടുക്കാൻ അട്ടപ്പാടിയിൽ കുടുംബശ്രീക്ക് കഴിയുമോ എന്നതാണ് പ്രധാന ചോദ്യം.

www.ingramcontent.com/pod-product-compliance
Lightning Source LLC
LaVergne TN
LVHW060113051026
849517LV00007B/2290